മോദി ഭരണത്തിന്റെ 365 ദിവസങ്ങൾ

modi bharanathinte 365 divasangal

•

translation
venugopalan k a

•

first edition
november 2015

•

published
chintha publishers, thiruvananthapuram

•

typesetting
star communications, thiruvananthapuram

•

•

cover
vinod

•

വിതരണം

ദേശാഭിമാനി ബുക്ക് ഹൗസ്
H O തിരുവനന്തപുരം-695 035
phone: 0471-2303026, 6063026
www.chinthapublishers.com
chinthapublishers@gmail.com

ബ്രാഞ്ചുകൾ

ഹെഡ്ഡാഫീസ് ബ്രാഞ്ച് കുന്നുകുഴി • സ്റ്റാച്യു തിരുവനന്തപുരം • കെ എസ് ആർ ടി സി ബസ് സ്റ്റേഷൻ ആലപ്പുഴ • കെ എസ് ആർ ടി സി ബസ് സ്റ്റേഷൻ എറണാകുളം • മച്ചിങ്ങൽ ലെയിൻ തൃശൂർ • ഐ ജി റോഡ് കോഴിക്കോട് • മാവൂർ റോഡ് കോഴിക്കോട് • എൻ ജി ഒ യൂണിയൻ ബിൽഡിങ് കണ്ണൂർ • സെൻട്രൽ ബസ് ടെർമിനൽ കോംപ്ലക്സ് താവക്കര കണ്ണൂർ

CO - 2276 / 3762

മോദി ഭരണത്തിന്റെ 365 ദിവസങ്ങൾ

ഒരു സംഘം ലേഖകർ

പരിഭാഷ

വേണുഗോപാലൻ കെ എ

ചിന്ത പബ്ലിഷേഴ്സ്
തിരുവനന്തപുരം-695 035

വേണുഗോപാലൻ കെ എ

ആയിരത്തിത്തൊള്ളായിരത്തി അൻപത്തി ഏഴിൽ ജനനം. അച്ഛൻ: അശോകൻ, അമ്മ: തങ്കം.

നാട്ടിക ശ്രീനാരായണ കോളേജിൽനിന്ന് ബിരുദവും ഗവൺമെന്റ് ലോകോളേജിൽനിന്ന് നിയമബിരുദവും നേടി.

ഡി വൈ എഫ് ഐ സംസ്ഥാനകമ്മിറ്റി അംഗമായും സി പി ഐ (എം) നാട്ടിക ഏരിയാകമ്മിറ്റി അംഗമായും പ്രവർത്തിച്ചു. ഇപ്പോൾ *ചിന്ത* വാരികയിൽ.

കൃതികൾ: *പാർലമെന്ററി പ്രവർത്തനവും കമ്യൂണിസ്റ്റുകാരും, നക്സലിസത്തിന്റെ മുഖംമൂടി മാറ്റിയാൽ, ഇടതുവലതു വ്യതിയാനങ്ങൾക്കെതിരെ, ജാതിവ്യവസ്ഥയും ജാതിരാഷ്ട്രീയവും, ജനാധിപത്യം ഫാസിസം,* വർഗ്ഗീയത ചരിത്രവും വർത്തമാനവും, *സോഷ്യലിസം ഇന്ത്യൻപരിതഃസ്ഥിതിയിൽ,* ബസവപുന്നയ്യ (എഡിറ്റർ)

ഭാര്യ : ഓമന
മകൾ : നിലിയ

ഉള്ളടക്കം

പ്രസാധകക്കുറിപ്പ്

ജനങ്ങളിൽ വികസന പ്രതീക്ഷ ഉണർത്തിയും, ബി ജെ പിക്ക് മുമ്പെങ്ങും ഇല്ലാത്ത ഭൂരിപക്ഷം ലഭിക്കും എന്ന പ്രചാരണം അഴിച്ചുവിട്ടുമാണ് 2014 ലെ തിരഞ്ഞെടുപ്പിൽ നരേന്ദ്രമോദി വിജയിച്ച് പ്രധാനമന്ത്രിയായത്. തീവ്രമായ മതമേധാവിത്വവാദവും ദേശീയതാവാദവും കൂട്ടിക്കുഴച്ച് അവതരിപ്പിച്ചും ഒപ്പം ക്രിസ്ത്യൻ മുസ്ലീം മതന്യൂനപക്ഷങ്ങളെ പൈശാചികവല്ക്കരിച്ചും ഇന്ത്യയിൽ ഹിന്ദുമതത്തിന് ജനസംഖ്യാപരമായ ഭീഷണി നിലനില്പുണ്ടെന്നു പ്രചരിപ്പിച്ചും സമ്മതിദായകരെ ധ്രുവീകരിക്കുന്നതിന് അവർക്കു കഴിഞ്ഞു.

അധികാരാരോഹണം കഴിഞ്ഞും ഇത്തരം പരസ്യമായ വിദ്വേഷ പ്രചാരണത്തിന് ആർ എസ് എസിനും പരിവാർ സംഘടനകൾക്കും തുറന്ന അനുമതിയാണ് നല്കിയിരിക്കുന്നത്. കഴിഞ്ഞ ഒരു വർഷത്തിനിടയിൽ ഈ പ്രചാരണം കൂടുതൽ അക്രമോത്സുകമായി തീർന്നിരിക്കുകയാണ്.

സമൂഹത്തിന്റെ ഓരോ മേഖലയിലും ഓരോ പരിവാർ സംഘടനയിലൂടെയും ആർ എസ് എസ് നേരിട്ടും നടത്തുന്ന അക്രമപ്രചാരണ നടപടികളുടെ ചുരുളഴിക്കുകയാണ് മോദി ഭരണത്തിന്റെ 365 ദിവസങ്ങൾ എന്ന ഈ സമാഹാരത്തിലൂടെ. വസ്തുതാപഠനമെന്ന നിലയിൽ ഈ സമാഹാരത്തിന് വമ്പിച്ച പ്രസക്തിയാണുള്ളത്. കർത്തവ്യബോധത്തോടെ ഈ സമാഹാരം ജനലക്ഷങ്ങളുടെ മുമ്പിൽ അവതരിപ്പിക്കുന്നു. സ്വീകരിച്ചാലും.

ചിന്ത പബ്ലിഷേഴ്സ്

സിവിൽ സാമൂഹികപ്രവർത്തനത്തിന് എതിരായ അതിക്രമങ്ങൾ

ഫാദർ സെഡ്രിക് പ്രകാശ് എസ് ജെ

മുൻപെങ്ങുമുണ്ടായിട്ടില്ലാത്ത വിധം ഇന്ത്യയിൽ സിവിൽ സാമൂഹിക പ്രവർത്തനത്തിനെതിരായ അതിക്രമങ്ങൾ വർദ്ധിച്ചിരിക്കുന്നു. കഴിഞ്ഞ ഒരു വർഷക്കാലത്തെ സൂക്ഷ്മവിശകലനത്തിന് വിധേയമാക്കിയാൽ ദരിദ്രർക്കും പ്രാന്തവല്ക്കരിക്കപ്പെട്ടവർക്കും, വ്രണിതർക്കും ഇരകൾക്കും ഒപ്പം നില്ക്കുന്നവർക്കും അധികാരികളോടും നിക്ഷിപ്തതാല്പര്യക്കാരോടും കൂടുതലായി എതിരിടേണ്ടി വന്നിട്ടുണ്ടെന്ന് കാണാനാവും. പലപ്പോഴും അത് കേന്ദ്ര സംസ്ഥാന സർക്കാരുകളോട് ആയിരുന്നു.

വ്യക്തികൾ, അക്കാദമിക സ്ഥാപനങ്ങൾ, എഴുത്തുകാർ, പണ്ഡിതന്മാർ, മനുഷ്യാവകാശപ്രവർത്തകർ, സർക്കാരിതര സംഘടനകൾ തുടങ്ങി ചുരുക്കിപ്പറഞ്ഞാൽ ഇന്ന് രാജ്യത്ത് നടക്കുന്ന സംഭവവികാസങ്ങളിൽ ഉൽക്കണ്ഠയുള്ള, തല്പരരായവർ ഉൾപ്പെടുന്ന ഒന്നാണ് ഇന്ന് സിവിൽ സാമൂഹിക പ്രവർത്തനം.

ദളിതർക്കും ആദിവാസികൾക്കുമൊപ്പം അടിത്തട്ടിൽ പ്രവർത്തിക്കുന്നവർ, സ്ത്രീകൾക്കും കുട്ടികൾക്കും ഭിന്നലിംഗക്കാർക്കും ചെറുകിടകർഷകർക്കും അഭയാർത്ഥികൾക്കും കുടിയിറക്കപ്പെട്ടവർക്കും ഒപ്പം പ്രവർത്തിക്കുന്നവർ, ചേരിനിവാസികൾക്കും ഭിന്നശേഷിയുള്ളവർക്കും ദോഷം സംഭവിച്ച വ്യക്തികൾക്കും വിഭാഗങ്ങൾക്കും ഒപ്പം നില്ക്കുകയും അവരുടെ പരാതികൾ പരിഹരിക്കുന്നതിനും അവരെ ശാക്തീകരിക്കുന്നതിനും അവർക്ക് അർഹതപ്പെട്ടത് ലഭിക്കുന്നിനും വേണ്ടി പ്രവർത്തിക്കുന്ന വ്യക്തികളും പ്രസ്ഥാനങ്ങളുമൊക്കെ ഇതിൽ ഉൾപ്പെടുന്നു.

ഇന്ത്യൻ ഭരണഘടനയുടെ ആമുഖത്തിൽ പറഞ്ഞിട്ടുള്ള നീതി സ്വാതന്ത്ര്യം, തുല്യത, സാഹോദര്യം എന്നിവ വെറും ആശയമോ സങ്കല്പങ്ങളോ മാത്രമല്ലെന്നും അവ സജീവമാക്കപ്പെടേണ്ടതും വിശേഷിച്ച് ഏറ്റവും അവശരായവരെ മുഖ്യധാരയിൽ കൊണ്ടുവരുന്നതിനുവേണ്ടി ഉപ

യോഗപ്പെടുത്തേണ്ടതാണെന്നും കരുതി അതിനെക്കുറിച്ച് ബോധവാന്മാരാവുകയും സമൂഹത്തെ ബോധവാന്മാരാക്കുകയും ചെയ്യുന്ന വ്യക്തികളും കൂട്ടായ്മകളുമാണ് സിവിൽ സാമൂഹിക പ്രവർത്തനത്തിൽ ഉൾപ്പെട്ടിരിക്കുന്നത്.

അതിനാൽ സിവിൽ സാമൂഹിക പ്രവർത്തനം ആരോഗ്യകരവും ചലനാത്മകവുമായ ജനാധിപത്യ പ്രക്രിയയുടെ അനിവാര്യമായ ഒരു ചക്രമായി ഇന്ന് മാറിയിരിക്കുന്നു. അത് ഒരു കാവൽനായ് എന്ന നിലയിൽ മാത്രമല്ല ശബ്ദമില്ലാത്തവന്റെ ശബ്ദവും മറ്റുള്ളവന്റെ അവകാശങ്ങൾക്കുമേൽ കുതിരകേറാൻ ശ്രമിക്കുന്നവരെ തടയുന്ന ഒരു ശക്തിയുമായി മാറിയിരിക്കുന്നു.

ഈ പ്രവർത്തകർ ഏറ്റെടുത്തിട്ടുള്ള ചില പ്രവർത്തനങ്ങളെക്കുറിച്ച് അറിഞ്ഞിരിക്കേണ്ടത് ആവശ്യമാണ്. ഒരു ബഹുരാഷ്ട്രകമ്പനി ഗോത്രവർഗ്ഗമേഖലയിൽ ഒരു വലിയ വ്യവസായ സമുച്ചയത്തിന്റെ നിർമ്മാണം ആരംഭിക്കുന്നു; ഗോത്രവർഗ്ഗക്കാരിൽനിന്ന് ഭൂമി പിടിച്ചെടുക്കുന്നു; വനം നശിപ്പിക്കുന്നു; മാലിന്യങ്ങളാൽ വായുവും ജലവും മലിനീകരിക്കുന്നു; പാരിസ്ഥിതികമായ യാതൊരു സുരക്ഷയും ഒരുക്കുന്നില്ല; ബഹുരാഷ്ട്രകുത്തകകളുടെ മേധാവികൾക്കാവട്ടെ പ്രാദേശികമായും ദേശീയമായും 'അനുകൂലമായ' ബന്ധങ്ങളുമുണ്ട്. അവരെ വെല്ലുവിളിക്കാൻ ഒരാളും ധൈര്യപ്പെടുന്നില്ല. ഗോത്രവർഗ്ഗക്കാരുടെ വിധിയിൽ താല്പര്യമുള്ള ഒരു സർക്കാരിതര സംഘടന അവിടെ പ്രത്യക്ഷപ്പെടുകയും എന്താണ് സംഭവിക്കുന്നതെന്ന് ഗോത്രവർഗ്ഗക്കാരെ ബോദ്ധ്യപ്പെടുത്തുകയും ചെയ്യുന്നു. അവരുടെ ജലവും കാടും മണ്ണും സംരക്ഷിക്കേണ്ടതിന്റെ പ്രാധാന്യത്തെയും ആവശ്യകതയെയും കുറിച്ച് അവരെ ബോദ്ധ്യപ്പെടുത്തുന്നു; ഗോത്രവർഗ്ഗജനത പ്രതീക്ഷയുടേതായ ഒരു കിരണം കടന്നുവരുന്നതായി കാണുന്നു. ഈ സമയത്ത് ഈ സർക്കാരിതര സംഘടനക്കെതിരെ കുരച്ചു ചാടുകയും അവരെ പീഡിപ്പിക്കുകയും ചെയ്യുന്നു. അവരെ 'നക്സലുകളോ' 'ദേശദ്രോഹികളോ' ആയി മുദ്രകുത്തുന്നു. പൊലീസുകാരും മറ്റുദ്യോഗസ്ഥരും നിരന്തരമായി ഈ പ്രദേശത്ത് സന്ദർശനം നടത്തുന്നു. അവരുടെ ധനാഗമമാർഗ്ഗങ്ങളൊക്കെ തടയപ്പെടുന്നു; പണം വാങ്ങി മാധ്യമങ്ങൾ വിഭ്രമാത്മക കഥകൾ പടച്ചുവിടുന്നു. ഏകാധിപത്യത്തിന്റേതായ കഴിഞ്ഞകാലത്തെ യക്ഷിക്കഥപോലെയാണിത് തോന്നിക്കുക. ഇതാണ് കഴിഞ്ഞ ഒരു വർഷക്കാലം ഇന്ത്യയിൽ നടന്നു വന്നിരുന്നത് എന്നതാണ് ദുഃഖകരമായ സത്യം. ജനാധിപത്യം നിലനില്ക്കുന്നു എന്നവകാശപ്പെടുന്ന ഒരു രാജ്യത്താണിത് സംഭവിക്കുന്നത്.

ഇതിന് രാജ്യത്തെമ്പാടും നിരവധി ഉദാഹരണങ്ങളുണ്ട്. നമ്മുടെ മുമ്പിലുള്ള ഉത്തമ ഉദാഹരണങ്ങളാണ് ടീസ്റ്റ സെത്തൽവാദ്, പ്രിയാപിള്ള, പ്രശാന്ത് ഭൂഷൺ, മേധാപട്കർ, ഗോവിന്ദ് പൻസാരെ, പ്രൊഫസർ സായ്ബാബ എന്നിവർ. നിങ്ങൾ ഗവൺമെന്റിനെതിരായി തിരിയുകയോ, അഴിമതിയും ജനവിരുദ്ധനയങ്ങളും തുറന്നുകാട്ടാൻ ശ്രമിക്കുകയോ കോർപ്പറേറ്റുകൾക്കും വൻകിട ബിസിനസുകാർക്കുമെതിരെ പ്രവർത്തിക്കുകയോ ചെയ്താൽ നിങ്ങളതിന് തീർച്ചയായും വില നല്കേണ്ടതായി

വരും. നിങ്ങൾക്കെതിരായി കള്ളക്കേസുകളെടുക്കും, സാക്ഷികൾ കൂറു മാറും, നിങ്ങളൊരിക്കൽ വിശ്വസിച്ചിരുന്ന ആളുകൾ നിങ്ങൾക്കെതിരായി തിരിയും. നിങ്ങൾ അറസ്റ്റുചെയ്യപ്പെടുകയോ കൊലപ്പെടുത്തപ്പെടുകയോ ചെയ്യും. അതിനൊരവസാനവുമില്ല..!

സിവിൽ സാമൂഹിക സംഘടനകളായ ഇൻസാഫ്, പീപ്പിൾസ് വാച്ച്, സബ് രംഗ് ട്രസ്റ്റ്, സിറ്റിസൺസ് ഫോർ ജസ്റ്റിസ് ആന്റ് പീസ്, ഗ്രീൻ പീസ് ഇന്ത്യ തുടങ്ങിയ സംഘടനകൾ ചിട്ടപ്പെടുത്തിയ വിധത്തിൽത്തന്നെ ലക്ഷ്യം വയ്ക്കപ്പെടുകയും അപമാനിക്കപ്പെടുകയും അന്തമില്ലാത്ത വിധം പീഡിപ്പിക്കപ്പെടുകയും ആണ് കഴിഞ്ഞ വർഷത്തിൽ സംഭവിച്ചത്. ഉയർന്ന മാനേജ്മെന്റിൽ നിന്നുള്ള സമ്മർദ്ദം, കുത്തുവാക്കുകൾ, ഭീഷണികൾ, നിരവധി ഗവൺമെന്റ് അന്വേഷണങ്ങൾ, കിംവദന്തികൾ മുതലായവയ്ക്കിരയായ മറ്റൊട്ടനവധി പേരുമുണ്ട്. അത്തരം തന്ത്രങ്ങളുടെ ഫലമായി അവർ പലരും ഒരടി പിന്നോക്കം വയ്ക്കുകയോ പലരും തന്ത്രപരമായി മുങ്ങുകയോ ഇല്ലാതായിത്തന്നെ പോവുകയോ ചെയ്തു.

ഗവൺമെന്റ് അല്ലെങ്കിൽ വൻകിട ബിസിനസുകാർ പലപ്പോഴും സ്വീകരിക്കുന്ന മറ്റൊരു തന്ത്രമുണ്ട്. ഇത് അവരെ എതിർക്കുന്നവരെ കൂടെ നിർത്തുകയോ വിലയ്ക്കു വാങ്ങുകയോ ചെയ്യുക എന്നതാണ്. ഈയിടെ ഗവൺമെന്റിനെതിരായ നിലപാടെടുത്തിരുന്ന ചില പ്രവർത്തകർ നിശ്ശബ്ദരാവുക മാത്രമല്ല ചിലർ പരിവർത്തനങ്ങൾക്ക് വിധേയരാവുകയും ഒരു തരം 'തറവാട്ടിലേക്ക് മടക്കം' നടത്തുകയും വളരെ പെട്ടെന്നുതന്നെ തുടർന്നുകൊണ്ടിരുന്ന നിലപാടുകളിൽനിന്ന് തകിടം മറിഞ്ഞ് ഗവൺമെന്റിനെ പിന്തുണയ്ക്കുകയും ചെയ്തു വരുന്നതായും കാണാൻ കഴിയും.

2015 മേയ് ആറിന് പ്രസിദ്ധപ്പെടുത്തിയതും സിവിൽ സൊസൈറ്റി പ്രവർത്തകരും സംഘടനകളും ചേർന്ന് ശക്തമായ ഭാഷയിൽ ഇന്ത്യൻ പ്രധാനമന്ത്രിക്ക് എഴുതിയതുമായ കത്തിൽ ഇങ്ങനെ പറഞ്ഞു:

> ഇന്ത്യയിലെ ഏറ്റവും പാർശ്വവല്ക്കരിക്കപ്പെട്ട ജനവിഭാഗങ്ങളുമായി ഐക്യദാർഢ്യം പ്രകടിപ്പിക്കുന്ന എൻ ജി ഒകളും അവർക്ക് സംഭാവന നല്കി പിന്തുണയ്ക്കുന്നവരും ഇന്ത്യൻ ഭരണഘടനയിലെ മാർഗ്ഗനിർദ്ദേശകതത്ത്വങ്ങളായ നീതി, തുല്യത, സ്വാതന്ത്ര്യം എന്നിവയിൽ അടിയുറച്ചുനിന്നുകൊണ്ട് താങ്കളെ ഈ തുറന്ന കത്തിലൂടെ അഭിസംബോധന ചെയ്യുന്നു.
>
> താങ്കൾക്കറിയാവുന്നതുപോലെ എൻ ജി ഒകൾ പ്രവർത്തിക്കുന്നത് ക്ഷേമമേഖലയിലും ഭരണഘടന ഉയർത്തിപ്പിടിക്കുന്ന അവരുടെ അവകാശങ്ങളെ സംബന്ധിച്ച് ബോധവാന്മാരാക്കി ജനങ്ങളെ ശാക്തീകരിക്കുന്നതിനുമാണ്. അത്തരം പ്രവർത്തനം നിരവധി മേഖലകളിൽ ഗവൺമെന്റ് എടുക്കുന്ന തീരുമാനങ്ങളെ എതിർക്കുന്നതും ഒപ്പം അതിനെതിരായ പ്രതിഷേധം സംഘടിപ്പിക്കൽ ഉൾക്കൊള്ളുന്നതുമാണ്. ഒരു ജനാധിപത്യ രാജ്യത്തിലെ സിവിൽ സൊസൈറ്റി പ്രവർത്തകർ എന്ന നിലയിൽ ഇത് ഞങ്ങളുടെ കട

മയും അവകാശവുമാണ്. തീർച്ചയായും ഇന്ത്യാ ഗവൺമെന്റുതന്നെ ഇത് അംഗീകരിച്ചിട്ടുണ്ട്. 2012 ൽ നടന്ന ഐക്യരാഷ്ട്രസഭയുടെ മനുഷ്യാവകാശ കൗൺസിലിന്റെ യൂണിവേഴ്സൽ പിരിയോഡിക് റിവ്യൂവിൽ ഗവൺമെന്റ് "സിവിൽ സമൂഹവുമായുള്ള ഗവൺമെന്റിന്റെ സജീവമായ യോജിപ്പും മനുഷ്യാവകാശ സംരക്ഷകരും സിവിൽ സൊസൈറ്റിയും തമ്മിൽ വർദ്ധിച്ചു വരുന്നതും പ്രധാനപ്പെട്ടതുമായ പങ്കും മനുഷ്യാവകാശ സംരക്ഷണത്തിൽ പ്രധാന പങ്കുവഹിക്കുന്നു എന്ന് പറഞ്ഞിട്ടുണ്ട്. തുടർന്ന് ഇന്ത്യാഗവൺമെന്റ് പറയുന്നു. അതിക്രമങ്ങൾക്കെതിരെ ജാഗ്രതയോടെ ഇരിക്കുവാൻ മാധ്യമങ്ങളും സിവിൽ സമൂഹവും മറ്റു പ്രവർത്തകരും ഗവൺമെന്റിനെ സഹായിക്കുന്നു.

ഞങ്ങളിൽ പലരും നിയമാനുസരണം ഇന്ത്യയിൽനിന്നും വിദേശത്തുനിന്നും സംഭാവനകൾ സ്വീകരിക്കുകയും ഇന്ത്യയുടെ വികസനത്തിനായി പ്രാന്തവല്ക്കരിക്കപ്പെട്ടവരെ സഹായിക്കുന്നതിനുള്ള പ്രവർത്തനങ്ങൾ നടത്തി വരികയും ചെയ്യുന്നു. സാർവ്വത്രിക വിദ്യാഭ്യാസം നേടുക, ആരോഗ്യരക്ഷയുമായി അഭിഗമ്യതയുണ്ടാക്കുക, സ്ത്രീ ശാക്തീകരണം, ഭൂകമ്പം പോലുള്ളവയുണ്ടാകുമ്പോൾ മാനവികമായ ദുരിതാശ്വാസം തുടങ്ങിയ ലക്ഷ്യങ്ങൾ നേടിയെടുക്കുന്നതിനായി ഞങ്ങൾ കേന്ദ്ര സംസ്ഥാനതല ഗവൺമെന്റുകളുമായി പങ്കാളിത്ത പ്രവർത്തനം നടത്താറുണ്ട്. ചില മുൻഗണനാ പദ്ധതികളിലും ഞങ്ങൾ പ്രവർത്തിച്ചിട്ടുണ്ട്. നിരവധി വർഷങ്ങളായി നടത്തിയ ഈ പ്രവർത്തനം പരിശോധിക്കപ്പെട്ടിട്ടുണ്ട്. ഇന്ത്യാ ഗവൺമെന്റിന്റെ നയപരമായ ചട്ടക്കൂടിനകത്തു നിന്നുകൊണ്ട് ഞങ്ങൾ സമ്പന്നമായ സംഭാവനകൾ നല്കിയിട്ടുമുണ്ട്. അത് ഏതൊരു ഗവൺമെന്റിനെ സംബന്ധിച്ചിടത്തോളവും അഭിമാനകരമാണ്. എൻ ജി ഒകളും പൗരന്മാരും ഗവൺമെന്റ് നയരൂപീകരണത്തിൽ പങ്കാളിയാവുന്നതിന്റെ ആരോഗ്യകരമായ സൂചനയുമാണത്.

മറ്റുവിഷയങ്ങളിൽ, താങ്കളുടെ ഗവൺമെന്റും തീർച്ചയായും മുൻഗവൺമെന്റുകളും ഞങ്ങളുടെ കാഴ്ചപ്പാടുകളുമായി യോജിക്കുകയോ വിയോജിക്കുകയോ ചെയ്യുന്നുണ്ട്. ആണവനിലയങ്ങൾ, ഗോത്രവർഗ്ഗക്കാരുടെയും മറ്റുള്ളവരുടെയും ഭൂമി ഏറ്റെടുക്കൽ, ദളിതരുടെ അവകാശങ്ങൾ ഉയർത്തിപ്പിടിക്കൽ, വർഗ്ഗീയാതിക്രമങ്ങളിൽനിന്ന് ന്യൂനപക്ഷങ്ങളുടെ അവകാശ സംരക്ഷണം, സാർവ്വത്രിക ഭക്ഷ്യസുരക്ഷയ്ക്കു വേണ്ടിയുള്ള പ്രചാരണം എന്നിവ അതിൽ ഉൾപ്പെടുന്നു. എന്നിട്ടും ഞങ്ങളുടെ കാഴ്ചപ്പാടുകൾക്ക് വേണ്ടി പ്രവർത്തിക്കുന്നതിനും അത് പ്രകടിപ്പിക്കുന്നതിനുമുള്ള ഞങ്ങളുടെ അവകാശങ്ങൾ ഗവൺമെന്റ് സംരക്ഷിക്കുമെന്നും ഞങ്ങൾ പ്രതീക്ഷിക്കുന്നു. ഈ വിഷയങ്ങളിൽ എതിർ ശബ്ദമുയർത്തുന്നവരെയെല്ലാം ദേശവിരുദ്ധരോ, ദേശീയ സുരക്ഷക്കെതിരായവരോ, സംഭാവന നല്കുന്നവരാൽ നയിക്കപ്പെടുന്നവരോ

ആയി ചിത്രീകരിച്ച് എൻ ജി ഒകളെ അടിച്ചമർത്തുന്നതിനെ നീതീകരിക്കുന്ന ഒരു അന്തരീക്ഷമുണ്ടാക്കുന്നത് ഗവൺമെന്റിനെ സംബന്ധിച്ചിടത്തോളം ഉചിതമായ ഒരു കാര്യമല്ല. 'സൂക്ഷിക്കപ്പെടേണ്ടവരുടെ പട്ടിക', 'അടിച്ചമർത്തൽ' തുടങ്ങിയവയൊക്കെ മറ്റൊരു കാലത്തേതാണ്. ഈ വാക്കുകൾ തന്നെ ഏതൊരു സമൂഹത്തെയും നാണംകെടുത്തും. അതിനൊന്നും ആധുനികജനാധിപത്യത്തിൽ യാതൊരു പങ്കുമില്ല.

ഇന്ത്യയിലേക്ക് വിദേശ സംഭാവനകൾ വരുന്നതിനെ നിയന്ത്രിക്കുന്ന വിദേശ സംഭാവന നിയന്ത്രണ നിയമം ചില എൻ ജി ഒകൾ അനുസരിക്കുന്നില്ലെന്ന വിഷയം താങ്കളുടെ ഗവൺമെന്റ് ഉയർത്തുകയുണ്ടായി. ഗവൺമെന്റിലും സർക്കാരിതര സംഘടനകളിലും ഉത്തരവാദിത്വത്തിനും സുതാര്യതയ്ക്കും വേണ്ടി പോരാടിയവരാണ് എൻ ജി ഒകൾ. ഇത് ജീവിതത്തിന്റെ എല്ലാ തുറകളിലും ഉയർത്തിപ്പിടിക്കണമെന്നാഗ്രഹിക്കുന്നവരുമാണ് ഞങ്ങൾ എന്നകാര്യം വ്യക്തമാക്കാനാഗ്രഹിക്കുന്നു. അതിനാൽ സുതാര്യതയും നിയമാനുസൃതത്വവും ക്രിയാത്മകമായി വിപുലമായിത്തന്നെ സൊസൈറ്റികളും ട്രസ്റ്റുകളും പൊതു സ്വകാര്യ സ്ഥാപനങ്ങളടക്കമുള്ള എല്ലാ എൻ ജി ഒ കളിലും ഉറപ്പാക്കുന്നതിന് ഞങ്ങളെ അനുവദിക്കുക. എന്തായാലും അത്തരം ശ്രമങ്ങൾ ചഞ്ചലവും ദുർബ്ബലവുമായ അടിസ്ഥാനങ്ങളിലുള്ളതും പക്ഷപാതപരവും ആയിക്കൂടാ. ഇപ്പോൾ 'നിയമമനുസരിക്കൽ' ഒരു വേഷംകെട്ടൽ ആയാണ് കാണപ്പെടുന്നത്. ഗവൺമെന്റിന് യോജിക്കാനാവാത്ത കാഴ്ചപ്പാടുള്ള സംഘടനകളെയും വ്യക്തികളെയും ലക്ഷ്യം വയ്ക്കുന്നതിനും അവയ്ക്കുമേൽ മേൽനോട്ടം നടത്തുന്നതിനും എതിർപ്പിനെതന്നെ ഇല്ലാതാക്കുന്നതിനുമുള്ള ഒരു വേഷം കെട്ടൽ.

തിരഞ്ഞെടുക്കപ്പെട്ട ചില സംഘടനകൾക്കെതിരായുള്ള ഏകപക്ഷീയവും ദുരൂഹവും ഭരണപരമായ പരിഹാരങ്ങളില്ലാത്തതുമാണ് ഗവൺമെന്റിന്റെ നടപടികൾ എന്നതിന് അനിഷേധ്യമായ തെളിവുകളുണ്ട്. അടിത്തട്ടിൽ എൻ ജി ഒകൾ ചെയ്തുവരുന്ന ചില പ്രധാനപ്പെട്ട പ്രവർത്തനങ്ങൾക്ക് ദോഷം വരുത്താനും സിവിൽ സമൂഹത്തിനുതന്നെ ഭീഷണി ഉയർത്തുന്ന ഒരു സൂചന നല്കാനും മാത്രമേ ഇത് ഉതകുകയുള്ളൂ. വ്യത്യസ്തങ്ങളായ കാരണങ്ങളാൽ നിരവധി ഇന്ത്യൻ എൻ ജി ഒകളും അവരുടെ അന്തർദ്ദേശീയ പങ്കാളികളും ലക്ഷ്യമാക്കപ്പെട്ടിരിക്കുന്നതു കൂടെയാണ് ഞങ്ങളുടെ ഉൽക്കണ്ഠയ്ക്കു കാരണമാവുന്നത്. അങ്ങനെ ഇന്ത്യയിലെ സിവിൽ സമൂഹപ്രസ്ഥാനങ്ങൾ അവർക്ക് പരിഹാരം കിട്ടുന്നതിന് ഏതൊരു കാര്യത്തിനും നീതിന്യായസ്ഥാപനങ്ങളെ ആശ്രയിക്കേണ്ട ഒരു സ്ഥിതിവിശേഷത്തിലാണ് ഇന്ന് എത്തിച്ചേർന്നിരിക്കുന്നത്. ഇത്തരത്തിലുള്ള ഭയജനകമായ ഒരു ആഭ്യന്തര അന്തരീക്ഷം താങ്കളുടെ കാവലിന് കീഴിലാണ് നടക്കുന്നത് എന്നത് സ്വാതന്ത്ര്യവും ജനാധിപത്യമൂല്യങ്ങളും പ്രോത്സാഹിപ്പിക്കുന്നതിന്

വേണ്ടി പ്രവർത്തിക്കുന്ന ലോകത്തിലെ ഏറ്റവും വലിയ ജനാധിപത്യരാജ്യത്തിലെ ആഗോള നേതാവെന്ന നിലയിൽ ശുഭശകുനമുണ്ടാക്കുന്ന ഒന്നായിരിക്കില്ല.

ഇതിനു പുറമെ ആഗോളവല്ക്കരിക്കപ്പെട്ടുകൊണ്ടിരിക്കുന്ന ഒരു ലോകത്തിൽ ബിസിനസ് താല്പര്യങ്ങൾപോലും സ്വതന്ത്രമായി ദേശാതിർത്തികൾക്ക് അപ്പുറം സഹകരിച്ചുകൊണ്ടിരിക്കുന്ന അവസ്ഥയിൽ ഏതെങ്കിലും വ്യക്തിയെയോ ഒരു എൻ ജി ഒയെയോ സാർവ്വദേശീയ സംഘടനകളുമായോ ഇത്തരം എൻ ജി ഒകൾക്ക് സംഭാവനകൾ നല്കുന്നവരുമായോ ബന്ധപ്പെടുന്നതും ദേശവിരുദ്ധമായി ചിത്രീകരിക്കുന്നതു തന്നെ യുക്തിഹീനമാണ്. ഇന്ത്യ നിരവധി അന്തർദ്ദേശീയ കൺവെൻഷനുകളിലെയും ഉടമ്പടികളിലെയും പങ്കാളിയെന്ന നിലയിൽ ഉയർന്ന അന്തർദ്ദേശീയ നിലവാരമനുസരിച്ച് ജനാധിപത്യം, സ്വാതന്ത്ര്യം, നീതി, മനുഷ്യാവകാശങ്ങൾ എന്നിവ ഉയർത്തിപ്പിടിക്കാൻ ബാദ്ധ്യസ്ഥയാണ്. ഇന്ത്യാ ഗവൺമെന്റ് ഇത്തരം സ്ഥാപനങ്ങൾക്ക് ക്രമമായി റിപ്പോർട്ടുകൾ നല്കുന്നുമുണ്ട്. ബന്ധപ്പെട്ട ഗവൺമെന്റുകളുടെ നിലപാടുകൾക്ക് വിരുദ്ധമായ റിപ്പോർട്ടുകൾ എൻ ജി ഒ സംഘടനകളും സാമൂഹിക പ്രവർത്തകരായ വ്യക്തികളും ഇത്തരം സംഘടനകൾക്ക് സമർപ്പിക്കുക എന്നതും അംഗീകരിക്കപ്പെട്ട ഒരു രീതിയാണ്. ഈ കത്തിൽ ഒപ്പിട്ടിട്ടുള്ള ഞങ്ങളിൽ പലരും അത്തരം സംഘടനകളിൽ ബന്ധപ്പെട്ട് സജീവമായി ഇക്കാര്യത്തിനുവേണ്ടി വാദിക്കുന്നവരുമാണ്. ആഗോളജനാധിപത്യ സംവാദത്തിൽ കൂടുതൽ നീതിപൂർവ്വമായ ഒരു രാഷ്ട്രത്തിനും ലോകത്തിനും വേണ്ടിയാണ് ഈ നിലപാടുകൾ ഉയർത്തിപ്പിടിക്കുന്നത്. അങ്ങനെ ചെയ്യുന്നത് ദേശവിരുദ്ധമല്ല. ദേശീയതാല്പര്യം എന്തെന്ന് നിർവ്വചിക്കുവാനുള്ള സവിശേഷാധികാരം ഏതെങ്കിലും ഗവൺമെന്റിനുണ്ടെന്ന അവകാശവാദം ഞങ്ങൾ അംഗീകരിക്കുന്നില്ല. ഈ രാജ്യത്തെ പൗരന്മാർ, ഇന്ത്യാ ഗവൺമെന്റിനെ അധികാരമേല്പിച്ചവരാണ് നിർണ്ണായകമായി വിധി കല്പിക്കേണ്ടവർ. അവരെ അത് നിർവ്വചിക്കാനും, പ്രചരിപ്പിക്കാനും ദേശീയതാല്പര്യമെന്ന ആശയത്തിനുവേണ്ടി പ്രവർത്തിക്കാനും, അത് ഗവൺമെന്റിന്റെ കാഴ്ചപ്പാടിന് വിരുദ്ധമാണെങ്കിൽപ്പോലും അനുവദിക്കുകതന്നെ വേണം.

ഈ ഗവൺമെന്റിന്റെ നിർമ്മിതിയുടെ സവിശേഷതയും രാജ്യത്തിന്റെ മഹത്തായ താല്പര്യങ്ങൾക്ക് യോജിക്കുന്നതല്ല. സിവിൽ സാമൂഹിക പ്രവർത്തനത്തിനോടുള്ള ഈ എതിർപ്പ് ഭാവിയിലും തുടരുമെന്നതിൽ സംശയമില്ല. എന്തൊക്കെയായാലും ഒരു കാര്യം ഉറപ്പാണ്: ഇന്ന് ലക്ഷ്യമിട്ടിരിക്കുന്ന സിവിൽ സമൂഹപ്രവർത്തകരൊന്നും കീഴടങ്ങാൻ പോകുന്നില്ല. അവർ ഇന്ത്യയുടെ ഭാവിയെ സംബന്ധിച്ച് പ്രതിബദ്ധതയുള്ളവരാണ്. അങ്ങനെയിരിക്കെ മഹത്തായ ഇന്ത്യൻ ആശയങ്ങൾക്കുവേണ്ടി നിലകൊള്ളുമ്പോൾ ജനലക്ഷങ്ങളുടെ പൂർണ്ണമനസ്സോടെയുള്ള പിന്തുണയും സഹകരണവും ഉണ്ടാവണമെന്നതാണ് പ്രധാനപ്പെട്ട കാര്യം!

മോദി സർക്കാരിന്റെ ഒരു വർഷം വിദ്വേഷപ്രചാരണത്തിന്റെ കുത്തൊഴുക്ക്

പ്രൊഫ. രാംപുനിയാനി

നരേന്ദ്രമോദിയുടെ അധികാരാരോഹണം ഒരുതരത്തിൽ മതന്യൂനപക്ഷങ്ങൾക്കെതിരായി പരസ്യമായി വിദ്വേഷ പ്രചാരണം നടത്തുന്നതിന് ആർ എസ് എസിനും അതിന്റെ പരിവാര സംഘടനകൾക്കും തുറന്ന അനുമതിയാണ് നല്കിയിരിക്കുന്നത്. ഇന്നത്തെ ഈ വിദ്വേഷ പ്രചാരണത്തിന് പിന്നിലുള്ള ലക്ഷ്യം മതാടിസ്ഥാനത്തിൽ സമൂഹത്തിനകത്ത് വർഗ്ഗീയ ധ്രുവീകരണം ഉണ്ടാക്കുക എന്നതാണ്. എം ഐ എം ന്റെ അക്ബറുദ്ദീൻ വൈസി നടത്തിയ വിദ്വേഷപ്രചാരണം ജുഗുപ്സാവഹമായിരുന്നു. അതിന്റെ പേരിൽ വാസ്തവത്തിൽ അദ്ദേഹത്തിന് കുറച്ചു കാലം ജയിലിൽ കഴിയേണ്ടതായും വന്നു. അദ്ദേഹത്തിനെതിരായ കേസും ആ കേസിന്റെ നിയമനടപടിയും പരിശോധനാവിധേയമാക്കപ്പെടേണ്ടതാണ്. അതേസമയം തന്നെ പ്രവീൺ തൊഗാഡിയ, സുബ്രഹ്മണ്യം സ്വാമി, ഗിരിരാജ് സിങ്, സാധ്വി നിരഞ്ജൻ ജ്യോതി, സാധ്വി പ്രാചി, സാക്ഷിമഹാരാജ്, യോഗി ആദിത്യനാഥ്, സഞ്ജയ് റാവത്ത് മുതലായവരൊക്കെ നടത്തിയ വിദ്വേഷപ്രചാരണങ്ങൾക്ക് എന്താണ് സംഭവിച്ചത്?

ഹിന്ദു വലതുപക്ഷാധിപതിയായ ആർ എസ് എസ് സഹയാത്രികർക്ക് പുറമേ മാധ്യമങ്ങളിൽ റിപ്പോർട്ടു ചെയ്യപ്പെട്ടതനുസരിച്ച് സാമുദായിക സ്ഥിതിഗതികൾ മോശമാക്കുന്ന വിധം ശത്രുത വർദ്ധിപ്പിക്കുന്നതിന് വേണ്ടി പ്രസംഗിച്ച മറ്റൊട്ടനവധി പേരുണ്ട്. ഈ വർഷം അവർ കൂടുതൽ ധീരരാക്കപ്പെട്ടതായി കാണുന്നു. കാരണം അവർക്കറിയാം ഈ ഗവൺമെന്റ് അവരുടേതാണ്. അതുകൊണ്ട് അവർക്ക് നിയമനടപടികളിൽനിന്ന് ഒഴിഞ്ഞുമാറാനാവുമെന്ന്. ദിവസങ്ങൾ കഴിയുംതോറും അവരുടെ ഭാഷ കൂടുതൽ അക്രമോത്സുകവും ദൂഷിതവുമായി മാറിക്കൊണ്ടി

രിക്കുകയാണ്. മതന്യൂനപക്ഷങ്ങൾക്കെതിരായ വിദ്വേഷപ്രചാരണം ഒരു പടികൂടെ ഉയർന്ന തലത്തിലെത്തിയിരിക്കുന്നു.

മോദി സർക്കാർ അധികാരത്തിലെത്തിയതിനുശേഷം ബി ജെ പി സഹയാത്രികരുടെ വിഘടനപ്രവർത്തനങ്ങൾ, ലൗജിഹാദ്, ഘർവാപസി എന്നിവയുടെ ഒക്കെ പേരിൽ ശക്തിപ്പെട്ടതായും അതൊരു തടസ്സവുമില്ലാതെ ഈ വർഷമാകെ തുടർന്നുകൊണ്ടിരിക്കുകയാണെന്നും കാണാനാവും. ഈ ഗവൺമെന്റ് അധികാരത്തിൽ വന്നയുടൻതന്നെ പൂനെയിൽ ഐ ടി രംഗത്തു പ്രവർത്തിക്കുന്ന മൊഹ്സീൻ ഷെയ്ഖിനെ ഹിന്ദു ജാഗരൺ സേനക്കാർ കൊലപ്പെടുത്തി. സോഷ്യൽ മീഡിയയിൽ ബാൽ താക്കറെയുടെയും ശിവജിയുടെയും പടങ്ങൾ രൂപഭേദം വരുത്തി പ്രദർശിപ്പിച്ചു എന്നാരോപിച്ചുകൊണ്ടാണിത് ചെയ്തത്. ഡൽഹിയിലേയും ഹരിയാനയിലേയും വിവിധ പ്രദേശങ്ങളിൽ പള്ളികൾ ആക്രമിക്കപ്പെട്ടു. അതേപോലുള്ള സംഭവങ്ങൾ മുംബൈയ്ക്കടുത്തുള്ള പൻവേലിലും യു പിയിലെ ആഗ്ര പോലുള്ള പ്രദേശങ്ങളിലും ഉണ്ടായി.

ഗോഡ്സെ ഒരു ദേശാഭിമാനിയാണെന്ന് പറയുക മാത്രമല്ല; ഹിന്ദു സ്ത്രീകൾ 4 കുട്ടികൾക്കെങ്കിലും ജന്മം നല്കണമെന്നും അതുവഴി മുസ്ലീം ജനസംഖ്യയെ മറികടക്കണമെന്നും സാക്ഷി മഹാരാജ് പ്രസ്താവിച്ചു. സാധ്വി പ്രാചി ഹിന്ദുസ്ത്രീകൾക്ക് നിർദ്ദേശിച്ചത് എട്ടുമക്കളെയാണ്. ഒപ്പം തന്നെ ആമിർഖാൻ, ഷാരൂഖ് ഖാൻ, സൽമാൻ ഖാൻ തുടങ്ങിയ മുസ്ലീം സിനിമാ നടന്മാരെ ബഹിഷ്കരിക്കണമെന്നും അവർ ആഹ്വാനം ചെയ്തു. വിദ്വേഷ പ്രചാരണത്തിൽ മുന്നിൽ നില്ക്കുന്നത് പ്രവീൺ തൊഗാഡിയയാണ്. അതിന്റെ പേരിൽ ഏറ്റവും കൂടുതൽ കേസുള്ളതും അദ്ദേഹത്തിനെതിരായാണ്. ബി ജെ പി എം പിയായ യോഗി ആദിത്യനാഥ് സ്ഥിരമായി ആക്ഷേപകരമായ അഭിപ്രായ പ്രകടനങ്ങൾ നടത്തിക്കൊണ്ടിരിക്കുകയാണ്. ലൗജിഹാദിൽ ഒരു ഹിന്ദു പെൺകുട്ടി മതം മാറ്റപ്പെട്ടാൽ നൂറ് മുസ്ലീം പെൺകുട്ടികളെ ഹിന്ദുമതത്തിലേക്ക് മതപരിവർത്തനം ചെയ്യിപ്പിക്കണമെന്ന് പറഞ്ഞത് അദ്ദേഹമാണ്. 'ലൗജിഹാദി'നെ സംബന്ധിച്ച പ്രചാരണം ആളിക്കത്തിച്ചുകൊണ്ട് ചെറുതും വലുതുമായ നേതാക്കൾ അതുപയോഗിച്ച് സമൂഹത്തെ വിഭജിച്ചുകൊണ്ടിരിക്കുകയാണ്. ഇതേ യോഗി തന്നെയാണ് മുസ്ലീം പള്ളികൾ പന്നിക്കൂടാക്കി മാറ്റണമെന്നും ഹിന്ദുക്കളുടെ വിശുദ്ധ സ്ഥലങ്ങളിലേക്ക് പ്രവേശിക്കുവാൻ മുസ്ലീങ്ങളെ അനുവദിക്കരുതെന്നും പറഞ്ഞത്.

മോദി സർക്കാരിലെ രണ്ടു കേന്ദ്രമന്ത്രിമാരായ സാധ്വി നിരഞ്ജൻ ജ്യോതിയും ഗിരിരാജ് സിങ്ങും അഹിന്ദുക്കളെക്കുറിച്ചും യു പി എ നേതാവായ സോണിയാഗാന്ധിയുടെ ത്വക്കിന്റെ നിറത്തെക്കുറിച്ചും വളരെയേറെ അധിക്ഷേപകരവും അപമാനകരവുമായ അഭിപ്രായപ്രകടനങ്ങൾ നടത്തുകയുണ്ടായി. നിരഞ്ജൻ ജ്യോതി പറഞ്ഞത് അഹിന്ദുക്കൾ ജാരസന്തതികളാണെന്നാണ്. ഗിരിരാജ്സിങ് മുമ്പ് പറഞ്ഞത് മോദിക്ക് വോട്ടുചെയ്യാത്തവർ പാകിസ്ഥാനിലേക്ക് പോകണമെന്നാണ്. രസകരമായ കാര്യം ഇത

ദ്ദേഹം പറഞ്ഞത് തിരഞ്ഞെടുപ്പിന് മുമ്പായിരുന്നിട്ടും അങ്ങനെ പറഞ്ഞ ഒരാളെ മോദി സർക്കാരിൽ മന്ത്രിപദവിയിലേക്ക് ഉയർത്തിയെന്നതാണ്. ഇതിനിടെ അദ്ദേഹം സോണിയാഗാന്ധിക്കെതിരായി വംശീയമായ പരാമർശങ്ങൾ നടത്തുകയുണ്ടായി. സാക്ഷി മഹാരാജ് ഗോഡ്സെയെ ദേശാഭിമാനിയായി പ്രഖ്യാപിച്ചപ്പോൾ അദ്ദേഹത്തിന്റെ കേരളത്തിലെ പാർട്ടി സഹപ്രവർത്തകനായ ഗോപാലകൃഷ്ണൻ ആർ എസ് എസ് മുഖപത്രമായ കേസരിയിൽ ഗാന്ധിയെ കൊന്നതിലൂടെ ഗോഡ്സെ ഒരു തെറ്റായ ലക്ഷ്യം വയ്ക്കലാണ് നടത്തിയതെന്നും നെഹ്റുവിനെയായിരുന്നു ശരിക്കും ലക്ഷ്യം വയ്ക്കേണ്ടിയിരുന്നതെന്നുമാണ് എഴുതിയത്.

ബി ജെ പിയുടെ വളരെ മുതിർന്ന നേതാക്കളിലൊരാളായ സുബ്രഹ്മണ്യൻ സ്വാമി പറഞ്ഞത് ക്രിസ്ത്യൻ പള്ളിയിലും മുസ്ലീം പള്ളിയിലും ദൈവമില്ല; ദൈവമുള്ളത് ഹിന്ദുക്ഷേത്രങ്ങളിൽ മാത്രമാണെന്നാണ്. ഇതിന്റെ ആന്തരാർത്ഥം ഏറെ അപകടകരമാണ്. ഈ കഴിഞ്ഞ വർഷം നടന്നതിന്റെ ചില ഉദാഹരണങ്ങൾ മാത്രമാണിവിടെ പരാമർശിച്ചത്. ന്യൂനമത ലക്ഷങ്ങൾക്കിടയിൽ ഭീതി ജനിപ്പിക്കുകയെന്ന പ്രത്യാഘാതമാണിതുളവാക്കിക്കൊണ്ടിരിക്കുന്നത്. ബി ജെ പി സഖ്യകക്ഷിയായ ശിവസേനയുടെ എം പിയായ സഞ്ജയ് റാവത്ത് മുസ്ലീങ്ങളുടെ വോട്ടവകാശം എടുത്തുകളയണമെന്ന് പറയുന്നിടത്തോളം എത്തിച്ചേരുകയുണ്ടായി.

ഇത്തരം വിദ്വേഷപ്രചാരണങ്ങൾ വരുന്നത് വിഭാഗീയതയുടെ രാഷ്ട്രീയത്തിൽ നിന്നാണ്. സമൂഹത്തിൽ നിലനില്ക്കുന്ന സാമൂഹ്യമായ പൊതുബോധം കേന്ദ്രീകരിച്ചിട്ടുള്ള ആശയപ്രകടനങ്ങളാണത്. അതു വസ്തുതകൾ വളച്ചൊടിച്ച് അവതരിപ്പിക്കലാണ്. രാഷ്ട്രീയ നേട്ടമുണ്ടാക്കുന്നതിന് വേണ്ടി സമൂഹത്തിൽ ധ്രുവീകരണമുണ്ടാക്കുന്നതിനായി ആക്രമണാത്മക സംഭവങ്ങൾ ഉണ്ടാക്കുന്നതിനെ ആണത് ലക്ഷ്യം വയ്ക്കുന്നത്. ബി ജെ പി രാമക്ഷേത്ര പ്രചാരണം ഉയർത്തിക്കൊണ്ടുവന്ന കാലത്ത് ആർ എസ് എസ് പരിവാരം സാധ്വി ഋതംബരയെ പ്രവാചകയാക്കി ഉയർത്തിക്കൊണ്ടുവന്നിരുന്നത് നമുക്ക് ഓർക്കാവുന്ന കാര്യമാണ്. അവർ ന്യൂനപക്ഷ വിരുദ്ധ പ്രസ്താവനകൾ പടച്ചുവിടുകയായിരുന്നു. അവയൊക്കെ വർഗ്ഗീയ രാഷ്ട്രീയ സംഘടനകൾ ശരിവയ്ക്കുകയും ചെയ്തിരുന്നു. ബാബറി പള്ളി പൊളിച്ചകാലത്താണിത് സംഭവിച്ചത്.

വിശ്വഹിന്ദുപരിഷത്തിലെ നിരവധി ആളുകളിൽനിന്നും വർഗ്ഗീയ സംഘത്തിലെ നിരവധി അംഗങ്ങളിൽനിന്നും മുസ്ലീം വർഗ്ഗീയവാദികളിൽ നിന്നും തൊഗാഡിയമാരിൽ നിന്നുമൊക്കെ നാം ഇന്ന് അത്തരം വാചകങ്ങൾ കേൾക്കുന്നുണ്ട്. മറ്റുനിരവധി പേരിൽനിന്നും ഇതിന്റെ വിവിധ തരത്തിലുള്ള മിശ്രിതങ്ങൾ നാം ഇന്ന് കേൾക്കുന്നുണ്ട്. മോദി ആദ്യമായി അധികാരത്തിലേക്കുയർന്നപ്പോഴും വിഭജനത്തിന്റെ ഭാഷതന്നെയാണുപയോഗിച്ചിരുന്നതെങ്കിലും തന്റെ രാഷ്ട്രീയതന്ത്രങ്ങൾക്കൊത്ത വിധം വലിയ മാറ്റം വരുത്താൻ അദ്ദേഹം തയ്യാറായി. ഗുജറാത്തിലെ

അഭയാർത്ഥി കേന്ദ്രങ്ങൾ കുട്ടികളെ ഉല്പാദിപ്പിക്കുന്ന വ്യവസായ ശാലകൾ ആയി മാറുന്നുവെന്ന് ആരോപിച്ചുകൊണ്ട് അവ അടച്ചുപൂട്ടണമെന്ന് അദ്ദേഹം പറഞ്ഞപ്പോൾ മുസ്ലീങ്ങൾക്ക് കൂടുതൽ കുട്ടികളുണ്ടെന്ന അതേ പ്രചാരവേല അദ്ദേഹം ആവർത്തിച്ചുറപ്പിക്കുകയായിരുന്നു.

മുംബൈ ലഹളകളുടെ തുടക്കത്തിൽ ബാൽതാക്കറെയും വിദ്വേഷ പ്രചാരണം നടത്തുന്നതിൽ മുഴുകിയിരുന്നു. ശിവസൈനികർ ആക്രമണ പ്രവർത്തനങ്ങളിൽ മുഴുകുന്നതിന് വേണ്ടിയായിരുന്നു അത്. എന്നാൽ തന്റെ തീവ്രാക്ഷേപങ്ങളെ നിയമത്തിന്റെ പരിധിക്കുള്ളിൽ നിർത്താവുന്ന വിധം ബുദ്ധിപരമായാണ് അദ്ദേഹം ഉപയോഗിച്ചിരുന്നത്. വിദ്വേഷ പ്രചാരണത്തെയും അഭിപ്രായപ്രകടന സ്വാതന്ത്ര്യത്തെയും തിരിച്ചറിഞ്ഞ് ശിക്ഷിക്കുന്നതിന് ഉപയുക്തമായ നിയമങ്ങൾ ഇല്ലാത്തതും അദ്ദേഹത്തിന് ഗുണകരമായി. ഒരു രാഷ്ട്രീയ സംഘടനയെ വിമർശിക്കുന്നതും ഒരു സമുദായത്തെ വിമർശിക്കുന്നതും തമ്മിലുള്ള വ്യത്യാസം പ്രാധാന്യമർഹിക്കുന്ന ഒന്നാണെന്ന് സാന്ദർഭികമായി സൂചിപ്പിക്കട്ടെ. രാഷ്ട്രീയ സംഘടനകൾ വിമർശിക്കപ്പെടേണ്ടത് ഒരാവശ്യം തന്നെയാണെന്ന് മാത്രമല്ല അതിന് കഴിയുകയും വേണം. എന്നാൽ സമുദായങ്ങൾ ആക്ഷേപിക്കപ്പെടുകയോ അധിക്ഷേപത്തിന് ഇരയാക്കപ്പെടുകയോ ചെയ്യരുത്. അതേപോലെ ഒരു രാഷ്ട്രീയസംഘടനയും അവരെന്തു തന്നെ അവകാശപ്പെട്ടാലും ഒരു മത സമുദായത്തിന് അത് സമാനമല്ല.

'മറ്റുള്ളവരെ നിന്ദിക്കുന്ന' ഒരു പ്രത്യയശാസ്ത്രവും പ്രഭാഷണങ്ങളും ഒരുതരം രാഷ്ട്രീയായുധമായി മാറുന്നതും ഒറ്റപ്പെടുത്തലിലേക്ക് നയിക്കുന്നതും ഒരു മതസമുദായത്തെമാത്രം ദേശരാഷ്ട്രത്തിന്റെ പര്യായമായി കാണുന്നതും അസ്വാസ്ഥ്യജനകമാണെന്നുമാത്രമല്ല അത് ജനാധിപത്യ സമൂഹത്തിന്റെ മൂല്യങ്ങൾക്ക് വിരുദ്ധവുമാണ്. സമൂഹത്തിന്റെ യഥാർത്ഥ പ്രശ്നങ്ങളിൽനിന്ന് ഏറെ അകലം പാലിക്കുന്ന സ്വത്വരാഷ്ട്രീയവാദികളിലൊരു വിഭാഗത്തിന്റെ ഭാഷയും ഇതേ വിദ്വേഷത്തിന്റേതു തന്നെയാണ്.

മതാധിഷ്ഠിത ദേശീയവാദ സിദ്ധാന്തം സങ്കുചിതവും ദേശീയതയിൽ നിന്ന് അപരനെ ഒഴിവാക്കുന്ന ചിന്താധാരയുമാണ്. ഈ വിശ്വാസം മറ്റുള്ളവനെ വെറുക്കുന്നതായി അതിവേഗം മാറ്റപ്പെടുകയും തുടർന്ന് വിദ്വേഷപ്രചാരണമായി പരിവർത്തനം ചെയ്യപ്പെടുകയും ചെയ്യുന്നു. സ്വാതന്ത്ര്യപൂർവ്വകാലത്തും കഴിഞ്ഞ രണ്ടു ദശകങ്ങളിലും നിരവധി വർഗ്ഗീയ സംഘർഷങ്ങളുടെ അടിത്തറയായി പ്രവർത്തിച്ചത് ഇതാണ്. കൈവെട്ടും എന്ന് പറഞ്ഞ വരുൺഗാന്ധി ഒരു ബി ജെ പി എം പിയാണ്. ആർ എസ് എസ് ശാഖകളിലെ ആശയവല്ക്കരണത്തിന് പൂർണ്ണമായും അദ്ദേഹം വിധേയമാക്കപ്പെട്ടിട്ടില്ലായിരിക്കുമെങ്കിലും വ്യക്തിപരമായി നടത്തുന്ന ആശയവിനിമയങ്ങളിലൂടെയും മറ്റും തന്റെ സങ്കല്പങ്ങൾ അദ്ദേഹം പുറത്തുവിട്ടിട്ടുണ്ട്. മുൻപ് കണ്ടതുപോലെ നിന്ദാപ്രത്യയശാസ്ത്രമാണ് വിദ്വേഷപ്രചാരണങ്ങളുടെ മുൻഗാമിയായി വരുന്നത്.

ഈ പശ്ചാത്തലത്തിലാണ് ഓരോ സമയത്തും ബി ജെ പി വക്താക്കൾ ഓരോ പ്രത്യേക പ്രസ്താവനയും നടത്തിയത് അവരുടെ വ്യക്തിപരമായ അഭിപ്രായ പ്രകടനങ്ങളാണെന്നും അതൊക്കെ അപ്പപ്പോൾ തന്നെ നിർത്തിയിട്ടുണ്ടെന്നും പറഞ്ഞത്. ബി ജെ പിക്ക് രക്ഷപ്പെടാനുള്ള മറ്റൊരു വകുപ്പ് വി എച്ച് പി, വനവാസി കല്യാൺ ആശ്രം, ബജ്രംഗ് ദൾ എന്നിവയൊക്കെ സാങ്കേതികമായി വ്യത്യസ്ത സംഘടനകളാണെന്നതാണ്. എന്നാൽ ഇവയൊക്കെ ആർ എസ് എസ് നിയന്ത്രിക്കുന്ന സംഘപരിവാരത്തിൽപ്പെട്ടവയാണ്. ഇവയൊക്കെ ഹിന്ദുരാഷ്ട്രം എന്ന പരിപാടി നടപ്പിലാക്കുന്നതിനായി ബി ജെ പി യുമായി യോജിച്ച് പ്രവർത്തിക്കുന്നവയാണ്. അതിനാൽ അവരുടെ പ്രവർത്തനങ്ങൾക്ക് ബി ജെ പി നേരിട്ട് ഉത്തരവാദിയല്ലെങ്കിലും അവരുടെ പ്രവർത്തനങ്ങളെല്ലാം ഒരേ ദിശയിലേക്ക് ഉള്ളതാണ്. ഈ സംഘടനകളെയൊക്കെ തൊങ്ങലുകളാണെന്നാണ് ചിലർ വിശേഷിപ്പിക്കാറുള്ളതെങ്കിലും വാസ്തവത്തിൽ ഈ സംഘടനകൾ തമ്മിലൊരു തൊഴിൽ വിഭജനമുണ്ടെന്നുള്ളതാണ് വാസ്തവം. കഴിഞ്ഞ ഒരു വർഷത്തിനിടയിൽ ഇവ കൂടുതൽ അക്രമോത്സുകമായിരിക്കുന്നു. തീർച്ചയായും മോദി സർക്കാർ അധികാരത്തിൽ വന്നതിനുശേഷം ഇവരുടെ തീവ്രാക്ഷേപത്തിന്റെ കരുത്ത് വർദ്ധിച്ചിരിക്കുന്നു.

ഇന്ത്യയിൽ ഭൂരിപക്ഷത്തിന്റെ ഉഷ്ണക്കാറ്റ്

ഹർഷ്മന്ദർ

രണ്ടായിരത്തിപതിനാലിലെ തിരഞ്ഞെടുപ്പിനെ നേരിട്ട പ്രധാന രാഷ്ട്രീയ പാർട്ടികളിൽ ഒരുപക്ഷേ, ബി ജെ പിയാണ് അതിന്റെ പ്രധാന മന്ത്രിസ്ഥാനാർത്ഥിയിലൂടെ ഇന്ത്യയിലെ സമ്മതിദായകർക്ക് മുമ്പിൽ ബുദ്ധിമുട്ടുണ്ടാക്കുന്നതെങ്കിൽപ്പോലും ഏറ്റവും സംയോജിതമായ രാജ്യത്തെക്കുറിച്ചുള്ള ഒരു കാഴ്ചപ്പാട് മുന്നോട്ടുവച്ചത്. മോദി വാഗ്ദാനം ചെയ്തത് മൂന്ന് മൗലികവാദങ്ങളുടെ ഒരു സംയുക്തത്തെയാണ്. ഒന്നാമതായി അത് വിപണി യാഥാസ്ഥിതികത്വത്തെയാണ് വാഗ്ദാനം ചെയ്യുന്നത്. വിദ്യാഭ്യാസം, ആരോഗ്യം, സാമൂഹിക സുരക്ഷ, പൊതു പശ്ചാത്തല സൗകര്യം എന്നിവയുടെ ചെലവിൽ വൻകിട ബിസിനസുകാർക്ക് മുമ്പുണ്ടായിട്ടില്ലാത്ത വിധം നീണ്ടകാല നികുതിയിളവ്, കുറഞ്ഞ പലിശയ്ക്ക് വായ്പ, കുറഞ്ഞ വിലയ്ക്ക് ഭൂമിയും വൈദ്യുതിയും എന്ന വിധത്തിൽ വൻതോതിൽ ഇളവുകൾ നല്കലാണ് ഇതിലൂടെ നടക്കുന്നത്. അടുത്തത് വർഗ്ഗീയ മൗലികവാദമാണ്. മത ന്യൂനപക്ഷങ്ങളോട് വിശിഷ്യാ മുസ്ലീങ്ങളോട് ഉള്ള മറച്ചുവച്ച എതിർപ്പാണത്. തിരഞ്ഞെടുപ്പടിസ്ഥാനത്തിൽ നിർണ്ണായകമായ സംസ്ഥാനങ്ങളായ ഉത്തർപ്രദേശിലും ബിഹാറിലും മുഖ്യമായി ജനങ്ങളെ അണിനിരത്തുന്നതിനായി ഉപയോഗിക്കുന്ന പരിപാടിയാണത്. മൂന്നാമത്തേത് സൈനികാധിഷ്ഠിത മൗലികവാദമാണ്. അക്രമോത്സുകമായ ഒരു വിദേശനയമാണത്; അതിൽ പാകിസ്ഥാനുമായുള്ള യുദ്ധമടക്കം ഉൾപ്പെടുന്നു. 'ഒന്നു വാങ്ങിയാൽ രണ്ടെണ്ണം സൗജന്യം' എന്ന വാഗ്ദാനമാണ് മോദി സമ്മതിദായകർക്ക് നല്കുന്നത്. എന്നാൽ മറ്റുരണ്ടിനെയും വാരിപ്പുണരാതെ നിങ്ങൾക്ക് ഒന്നിനെ മാത്രമായി സ്വീകരിക്കാനാവില്ല.

വലതുപക്ഷ സാമ്പത്തികനയങ്ങളും വലതുപക്ഷ സങ്കുചിതദേശീ

യവാദവും വലതുപക്ഷ യുദ്ധവെറിയും ഒരിടത്തുതന്നെ കേന്ദ്രീകരിച്ചു കൊള്ളണമെന്നില്ല. വലതുപക്ഷ സാമ്പത്തിക നയങ്ങൾക്ക് ന്യൂനപക്ഷ ങ്ങളോട് ഉദാരസമീപനമെടുക്കുകയും മതനിരപേക്ഷത കാത്തുസൂക്ഷി ക്കുകയും ചെയ്യുന്നവരുമായും നിയന്ത്രിതമായ പ്രതിരോധ പദ്ധതികളുള്ള വരുമായും സഹവർത്തിക്കാൻ കഴിയും. എന്നാൽ അവ മൂന്നും കേന്ദ്രീക രിച്ചാൽ ഇന്നത്തെ ഇന്ത്യൻ രാഷ്ട്രീയത്തിൽ നടക്കുന്നതുപോലെ ഞാൻ കരുതുന്നത് അത് മതനിരപേക്ഷ ജനാധിപത്യത്തിന് വലിയ വെല്ലുവിളി യായിരിക്കും എന്നാണ്. 2014 ലെ തിരഞ്ഞെടുപ്പിൽ വിജയിച്ചത് ഒരു സാമ്പ ത്തിക വലതുപക്ഷം മാത്രമായിരുന്നെങ്കിൽ അത് ജനങ്ങളിൽ ഇത്രമാത്രം ഉൽക്കണ്ഠ ജനിപ്പിക്കുമായിരുന്നില്ല. സാമ്പത്തിക വലതുപക്ഷത്തോ ടൊപ്പം അത് ഭൂരിപക്ഷ-സൈനിക വിജയോന്മാദത്തിന്റെ ഒരു കേന്ദ്രീക രണം കൂടെയാണ്. അത് വളർത്തിയെടുക്കുന്നതാകട്ടെ വൻതോതിലുള്ള കോർപ്പറേറ്റ് ധനസഹായത്തോടു കൂടെയാണെന്നതാണ് ഏറെ സംഘർഷാത്മകമാകുന്നത്.

മോദി അദ്ദേഹത്തിന്റെ ട്രേഡ് മാർക്കായ വിഭജനാത്മക വാഗ്ധോര ണിയും വർഗ്ഗീയ ചേരിതിരിക്കലുമൊക്കെ തന്റെ പ്രചാരണത്തിൽ വെട്ടി ക്കുറച്ചിട്ടുണ്ടെങ്കിലും തന്റെ മേൽനോട്ടത്തിൽ 2002 ൽ സംഭവിച്ച കൂട്ട ക്കൊലയ്ക്ക് മാപ്പു പറയാൻ ഇതുവരെ തയ്യാറായിട്ടില്ല. തിരഞ്ഞെടുപ്പിന് എട്ടുമാസം മുമ്പ് ബി ജെ പിയുടെ പ്രധാനമന്ത്രി സ്ഥാനാർത്ഥിയായി തിര ഞ്ഞെടുക്കപ്പെടുന്നതിന് മുമ്പത്തെ മോദിയുടെ തന്നെ പ്രഭാഷണങ്ങളിൽ 2002 ലെ കൂട്ടക്കൊലയുടെ വിജയാഹ്ലാദം മനപ്പൂർവ്വം മറച്ചുപിടിക്കുകയാ യിരുന്നുവെന്ന് കാണാനാവും. സ്വന്തം കുറ്റബോധം മറച്ചുവച്ച് മതനിര പേക്ഷ രാഷ്ട്രീയക്കാരനായി മാറുന്നതിന് അത് അദ്ദേഹത്തിന് ആവശ്യ മായിരുന്നു. കുരുട്ടുബുദ്ധിയായ ബി ജെ പി നേതാവ് ലാൽ കൃഷ്ണ അദ്വാനിയും സൗമ്യനായ അടൽ ബിഹാരി വാജ്പേയിയുമൊക്കെ ഈ മറച്ചുപിടിക്കൽ മുമ്പെതന്നെ വിജയകരമായി പൂർത്തീകരിച്ചിട്ടുണ്ട്. അതേ പോലൊന്നാണ് ഇന്ത്യയുടെ ചരിത്രത്തിൽ തന്നെ ഏറ്റവും കൂടുതൽ ചെല വേറിയ രാഷ്ട്രീയ പ്രചാരണത്തിലും അരങ്ങേറിയത്. ഇന്ത്യയുടെ ആളോ ഹരി വരുമാനത്തിന്റെ മുപ്പത് മടങ്ങ് ആളോഹരി വരുമാനമുള്ള അമേരി ക്കയിൽ ഒബാമ തന്റെ തിരഞ്ഞെടുപ്പു ചെലവുകൾക്കായി ഉപയോഗിച്ച തുകയ്ക്ക് സമാനമായ തുകയാണ് ബി ജെ പി കഴിഞ്ഞ തിരഞ്ഞെടുപ്പു പ്രചാരണത്തിനായി ചെലവഴിച്ചതായി പറയപ്പെടുന്നത്. കടുത്ത ഹിന്ദു ദേശീയവാദിയിൽ നിന്ന് വിപണി വളർച്ചയുടെ മിശിഹായായി മോദി പുന രവതരിപ്പിക്കപ്പെട്ടു.

2002 ലെ കൂട്ടക്കൊലയിൽ മോദിയുടെ പൊതു നിലപാട് എടുത്തു നോക്കിയാൽ മുമ്പ് ബി ജെ പി അവതരിപ്പിച്ച രണ്ടു പ്രധാനമന്ത്രിസ്ഥാ നാർത്ഥികളേക്കാളും മോദിയുടെ പങ്കാളിത്തം പുനരവതരിപ്പിക്കുന്നതിൽ ഏറെ ദുഷ്കരമായ ഒരു സ്ഥിതിവിശേഷമാണ് ഉളവാക്കിയിരുന്നത്. എന്നാൽ ഇന്ത്യയുടെ സ്വാതന്ത്ര്യാനന്തരം നടന്ന ഏറ്റവും ക്രൂരമായ കൂട്ട

ക്കൊലയിൽ അദ്ദേഹത്തിനു മേൽ ആരോപിക്കപ്പെട്ട പങ്കാളിത്തം ദേശീയരാഷ്ട്രീയത്തിലെ ഉന്നതപദവിയിൽ അദ്ദേഹത്തെ എത്തിക്കുന്നതിനുള്ള പ്രതീക്ഷയെ ഇല്ലാതാക്കുന്നത് തടയാൻ ഇന്ത്യയിലെ സാമ്പത്തിക വളർച്ച ത്വരിതപ്പെടുത്തുമെന്ന് കരുതിയ ഇന്ത്യയിലെ വ്യവസായപ്രമുഖരും മദ്ധ്യവർഗ്ഗത്തിൽ ഒരു വിഭാഗവും കഠിനമായി പരിശ്രമിച്ചു. നാം വളർച്ചയുടെ വലിയ ചിത്രത്തിൽ കേന്ദ്രീകരിക്കുകയും ന്യൂനപക്ഷങ്ങൾക്കെതിരായ അക്രമാസക്തമായ അടിച്ചമർത്തലിനെ ചെറിയൊരു മാലിന്യം മാത്രമായി കണ്ട് തള്ളിക്കളയുകയും വേണമെന്ന് അവർ പ്രചരിപ്പിച്ചു.

2002 മുതൽ ഗുജറാത്ത് നിയമസഭയിലേക്ക് നടന്ന മൂന്ന് വിജയകരമായ തിരഞ്ഞെടുപ്പുകളിൽ ഉയർത്തിയ ശക്തമായ മുസ്ലീം വിരുദ്ധ പ്രചാരണത്തെ രാജ്യത്തിന്റെ നേതൃത്വം പിടിക്കുന്നതിനായി മൃദുവാക്കി മാറ്റി. എന്നാൽ ഇന്ത്യയിലെ ന്യൂനപക്ഷങ്ങൾക്കെതിരായ എതിർപ്പ് എന്നിട്ടും അന്തർദ്ധാരയായി തന്നെ പ്രവഹിച്ചുകൊണ്ടിരുന്നു. തലസ്ഥാനത്തെ യു പി എ ഗവൺമെന്റിനെ ഡൽഹി സുൽത്താനേറ്റിനോടും രാഹുൽഗാന്ധിയെ ഷെർഷായോടും അദ്ദേഹം ഉപമിച്ചു. മദ്ധ്യകാല മുസ്ലീം ഭരണാധിപത്യത്തിന്റെ പ്രതീകവല്ക്കരണം നടത്തുകയാണതിലൂടെ അദ്ദേഹം ചെയ്തത്. രാജ്യത്തിന്റെ എല്ലാ ഭാഗത്തുമുള്ള സാംസ്കാരിക വൈവിദ്ധ്യങ്ങളുള്ള ജനതയെ യോജിപ്പിക്കുന്നതിനായി അദ്ദേഹം മുൻകൈയെടുത്തെങ്കിലും ഒരിക്കലും ഒരു മൊട്ടത്തൊപ്പിയണിയാൻ തയ്യാറായില്ല. ഗുജറാത്തി ജനസംഖ്യയിൽ മുസ്ലീങ്ങൾ 10 ശതമാനം വരുമെങ്കിലും ഒരിക്കലും ഗുജറാത്തിൽ നടന്ന തിരഞ്ഞെടുപ്പുകളിൽ ഒരു മുസ്ലീമിനെപ്പോലും സ്ഥാനാർത്ഥിയാക്കാൻ അദ്ദേഹം തയ്യാറായില്ല. ദേശീയ പൊതുതിരഞ്ഞെടുപ്പിലും അദ്ദേഹത്തിന്റെ നയം വ്യത്യസ്തമായിരുന്നില്ല. അതുകൊണ്ടാണ് ബി ജെ പിക്ക് ലോകസഭയിൽ ഒരു മുസ്ലീം എം പിപോലും ഇല്ലാതിരിക്കുന്നത്. ഇന്ത്യയിലെ ജനസംഖ്യയിലെ 14 ശതമാനത്തിലേറെ പേർ മുസ്ലീങ്ങളായിട്ടും ഉള്ള സ്ഥിതിയാണിത്. സ്വാതന്ത്ര്യാനന്തരം ഇന്ത്യ ഭരിക്കുന്ന ഒരു കക്ഷിയെ സംബന്ധിച്ചിടത്തോളം ആദ്യമായാണിങ്ങനെ സംഭവിക്കുന്നത്.

തീർച്ചയായും മോദി രാഷ്ട്രീയത്തെക്കുറിച്ച് അവ്യക്തതയൊന്നുമില്ല. ബി ജെ പിയിൽ നിന്ന് കഴിഞ്ഞ പ്രാവശ്യം പ്രധാനമന്ത്രി സ്ഥാനാർത്ഥിയായി തിരഞ്ഞെടുക്കപ്പെട്ട വാജ്പേയിയെപ്പോലെ ദ്വയാർത്ഥ പ്രയോഗത്തിലേക്കോ കവിതയിലേക്കോ ഉള്ള യാതൊരു തിരിച്ചുപോക്കുമില്ല. കാലാകാലങ്ങളിൽ മുസ്ലീം വിരുദ്ധ-ക്രിസ്ത്യൻ വിരുദ്ധ പ്രചാരണത്തിന്റെ കാര്യത്തിൽ വാജ്പേയിയും ഒട്ടും പിറകിലായിരുന്നില്ല. എന്നാൽ താരതമ്യേന സൗമ്യനായ ഒരു നേതാവായാണ് അദ്ദേഹത്തെ ഇപ്പോഴും പലരും കാണുന്നത്. എന്നാൽ അദ്ദേഹത്തിന്റെ വർഗ്ഗീയസൂചകങ്ങൾ ഈ സൗമ്യതയ്ക്കു പിറകിൽ മറച്ചുവയ്ക്കപ്പെടുകയായിരുന്നു.

പെട്ടെന്ന് വളർന്നതും ഊർജ്ജസ്വലവുമായ തന്റെ രാഷ്ട്രീയ ജീവിതത്തിൽ സൗമ്യതയുടേതായ ഒരു മുഖപടവും മോദി അണിഞ്ഞിരുന്നില്ല.

ദേശീയതിരഞ്ഞെടുപ്പുകാലത്ത് ഭൂരിപക്ഷ വിഭാഗത്തോടുള്ള തന്റെ പ്രതിബദ്ധതയെ വൻതോതിലുള്ള സാമ്പത്തിക വളർച്ചാ വാഗ്ദാനംകൊണ്ട് മറച്ചുവയ്ക്കുക മാത്രമാണുണ്ടായത്. മദ്ധ്യവർഗ്ഗത്തിലെ എത്രമാത്രം ആളുകൾ അദ്ദേഹത്തിന്റെ വളർച്ചാവാഗ്ദാനത്തെയും നിർണ്ണായക നേതൃശേഷിയെയും അല്ലെങ്കിൽ ഉയർന്ന വർഗ്ഗീയ ദേശീയതയെയും പിന്തുണച്ചിട്ടുണ്ടാവും എന്നൊരാൾക്ക് ഊഹിക്കുവാൻ കഴിയും. അദ്ദേഹത്തിന്റെ വളർച്ചാപരിപാടിയെ പിന്തുണയ്ക്കുന്ന കാര്യം നാം സ്വീകരിക്കുമ്പോൾ തന്നെ അവരുടെ വിശ്വാസത്തിനെ പരിഗണിക്കാതെ എല്ലാവർക്കും തുല്യമായ പൗരത്വാവകാശങ്ങൾ നല്കുന്ന ഇന്ത്യയുടെ ഭരണഘടനാപരമായ പ്രതിജ്ഞയെ പരസ്യമായി എതിർക്കുന്ന ഒരു നേതാവിനെ അസ്സഹനീയതയില്ലാതെ അവർ അംഗീകരിക്കുവാൻ തയ്യാറായെന്നതും നാം കാണണം. ഇത് പ്രതിഫലിപ്പിക്കുന്നത് ആക്രമണോത്സുകവർഗ്ഗീയതയെ നിഷ്ക്രിയമായി മാപ്പുകൊടുക്കുന്നതിനെയാണ്.

തിരഞ്ഞെടുപ്പുകാലത്ത് മോദിയുടെ സഹായികളിൽ നിന്നുതന്നെ പരസ്യമായ നിരവധി വർഗ്ഗീയ പ്രസ്താവനകൾ വരികയുണ്ടായി. മോദി നേരിട്ട് അങ്ങനെയൊന്നും പറഞ്ഞില്ലെങ്കിൽ തന്നെ അത്തരം പ്രസ്താവനകളെ എതിർക്കാനോ അത് ഇറക്കിയവരെ തള്ളിപ്പറയാനോ അദ്ദേഹം തയ്യാറായില്ല. ഇത്തരം പ്രതികരണങ്ങൾകൊണ്ട് ഭൂരിപക്ഷത്തിന്റെ ഭാഗത്തുനിന്നുണ്ടാവുന്ന ഏകീകരണത്തിന്റെ രാഷ്ട്രീയ നേട്ടങ്ങൾ കൊയ്യുന്നതിൽ അദ്ദേഹം സന്തോഷവാനായിരുന്നു; എന്നാൽ അതിന്റെ ഉത്തരവാദിത്വം ഏറ്റെടുക്കുന്നതിൽനിന്ന് സ്വതന്ത്രനുമായിരുന്നു. മുസഫർനഗറിൽ കൊള്ള നടത്തിയവർക്കെതിരായുള്ള പ്രതികാരം ചെയ്യുന്നതിനായി വോട്ടവകാശം ഉപയോഗപ്പെടുത്താൻ അമിത് ഷാ തന്നെ പരസ്യമായി ആഹ്വാനം ചെയ്തു.

വ്യക്തിപരമായി ഭൂരിപക്ഷ വികാരം ഉണർത്തണമെന്ന് ആഗ്രഹിച്ചേടത്തൊക്കെ തന്റെ സൗമ്യതയുടെ മുഖംമൂടി മാറ്റിവയ്ക്കാൻ മോദി തന്നെ തയ്യാറായി. ബീഹാറിന്റെ ഹൃദയഭൂമിയിൽ വച്ച് തന്റെ തനതു ശൈലിയിൽ അദ്ദേഹം പിങ്ക് വിപ്ലവത്തെക്കുറിച്ച് പറയുകയുണ്ടായി. യു പി എ ഗവൺമെന്റ് ഗോമാംസം കയറ്റുമതി ചെയ്യുന്നതിനുവേണ്ടി അറവുശാലകൾക്ക് സബ്സിഡി നല്കുന്നതിനെ എതിർത്തുകൊണ്ടായിരുന്നു ആ പ്രസംഗം. വഡോദരയിൽവച്ച് മതനിരപേക്ഷ അഭിപ്രായമാണ് യഥാർത്ഥത്തിൽ ഭിന്നതയുണ്ടാക്കുന്നതെന്ന് ആരോപിച്ചു. തിരഞ്ഞെടുപ്പിൽ തോറ്റാൽപ്പോലും മതനിരപേക്ഷതയുടെ നില നേരെയാക്കുന്നതിന് വേണ്ടി പ്രവർത്തിക്കുമെന്ന് പ്രഖ്യാപിക്കുകയും ചെയ്തു. ഇതിനേക്കാൾ കൂടുതൽ അപകടകരമായി അസമിൽ വച്ച് ബംഗാളി മുസ്ലീങ്ങളെ പുറന്തള്ളണമെന്ന് പ്രസ്താവിച്ചു. അവരൊക്കെ ബംഗ്ലാദേശിൽ നിന്നുള്ള അനധികൃത കുടിയേറ്റക്കാരാണെന്നാണ് അദ്ദേഹം കുറ്റപ്പെടുത്തിയത്. ബംഗാളി മുസ്ലീങ്ങളിൽ പത്തിൽ ഒമ്പതു പേരും ഇന്ത്യൻ പൗരത്വമുള്ളവരാണെന്ന വസ്തുത അവഗണിച്ചുകൊണ്ടാണിപ്രകാരം പറഞ്ഞത്. മേയ് പതിനാ

റിന് ശേഷം സ്വന്തം ബാഗുകൾ മുറുക്കി പുറത്തു പോകാൻ അവർ തയ്യാറായിരിക്കണമെന്നാണ് പറഞ്ഞത്! മേയ് 1 ന് അസമിലെ നെല്ലിയിൽ ഭീകരമായ കൂട്ടക്കൊല നടന്നു. മുസ്ലീം സ്ത്രീകളെയും കുട്ടികളെയുമാണത് മുഖ്യമായും ലക്ഷ്യംവച്ചത്. ഈ കൂട്ടക്കൊലയുടെ തൊട്ടടുത്ത ദിവസം ബാഡ്ക ജില്ലയിൽ ബംഗാൾ മുസ്ലീങ്ങൾക്കെതിരായി നടത്തിയ ഈ ഭീഷണിയെ ആവർത്തിച്ചുറപ്പിച്ചുകൊണ്ട് ദുർഗ്ഗാദേവിയെ ആരാധിക്കാൻ തയ്യാറല്ലാത്ത ആരും തന്നെ ഈ സംസ്ഥാനത്തിലേക്ക് സ്വാഗതം ചെയ്യപ്പെടുകയില്ലെന്നും അദ്ദേഹം പ്രഖ്യാപിച്ചു.

ജനാധിപത്യത്തെ നിലനിർത്തുന്നതിലും വളർത്തിയെടുക്കുന്നതിലും സൗഹാർദ്ദത്തിനുള്ള മുഖ്യമായ പങ്ക് അംബേദ്ക്കറുടെ ഉൾക്കാഴ്ചകളിൽ പ്രാധാന്യമർഹിക്കുന്ന ഒന്നായിരുന്നു. ഭരണഘടനയിൽ ഹിന്ദിയിൽ അതിന് ഉപയോഗിച്ചിട്ടുള്ള പദം 'ബന്ധുത' എന്നാണ്. സാഹോദര്യത്തിന്റെയും സഹവർത്തിത്വത്തിന്റെയും ആശയങ്ങളാണ് അത് ഉല്പാദിപ്പിക്കുന്നത്. വിശ്വാസത്തിന്റെ, ജാതിയുടെ, വർഗ്ഗത്തിന്റെ, ലിംഗത്തിന്റെ, ഭാഷയുടെ, വസ്ത്രധാരണത്തിന്റെ, ഭക്ഷണരീതിയുടെ, ഒക്കെ വ്യത്യസ്തതകൾ നമ്മൾ തമ്മിലുണ്ടെങ്കിലും അന്തിമമായി നാം ഒന്നാണ്. കാരണം നാം അന്യോന്യം ബന്ധപ്പെട്ടിരിക്കുന്നു. പ്രധാനമന്ത്രി പദത്തിലിരിക്കുന്ന ആദ്യ വർഷത്തിൽ തന്നെ നിരവധി ഭരണഘടനാതത്ത്വങ്ങളെ കുറിച്ചു നിരവധി എതിർപ്പുകൾ നരേന്ദ്രമോദി പ്രകടിപ്പിച്ചിട്ടുണ്ടെങ്കിലും ഒന്നും തന്നെ സാഹോദര്യത്തിനേക്കാൾ ഉയർന്നതല്ല.

സാഹോദര്യം അതായത് നമ്മുടെ പൊതുവായ സഹോദര സഹോദരി ബന്ധം അപരിചിതമായ നമ്മുടെ വൈവിദ്ധ്യങ്ങളിലേക്ക് സ്വാംശീകരിക്കുകയാൽ അതൊരു അനന്തമായ ഐക്യവും ഏകത്വവുമായിരിക്കും. ഈ ലക്ഷ്യം നമ്മുടെ ജനതയ്ക്ക് ഇതുവരെ നേടിയെടുക്കാനായിട്ടില്ല. വ്യത്യസ്ത വിശ്വാസങ്ങളും സംസ്കാരങ്ങളുമുള്ള ജനങ്ങൾക്കിടയിലെ ഈ സമ്പൂർണ്ണ ഏകത്വത്തിന് പകരം നാം സൗമനസ്യം, സൗഹാർദ്ദം, സമാധാനപരമായ സഹവർത്തിത്വം എന്നീ ആശയങ്ങളെയാണ് പരിലാളിക്കുന്നത്. ഇത് നിലനില്ക്കുന്നതിന് പൊതുജീവിതത്തിൽ ഏറ്റവും കുറഞ്ഞത് രണ്ട് അടിസ്ഥാനതത്ത്വങ്ങളെങ്കിലും പാലിക്കാൻ കഴിയണം. പൊതുവായ മര്യാദയും പൊതുവായ സുതാര്യതയുമാണ് ആ അടിസ്ഥാനതത്ത്വങ്ങൾ, സൗഹാർദ്ദപരമായ സഹവർത്തിത്വത്തിന് ആവശ്യമായ ഈ രണ്ടുതത്ത്വങ്ങളും മോദിയുടെ നേതൃത്വത്തിൽ നടക്കുന്ന കേന്ദ്രഭരണത്തിന് കീഴിൽ രൂക്ഷമായി തകർത്തെറിയപ്പെട്ടു.

ആദ്യത്തെ പൊതു മര്യാദയെന്തെന്ന് നോക്കാം. സ്വതന്ത്ര ഇന്ത്യയിലൊരു കാലത്തും തിരഞ്ഞെടുക്കപ്പെട്ട ഭരണസഖ്യത്തിലെ എം പിമാരാലും മന്ത്രിമാരാലും പൊതു പ്രഭാഷണതലം ഇത്രയേറെ വിഷലിപ്തമാക്കപ്പെട്ടിട്ടില്ല. ലൗജിഹാദും ഭീകരവാദപഠനവും വളർത്തുന്ന ഭീകരവാദ പഠനകേന്ദ്രങ്ങളാണ് മദ്രസകൾ എന്നാണ് ബി ജെ പി എം പി സാക്ഷി മഹാരാജ് വിശേഷിപ്പിച്ചത്. മുസ്ലീങ്ങൾ നാലുപെണ്ണുകെട്ടുകയും നാല്പത്

മക്കളെ ഉല്പാദിപ്പിക്കുകയും ചെയ്യുന്നത് (വാസ്തവത്തിൽ ഇത് ഒരു ഭൂരി പക്ഷ ഭ്രമാത്മകത മാത്രമാണ്) തടയാൻ മോദി യുഗത്തിൽ ഹിന്ദു സ്ത്രീകൾ നാലുകുട്ടികളെയെങ്കിലും പ്രസവിക്കാൻ തയ്യാറാവണമെന്നാണയാൾ പറഞ്ഞത്. ഗാന്ധിജിയുടെ ഘാതകനായ നാഥുറാം ഗോഡ്സെയെ ഒരു ദേശാഭിമാനിയും രക്തസാക്ഷിയുമായി അദ്ദേഹം ചിത്രീകരിച്ചു. മറ്റൊരു ബി ജെ പി എം പിയായ യോഗി ആദിത്യനാഥ് രാമനില്ലാത്ത ഒരു ഇന്ത്യയെക്കുറിച്ച് ആലോചിക്കാൻ പോലുമാവില്ലെന്ന് പ്രഖ്യാപിച്ചു. ഹിന്ദുക്കൾക്കെതിരായി കൊള്ള നടത്തുന്നവർക്ക് കണക്കു തീർത്ത് നല്കണമെന്നും അദ്ദേഹം ആവശ്യപ്പെട്ടു. മതപരിവർത്തനം ചെയ്യപ്പെടുന്ന ഓരോ ഹിന്ദുവിനും ബദലായി 100 മുസ്ലീം പെൺകുട്ടികളെ മതപരിവർത്തനം ചെയ്യിക്കണമെന്നും ആഹ്വാനം ചെയ്തു. മന്ത്രിയായ സാധ്വി നിരഞ്ജൻ ജ്യോതി, രാമനെ ആരാധിക്കാത്തവർ ജാരസന്തതികളാണെന്നാണ് പറഞ്ഞത്. ഒരു ശിവസേന എം പി നോമ്പുകാലത്ത് ഒരു മുസ്ലീമിനെക്കൊണ്ട് ബലം പ്രയോഗിച്ച് ഭക്ഷണം കഴിപ്പിച്ചു. മറ്റൊരാളായ സഞ്ജയ് റാവത്ത് മുസ്ലീങ്ങൾക്ക് വോട്ടവകാശം നിഷേധിക്കണമെന്നാണ് ആവശ്യപ്പെട്ടത്.

ഇതൊക്കെ ഭരണകൂടവുമായി ബന്ധമില്ലാത്ത ഏതെങ്കിലും മതഭ്രാന്തന്മാരുടെ വെറുപ്പുല്പാദിപ്പിക്കുന്ന പ്രകോപന പ്രസംഗങ്ങളായിരുന്നില്ല. പാർലമെന്റിലെ ഭരണ മുന്നണിയുടെ തിരഞ്ഞെടുക്കപ്പെട്ട പൊതു പ്രതിനിധികൾ ആഴ്ചതോറും നടത്തിവന്ന മനഃസാക്ഷിക്കു നിരക്കാത്ത മർക്കടമുഷ്ടിയുടെ പൊതുപ്രദർശനങ്ങളായിരുന്നു. തന്റെ വികസിതമായ മാറിടത്തിലും വാചാടോപത്തിലും അഭിരമിക്കുകയും തന്റെ മന്ത്രിമാരിലും പാർട്ടിയിലും ഉരുക്കുപോലുള്ള മനഃസ്ഥൈര്യം പ്രകടിപ്പിക്കുകയും ചെയ്യുന്നുവെന്നവകാശപ്പെടുന്ന പ്രധാനമന്ത്രി തന്റെ സഹപ്രവർത്തകരുടെ കുറ്റങ്ങൾ കേൾക്കാത്തവിധം മൗനം പാലിക്കുകയാണ് ചെയ്തത്. സാന്ദർഭികമായി വല്ലപ്പോഴും നടത്തുന്ന പ്രസ്താവനകളാവട്ടെ ഒരു തിരുമ്മലിന്റെ സുഖമാണവർക്ക് നല്കിയിരുന്നത്.

ഇനി നമുക്ക് പൊതുവായ സുതാര്യതയെക്കുറിച്ച് പറയാം. ഗുജറാത്ത് സംസ്ഥാനത്തിന്റെ കാര്യം മാത്രമെടുക്കാം. 2002 ൽ നരോദയിൽ 36 സ്ത്രീകളും 35 കുട്ടികളുമടക്കം 97 മുസ്ലീങ്ങളെ കൊലപ്പെടുത്തിയതിന് 28 വർഷം ശിക്ഷിക്കപ്പെട്ട മായക്കോട് നാനി 2014 ജൂലൈയിൽ ജാമ്യത്തിലിറങ്ങി. കൂട്ടക്കുരുതിയുടെ മറ്റൊരു കുപ്രസിദ്ധസംഘാടകനായ ബാജു ബജ് രംഗിയെ ജീവപര്യന്തത്തിനാണ് ശിക്ഷിച്ചിരുന്നത്. കണ്ണിന്റെ ചികിത്സക്കെന്ന പേരിൽ 2015 ഏപ്രിലിൽ അയാളെയും ജാമ്യത്തിൽ വിട്ടു. തെഹൽകയുടെ രഹസ്യക്യാമറയിൽ 2006 ൽ പിടിക്കപ്പെട്ട അദ്ദേഹം പറഞ്ഞു. "ഞങ്ങൾ കൊത്തിനുറുക്കി, കത്തിച്ചു, തീയിട്ടു. എന്തുകൊണ്ടെന്നാൽ ഈ ജാരസന്തതികൾ സംസ്കരിക്കപ്പെടേണ്ടതില്ല.. എനിക്ക് ഒരു അന്തിമ ആഗ്രഹം മാത്രമേയുള്ളൂ. എന്നെ തൂക്കിക്കൊല്ലണം. തൂക്കി കൊല്ലുന്നതിനുമുമ്പ് എന്നെ ഒരു ദിവസം പുറത്തുവിടണം. ഞാൻ അന്ന്

അവരെ തീർക്കും... ഏറ്റവും കുറഞ്ഞത് 25000 മുതൽ 50000 പേർ വരെ മരിക്കും.” ഉയർന്ന പൊലീസ് ഉദ്യോഗസ്ഥനായ വൻസാര ഇളംപ്രായക്കാരനായ ഇസ്രത് ജഹാൻ, ഷൊഹ്രാബുദ്ദീൻ മുതലായവരെ വ്യാജ ഏറ്റുമുട്ടലിൽ കൊലപ്പെടുത്തിയെന്ന കുറ്റകൃത്യത്തിന് ചാർജ്ജ് ചെയ്യപ്പെട്ടിരുന്നതാണ്. 2015 ഫെബ്രുവരിയിൽ ഇദ്ദേഹത്തിനും ജാമ്യം കിട്ടി. ഒരു നായകന് നല്കുന്ന സ്വീകരണമാണ് അദ്ദേഹത്തിന് ലഭ്യമായത്. വൈരുദ്ധ്യമെന്ന് പറയട്ടെ ധീരരും കുറ്റകൃത്യങ്ങൾ ചൂണ്ടിക്കാണിക്കുന്നവരുമായ രാഹുൽശർമ്മ, രജനീഷ് റായ് തുടങ്ങിയവർ വ്യാജ ആരോപണങ്ങളടങ്ങുന്ന ചാർജ്ജുകളാണ് നേരിട്ടുകൊണ്ടിരിക്കുന്നത്. അവസാനം ശർമ്മ വോളന്ററി റിട്ടയർമെന്റിന് തയ്യാറായി. പൊലീസ് ഉദ്യോഗസ്ഥനായ സഞ്ജീവ് ഭട്ട് ഇപ്പോഴും സസ്പെൻഷനിൽ തുടരുകയാണ്. 2002 ലെ വംശഹത്യക്കിരയായവരുടെ അനന്തരാവകാശിക്ക് നീതി ലഭിക്കുന്നതിന് വേണ്ടി പോരാടിക്കൊണ്ടിരിക്കുന്ന ധീരയായ ടീസ്റ്റ സെത്തൽവാദാവട്ടെ നിരവധി ക്രിമിനൽ ചാർജ്ജുകൾ അഭിമുഖീകരിക്കുകയും സുപ്രീംകോടതി ഇടപെടൽ കൊണ്ടുമാത്രം അറസ്റ്റിൽനിന്ന് ഒഴിവായി നില്ക്കുകയുമാണ്.

ഇന്ത്യയുടെ ഭരണഘടന മതന്യൂനപക്ഷങ്ങൾക്ക് അവരുടെ മതവിശ്വാസത്തിനുള്ള അവകാശം മാത്രമല്ല ആ മതവിശ്വാസം പ്രചരിപ്പിക്കുന്നതിനുള്ള അവകാശം കൂടെ നല്കുന്നതിന് ശ്രദ്ധിച്ചിട്ടുണ്ട്. ഈ അന്തസ്സത്തയ്ക്ക് വിപരീതമായി പൊതുരംഗത്ത് സ്വാധീനം ചെലുത്തി വരുന്ന ഒരു അവകാശവാദം മതപരിവർത്തനം നിരോധിച്ചുകൊണ്ട് ഒരു ദേശീയ നിയമം തന്നെ കൊണ്ടുവരണം എന്നതാണ്. അത്യുച്ചത്തിൽ പ്രചാരണം നടത്തി അപകടകരമായ വിധത്തിൽ ഇസ്ലാമിലേക്കും ക്രിസ്തുമതത്തിലേക്കും മാറിയവർ ഹിന്ദുമതത്തിലേക്ക് തിരിച്ചു വരണമെന്ന് ആവശ്യപ്പെട്ടുകൊണ്ടിരിക്കുകയാണ്. ഇത്തരം പ്രചാരണം വീട്ടിലേക്കുള്ള മടക്കമായാണ് ചിത്രീകരിക്കപ്പെടുന്നത്. നിയമപരമായ ഏകവിശ്വാസം ഹിന്ദുമതത്തിന്റേതുമാത്രമാണ് എന്നാണ് പ്രചരിപ്പിക്കപ്പെടുന്നത്. ഇസ്ലാം മതത്തിലേക്കും ക്രിസ്തുമതത്തിലേക്കുമുള്ള മാറ്റം വഴിതെറ്റിപ്പോക്കായി ചിത്രീകരിക്കപ്പെടുന്നു. ഭൂരിപക്ഷ ഹിന്ദുമതത്തിനുള്ള ഇതേ സാംസ്കാരിക നിയമസാധുത്വം തന്നെയാണ് മഹാരാഷ്ട്ര ഗവൺമെന്റിന്റെ ഗോമാംസം വില്ക്കുന്നതും ഭക്ഷിക്കുന്നതും നിരോധിക്കുന്ന നിയമം. ഇത് ഹിന്ദുത്വ ഇതര ഭക്ഷണ പാരമ്പര്യത്തെ മാത്രമല്ല ദളിത ഗോത്രജന വിഭാഗങ്ങളുടെ ശീലത്തെയും കുറ്റകരമാക്കി പ്രഖ്യാപിക്കുന്നു.

വർഗ്ഗീയമായ തിളച്ചുപൊങ്ങലിന്റെ ഒരു വർഷം കൂടെയാണ് കടന്നുപോയത്. വൻതോതിലുള്ള വർഗ്ഗീയാതിക്രമങ്ങൾ ഇപ്പോൾ സാധാരണമല്ല. അത് അന്തർദ്ദേശീയ തലത്തിൽ തന്നെ അധിക്ഷേപിക്കപ്പെടുകയും ആഭ്യന്തരമായ പ്രവർത്തനങ്ങളെ അപകടത്തിലാക്കുകയും ചെയ്യും എന്നതാണതിന് കാരണം. എന്നാൽ ഇതിന് പകരം ഇപ്പോൾ ചെറുതും എന്നാൽ ആഴമേറിയതുമായ വർഗ്ഗീയാതിക്രമങ്ങളും സംഘർഷങ്ങളുമാ

ണുണ്ടാക്കുന്നത്. ഇവിടെ പള്ളികൾ ആക്രമിക്കുന്നു; അവിടെ മുസ്ലീം പള്ളികളും ശ്മശാനങ്ങളും സംബന്ധിച്ച് തർക്കമുണ്ടാക്കുന്നു. മതപരമായ പ്രകടനങ്ങൾക്ക് നേരെ ആക്രമണങ്ങൾ മറ്റൊരിടത്ത്; ശ്രീകോവിലുകളിലേക്ക് മൃഗാവശിഷ്ടങ്ങൾ എറിയൽ; മതത്തിന് പുറത്തുനിന്ന് വിവാഹം കഴിക്കാനാഗ്രഹിക്കുന്ന യുവാക്കൾക്ക് നേരെ വർഗ്ഗീയാതിക്രമങ്ങൾ; ഗോവധത്തിന്റെ പേരിലുള്ള വർഗ്ഗീയാതിക്രമങ്ങൾ എന്നിവയൊക്കെ തിരഞ്ഞെടുപ്പിനോടനുബന്ധിച്ച് വിവിധ ഇടങ്ങളിൽ അരങ്ങേറുന്നു.

തന്റെ ഭരണത്തിന്റെ ആദ്യവർഷം തന്നെ മോദി രാജ്യത്തെ ഭൂരിപക്ഷത്തിന്റേതായ ഒരു ഉഷ്ണകാലത്തേക്കാണ് നയിച്ചുകൊണ്ടുപോയത്. ഇത് ഭരണകൂടോപകരണങ്ങളെയും ദുഃഖകരമെന്ന് പറയട്ടെ നീതിന്യായസ്ഥാപനങ്ങളെയും സൗഭ്രാതൃപരമായ സാമൂഹ്യബന്ധങ്ങളെയും ഒക്കെ തകർത്തിരിക്കുന്നു. വലതുപക്ഷ കലാപകാരികളിൽ നല്ലൊരു പങ്കും ന്യൂനപക്ഷമതവിശ്വാസത്തിൽപ്പെട്ടവർ ഈ രാജ്യം വിട്ടു പോകണമെന്ന് ആഗ്രഹിക്കുന്നില്ല. എന്നാൽ അവർ ആഗ്രഹിക്കുന്നത് വ്യത്യസ്ത ചേരികളിൽ സാമ്പത്തികമായി പിന്നോക്കാവസ്ഥയിൽ സാമൂഹികമായി കീഴടങ്ങിക്കൊണ്ട് രാഷ്ട്രീയമായി വോട്ടവകാശമില്ലാതെ ഇവിടെ കഴിയണമെന്നാണ്. ഇതാണ് വരാനിരിക്കുന്ന ഇന്ത്യയെക്കുറിച്ചുള്ള അവരുടെ കാഴ്ചപ്പാട്.

ഇന്ത്യൻ മാധ്യമരംഗം രോഗക്കിടക്കയിൽ

സീമ മുസ്തഫ

നമുക്ക് മാധ്യമങ്ങളുണ്ടാക്കുന്ന യുദ്ധമുണ്ട്; മാധ്യമങ്ങളുണ്ടാക്കുന്ന സെൻസർഷിപ്പുണ്ട്; മാധ്യമങ്ങളുണ്ടാക്കുന്ന പൈശാചികതയുണ്ട്; മാധ്യമങ്ങളുണ്ടാക്കുന്ന ന്യായവിധിയുണ്ട്; മാധ്യമങ്ങളുണ്ടാക്കുന്ന വ്യതിചലനങ്ങളുമുണ്ട്.

ജോൺ പിൽജർ

പിൽജർ സംസാരിക്കുന്നത് മുഖ്യമായും പാശ്ചാത്യരാജ്യങ്ങളിലെ കോർപ്പറേറ്റ് മാധ്യമങ്ങളെക്കുറിച്ചാണെങ്കിലും അത് തങ്ങൾ നടത്തുന്ന റിപ്പോർട്ടിങ്ങുകളിൽ സെൻസർഷിപ്പ് ഏർപ്പെടുത്തുന്ന മാധ്യമങ്ങൾക്കും ഒപ്പം എന്താണ് റിപ്പോർട്ട് ചെയ്യാതിരിക്കേണ്ടത് എന്ന് തീരുമാനിക്കുന്നതിലും ബാധകമാണ്. അതിൽ കാഴ്ചക്കാരുടെയോ വായനക്കാരുടെയോ എണ്ണം വർദ്ധിപ്പിക്കാത്തത് വെളിച്ചം കാണുന്നില്ല. അതേപോലെ വൻതോതിൽ സംഭവിക്കുന്നത് വാർത്തയാവുന്നില്ല. ഉദാഹരണത്തിന് ഉഷ്ണക്കാറ്റേറ്റ് 500 പേർ മരിച്ചാൽ അത് വാർത്തയല്ല. ആ ദുരന്തം ശ്രദ്ധിക്കപ്പെടുന്നതുതന്നെ മരണം 1000 കടക്കുമ്പോഴാണ്. 2000 കടക്കുമ്പോൾ മാത്രമാണ് അക്കാര്യത്തിൽ ഒരു അഭിപ്രായപ്രകടനം പുറത്തുവരുന്നത്. അപ്പോൾപോലും അത് ഇന്ത്യൻ പശ്ചാത്തലത്തിൽ വിശകലന വിധേയമാക്കപ്പെടുന്നില്ല. തൊഴിലാളി, കർഷകൻ, ഭവനരഹിതൻ, അഗതി അങ്ങനെ ദരിദ്രരിൽ ദരിദ്രരായവർ ആണ് ഇരയാക്കപ്പെടുന്നതെന്നോ കടുത്ത ദാരിദ്ര്യവും അവഗണനയുമാണതിന് കാരണമെന്നോ പുറത്തുവരുന്നില്ല. ഈ കഥ വിറ്റുപോകുന്നതല്ലെന്ന കാലമാണിത്.

മാധ്യമപ്രവർത്തനം മഹത്തായ ഒരു ജോലിയായിരുന്നു, ഇപ്പോഴും അങ്ങനെയാണ്. ജനാധിപത്യത്തിന്റെ നാലാമത്തെ തൂണായി മാധ്യമങ്ങളെ ചിത്രീകരിക്കാറുണ്ട്. ഭയമോ പരിഭ്രമമോ കൂടാതെ ജനാധിപത്യ സ്ഥാപ

നങ്ങളെ നിരീക്ഷിക്കുവാനും കുറവുകളെ ഉയർത്തിക്കാണിച്ച് ചോദ്യം ചെയ്യുന്നതിനും വീഴ്ചകൾ തിരുത്തുന്നതിനും ഗവൺമെന്റിൽ സമ്മർദ്ദം ചെലുത്തുന്നതിനും തിരുത്തൽ നടപടികൾ സ്വീകരിക്കുന്നതിനും മാധ്യമങ്ങൾക്ക് കഴിയും എന്നതിനാലാണത്. അവരെ സംബന്ധിച്ചിടത്തോളം മാനദണ്ഡമാവേണ്ടത്, ദാരിദ്ര്യവും അവഗണനയും അനുഭവിക്കുന്നവരും, അടിച്ചമർത്തപ്പെടുന്നവരുമാണ്. അവരുടെ വിശുദ്ധഗ്രന്ഥമാവേണ്ടത് ഭരണഘടനയാണ്. ബഹുമാനവിചാരശൂന്യത, ആത്മാർത്ഥത, ധീരത, ഭയരാഹിത്യം എന്നിവയാണ് മാധ്യമ പ്രവർത്തകർക്ക് ഉണ്ടായിരിക്കേണ്ട സവിശേഷതകൾ. ഈ ഗുണഗണങ്ങളുള്ള നിരവധിപേർ ഈ രംഗത്തുണ്ടായിട്ടുണ്ട്. പ്രൊഫഷണലായ എഡിറ്റർമാർ, എഴുത്തുകാരായ സ്ത്രീപുരുഷന്മാർ, അവർ അവരുടെ അനുഭവ പരിജ്ഞാനവും തൊഴിൽമികവും അന്തസ്സും ടേബിളിന് സംഭാവന ചെയ്യുകയായിരുന്നു. ഇത് റിപ്പോർട്ടർമാരിലേക്ക് അരിച്ചിറങ്ങുകയും ഉത്തരവാദിത്വബോധത്താലും പഠനതാല്പര്യത്താലും പ്രചോദിതരായ അവർ വാർത്തകൾക്കായി പുറത്തുപോവുകയും അതെന്താണോ അതുപോലെ റിപ്പോർട്ടു ചെയ്യുമായിരുന്നു. അതെന്തായിരിക്കണം എന്ന് അവർ റിപ്പോർട്ടു ചെയ്തിരുന്നില്ല.

ടെലിവിഷനുണ്ടായ മുന്നേറ്റം അച്ചടിമാധ്യമങ്ങളിലും പ്രത്യാഘാതങ്ങളുണ്ടാക്കിക്കൊണ്ടിരിക്കുകയാണ്. നിരവധി വൻ ദിനപത്രങ്ങൾ ഇന്ന് വലിയ മാധ്യമ സ്ഥാപനങ്ങളുടെ ഉടമസ്ഥതയിലാണ് എന്നത് ശരിയാണ്. ടെലിവിഷന്റെ കാര്യത്തിലാവുമ്പോൾ പണം അത്ര വലുതല്ല. പരസ്യങ്ങളും റേറ്റിങ്ങും ഒരു ദൂഷിത വലയമുണ്ടാക്കുന്നു. കാഴ്ചക്കാരെ വർദ്ധിപ്പിക്കുന്നതിനായി മാധ്യമങ്ങൾക്ക് രൂപഭേദം വരുത്തുന്നു. അത് റേറ്റിങ് വർദ്ധിപ്പിക്കുന്നു. അതാണ് വരുമാനമുണ്ടാക്കുന്നത്. താരങ്ങൾ സൃഷ്ടിക്കപ്പെടുന്നു. ഇതാദ്യമായി മാധ്യമപ്രവർത്തകർ തന്നെ വിനിമയം ചെയ്യുന്നവർ, കാവൽനായ്, ജനങ്ങളിൽ വിവരമെത്തിക്കുന്നവർ എന്നത് വിട്ട് വാർത്തയായിത്തന്നെ മാറുന്നു. ടെലിവിഷൻ സെലിബ്രിറ്റികൾ സൃഷ്ടിക്കപ്പെടുന്നു. വാർത്താ ചർച്ചകളുടെ ഷോകൾ മാനദണ്ഡമായി മാറുന്നു; ഇതിന്റെ ശബ്ദനിലവാരം പതുക്കെ പതുക്കെയായി ഉയരുന്നു. ഏറ്റവും കൂടുതൽ ശബ്ദമുണ്ടാക്കുന്ന ആങ്കർക്ക് കൂടുതൽ റേറ്റിങ് കിട്ടുന്നു. നാടകം, യുദ്ധം, ഹിസ്റ്റീരിയ, ദേശീയാവബോധം എന്നിവയൊക്കെ കൂടുതൽ വരുമാനമുണ്ടാക്കുന്നു. അങ്ങനെ പ്രൈംടൈമിലെ ‘ചർച്ചകൾ’ക്ക് ഇതിന്റെയെല്ലാം ഭാഗഭാഗിത്വം അതിലേറെയും ലഭ്യമാവുന്നു.

കോർപ്പറേറ്റ് ഹൗസുകളുടെ ഉടമസ്ഥതയിൽ നടത്തപ്പെടുത്തുന്നതാകയാൽ മാധ്യമങ്ങൾക്ക് പൊതുവിൽ ചില സ്വഭാവ സവിശേഷതകളുണ്ട്. ബിസിനസ് കുടുംബങ്ങൾ യാഥാസ്ഥിതികരുടെ തൽസ്ഥിതി തുടരണമെന്നു പ്രതീക്ഷിക്കുന്നവരും വ്യവസ്ഥാപിതത്ത്വവാദികളും വരുമാനം മാത്രം കാംക്ഷിക്കുന്നവരും ആയതിനാൽ അവരുടെ മാധ്യമങ്ങളും യാഥാസ്ഥിതികരും, ചോദ്യം ചെയ്യാത്തവരും ആചാരനിഷ്ഠയുള്ളവരും വരുമാന കാംക്ഷികളുമാണ്. സ്ഥിരം ജോലിയുടെ സ്ഥാനത്ത് കരാർ വന്നിരിക്കുന്നു. മാധ്യമപ്രവർത്തകർ വൻതോതിൽ ഉപയോഗിച്ച് തള്ളിക്കളയലിന് വിധേയനാക്കപ്പെടുന്നു. ബിസിനസുടമകളാണ് എഡിറ്റർമാരെ നിയോഗിക്കുന്നത്. അവർ തീരുമാനിക്കുന്ന നയം മറികടക്കാൻ എഡിറ്റർമാരെ അനു

വദിക്കുന്നില്ല. ലംഘിക്കുന്നവർ ഉടൻതന്നെ പുറത്താക്കപ്പെടുന്നു. വളരെ മുതിർന്ന പത്രപ്രവർത്തകർപോലും ഇങ്ങനെ പെട്ടെന്ന് പുറത്താക്കപ്പെട്ടതിന്റെ നിരവധി ഉദാഹരണങ്ങളുണ്ട്.

ന്യൂസ് റൂമുകൾ ശകാരിക്കുന്നതിനുള്ളതായി മാറിയിരിക്കുന്നു. മത്സരം മുറുകുകയും 24 മണിക്കൂറും വാർത്തകൾ വരികയും ചെയ്തതോടെ മുതിർന്ന പത്രപ്രവർത്തകർക്ക് അതുമായി യോജിച്ചുപോകാനാവാത്ത സ്ഥിതിയുണ്ടായിരിക്കുന്നു. യുവാക്കൾക്ക് ദേഷ്യം സഹിക്കേണ്ടതായി വരുന്നു. ന്യൂസ് റൂമിനകത്തെ ബഹുമാനവും കുലീനതയും വിട്ടുവീഴ്ചയ്ക്കു വിധേയമാക്കുന്നു. വാസ്തവത്തിൽ ഇതൊരു ഗുരുതരാവസ്ഥയാണ്. ഈ പ്രവണത - പ്രത്യേകിച്ച് ബി ഗ്രേഡ് വ്യാപാരസ്ഥാപനങ്ങളിൽ തിരുത്തപ്പെടുന്നതിന്റെ സൂചനകളൊന്നും കാണുന്നില്ല.

ഇതിന്റെ ഫലമായി മാധ്യമങ്ങൾ സ്വയം നിർമ്മിക്കുന്നു. ചങ്ങാത്ത പങ്കാളിത്തങ്ങളുടേതായ ഈ ലോകത്ത് മാധ്യമപ്രവർത്തകർ, രാഷ്ട്രീയ പ്രവർത്തകർ, ബിസിനസുകാർ എന്നിവർ തമ്മിലുള്ള തൊഴിൽബന്ധങ്ങൾ സൗകര്യപ്രദമായ മറ്റുബന്ധങ്ങളായി മാറുന്നു. വാർത്തകൾ ഏറ്റുമുട്ടുകയും ദരിദ്രർ തലവാചകങ്ങളിൽനിന്ന് തള്ളിമാറ്റപ്പെടുകയും തീർച്ചയായും അവർ ഗവൺമെന്റ് പദ്ധതികളിൽ നിന്ന് പുറന്തള്ളപ്പെടുകയും ചെയ്യുന്നു.

എന്നാൽ ഒരു കൂട്ടം പ്രസിദ്ധീകരണ സ്ഥാപനങ്ങൾ, ചില ചാനലുകൾ, പത്രപ്രവർത്തകർ എന്നിവരൊക്കെ ഇപ്പോഴും തൽസ്ഥിതിയെ എതിർക്കുകയും വാർത്തകളെ അതേപടി ജനങ്ങളിലെത്തിക്കുകയും ചെയ്യുന്നുണ്ട്. എന്നാൽ ഇവർ ഇന്നത്തെ നവലിബറൽ ഉപഭോഗകാലത്ത് വളരെ പരിമിതവും രേഖകൾ വിലയിരുത്തിയാൽ അവസാനിച്ചുകൊണ്ടിരിക്കുന്ന ഒന്നായി മാറുകയാണ് എന്ന് കാണാനാവും. ഇതിന് പരിഹാരം നിർദ്ദേശിക്കുക ബുദ്ധിമുട്ടാണ്. അത്ര വലിയ ധനച്ചെലവാണ് വരുന്നത്. പത്രപ്രവർത്തകരുടെ സഹകരണ സ്ഥാപനങ്ങൾക്കു പോലും അത് വഹിക്കാനാവില്ല. ഇതിന് ഇന്ന് ബദലായി ഒരു സാദ്ധ്യത നല്കുന്നത് ഇന്റർനെറ്റാണ്. 35-40 തലമുറകൾ അവരുടെ വാർത്തകളും വിമർശനങ്ങളും ലഭിക്കുന്നത് ഇന്റർനെറ്റിൽ നിന്നാണ്. ഭാവിയിലേക്കും ഇപ്പോഴെത്തിച്ചേർന്നിരിക്കുന്ന സ്ഥിതിയിലേക്കുമായി വിശ്വസനീയമായ ബദലുകൾ കെട്ടിപ്പടുക്കുകയും സാധിതമാക്കുകയും ചെയ്യുക എന്നതാണ് ഇന്നത്തെ ആവശ്യം.

2014 ൽ ഇന്ത്യയിലെ പ്രധാനമന്ത്രി ആരായിരിക്കണമെന്ന കാര്യത്തിൽ ഇന്ത്യയിലെ മാധ്യമങ്ങൾ ഏകകണ്ഠമായ തിരഞ്ഞെടുക്കലാണ് നടത്തിയത്. അന്നത്തെ ഗുജറാത്ത് മുഖ്യമന്ത്രിയായ നരേന്ദ്രമോദിയുടെ എല്ലാ യോഗങ്ങളും റിപ്പോർട്ടു ചെയ്യുകയും അദ്ദേഹത്തിന്റെ പദപ്രയോഗങ്ങൾ കേട്ട് കൂവി വിളിക്കുകയും തന്റെ എതിരാളികളേക്കാൾ (രാഹുൽ ഗാന്ധിയെന്ന് വായിക്കുക) വളരെ ഉയരത്തിലാണെന്ന് പ്രചരിപ്പിച്ചുകൊണ്ട് കോർപ്പറേറ്റ് വൻമാധ്യമങ്ങളെല്ലാം അദ്ദേഹത്തിന്റെ പിന്നിൽ അണിനിരന്നു. മത്സരത്തെ വ്യക്തിത്വങ്ങൾ തമ്മിലുള്ളതാക്കി അവർ മാറ്റി. മോദി എന്ന വടവൃക്ഷത്തിന്റെ മുമ്പിലെ തൃണമാക്കി അവർ കോൺഗ്രസ് പ്രധാനമന്ത്രിസ്ഥാനാർത്ഥിയെ അവതരിപ്പിച്ചു. തിരഞ്ഞെടുപ്പു ഫലം തന്നെ അവർ പ്രവചിച്ചതിനനുസരിച്ചായി. ബി ജെ പി നരേന്ദ്രമോദിയെ പ്രധാനമന്ത്രിയാക്കിക്കൊണ്ട് അവരുടെ ഗവൺമെന്റ് രൂപീകരിച്ചു.

അതിനുശേഷമൊരു നിശ്ശബ്ദതയായിരുന്നു, മാധ്യമങ്ങൾക്ക് തങ്ങൾ അധികാരത്തിലേറുന്നതിന് സഹായിച്ച വ്യക്തിയെ വിലയിരുത്തേണ്ടതുണ്ടായിരുന്നു. ഭയവും അന്ധാളിപ്പും തൊട്ടറിയാവുന്നവിധം മിക്കവാറും മാധ്യമസ്ഥാപനങ്ങൾ ഗവൺമെന്റിനെ പിന്തുണയ്ക്കുന്ന നയം തന്നെ തുടർന്നു. അദ്ദേഹത്തിനെ തിരഞ്ഞെടുപ്പിൽ പിന്തുണച്ചവർ തങ്ങൾ തിരിച്ചറിയപ്പെടുമെന്നും അഭിഗമ്യതയുടെയും അഭിമുഖങ്ങളുടെയും കാര്യങ്ങളിൽ പ്രത്യേക പരിഗണന കിട്ടുമെന്ന് പ്രതീക്ഷിക്കുകയും ചെയ്തു. ഇതാണ് മൻമോഹൻസിങ് ഗവൺമെന്റിന് കീഴിൽ നടന്നിരുന്നത്. പ്രിയപ്പെട്ടവർക്ക് വിദേശയാത്രയിൽ ഒപ്പം പോകാനുള്ള സൗകര്യം, എളുപ്പത്തിൽ പ്രധാനമന്ത്രിയുടെ ഓഫീസിൽ കയറിച്ചെല്ലാനുള്ള സാഹചര്യം, ഉയർന്ന ഉദ്യോഗസ്ഥരിൽ നിന്ന് പിന്തുണ എന്നിവയൊക്കെ അന്ന് ലഭ്യമായിരുന്നു. ഈ കൊള്ളകൊടുക്ക നന്നായി പ്രവർത്തിക്കുകയും മാധ്യമസ്ഥാപനങ്ങൾ സന്തുഷ്ടരായിരിക്കുകയും ചെയ്തിരുന്നു.

പ്രധാനമന്ത്രിയുടെ വ്യക്തിത്വം ഉയർത്തിയ അന്ധാളിപ്പ് ഉണ്ടായിരുന്നെങ്കിലും മിക്കവാറും മാധ്യമസ്ഥാപനങ്ങൾക്ക് അദ്ദേഹം തുടക്കത്തിൽ നടപ്പാക്കിയ 'കൈയൊഴിയൽ' സമീപനം ഉൾക്കൊള്ളാനായിരുന്നില്ല. തിരഞ്ഞെടുപ്പുകാലത്ത് അദ്ദേഹത്തിന്റെ റാലികൾ കവർചെയ്യുന്നതിനുവേണ്ടി ഉത്സാഹിച്ചിരുന്ന മാധ്യമങ്ങൾ പ്രധാനമന്ത്രിയുടെ ആപ്പീസിൽ നിന്ന് ഒരു കൈയകലം നിർത്തപ്പെടുകയും മന്ത്രാലയങ്ങളിൽ നിന്ന് യഥാർത്ഥത്തിൽ നിരോധിക്കപ്പെടുകയും ചെയ്തു. കടന്നുപോകുന്ന മന്ത്രിയിൽനിന്നോ, ഉയർന്ന ഉദ്യോഗസ്ഥരിൽനിന്നോ, സന്ദർശകനായ മുഖ്യവ്യക്തിയിൽ നിന്നോ, ഒന്ന് നിന്ന് ഒരു വാചകം വീണു കിട്ടുന്നതിനുവേണ്ടി കാത്തിരിക്കുന്ന ക്യാമറസംഘങ്ങൾക്ക് പൂട്ടിക്കെട്ടി പുറത്തുപോകാനുള്ള ഉത്തരവാണ് കിട്ടിയത്. ഇപ്പോൾ ഡൽഹിയുടെ അധികാരകേന്ദ്രങ്ങളിൽ അത്തരം സംഘങ്ങളെ കാണാതായിരിക്കുന്നു. പ്രത്യേക അംഗീകാരമില്ലാതെ കടന്നു ചെല്ലാനാവാത്ത സ്ഥിതിവിശേഷം വന്നുചേർന്നിരിക്കുന്നു.

മന്ത്രിമാർക്ക് വായ് മൂടിക്കെട്ടാൻ ഉത്തരവു കിട്ടിയിരിക്കുന്നു. പ്രധാനമന്ത്രി പ്രത്യേകം അനുമതി നല്കിയാലല്ലാതെ അവർ പത്രലേഖകരോട് സംസാരിക്കാൻ പാടില്ല എന്ന സ്ഥിതി വന്നിരിക്കുന്നു. ഒരുപക്ഷേ, ഇതിനൊരപവാദം ധനമന്ത്രി അരുൺ ജെയ്റ്റ്ലിയാണ്. അദ്ദേഹം കൂടുതൽ ശ്രദ്ധാലുവും മിതഭാഷിയുമായിട്ടുണ്ട്. എന്നാൽ ഇപ്പോൾ തന്റെ അതിഭാവുകത്വത്തിലേക്ക് തിരിച്ചുവരുന്നതായി കാണുന്നുണ്ട്. ബി ജെ പി യുടെ വക്താക്കളായിരുന്നവർ മന്ത്രിമാരായതോടെ ചിത്രത്തിൽ നിന്ന് പുറത്തായിരിക്കുന്നു. വർഷത്തിലൊരിക്കലോ മറ്റോ അപൂർവ്വമായാണ് അവരെ കാണാൻ കിട്ടുന്നത്. മൗനമാണ് പ്രധാനമന്ത്രി മോദിക്ക് ഇഷ്ടപ്പെട്ട സുവർണ്ണ പദം. അതിനാൽ തന്റെ ഗവൺമെന്റിൽ നിന്നുള്ള മന്ത്രിമാരും തന്നെ ദേശീയമായി ഉള്ള വാചാലോകം മറ്റാരും പങ്കിടുന്നതിന് അദ്ദേഹം ഇഷ്ടപ്പെടുന്നില്ല.

തന്റെ ഓഫീസിലേക്ക് മാധ്യമങ്ങൾക്കുള്ള അഭിഗമ്യത ഇല്ലാതാക്കണമെന്ന് ഒരു മാധ്യമ ഉപദേശകനെ നിയമിക്കാതിരിക്കുന്ന തീരുമാനത്തിൽ നിന്നുതന്നെ അദ്ദേഹം വ്യക്തമാക്കിയിട്ടുണ്ട്. സാധാരണയായി ഇദ്ദേഹമാണ് പ്രധാനമന്ത്രിയും മാധ്യമങ്ങളും തമ്മിൽ ബന്ധപ്പെടുന്നതിനുള്ള

ഇടനിലക്കാരനായി പ്രവർത്തിക്കുകയും പ്രവേശനങ്ങളും അഭിമുഖങ്ങളും ഒക്കെ സാധാരണ ഗതിയിൽ നിയന്ത്രിക്കുകയും ചെയ്യുക. മാധ്യമങ്ങളിൽ പ്രധാനമന്ത്രിയുടെ പ്രതിച്ഛായ നന്നാക്കുന്നതിന് വേണ്ടി പ്രവർത്തിക്കുന്നതും ആവശ്യമുള്ളപ്പോൾ ചാനലുകളെയും പത്രങ്ങളുമായുമൊക്കെ കൈകാര്യം ചെയ്യുന്നതും ഇദ്ദേഹമാണ്. ഈ പദവി എടുത്തു കളഞ്ഞതിലൂടെ പ്രധാനമന്ത്രിയുടെ ആഫീസുമായി മാധ്യമപ്രവർത്തകർക്ക് ബന്ധപ്പെടുന്നതിനുള്ള സാഹചര്യം ഒഴിവാക്കുകയും അതുവഴി മുഖ്യമായും വിവരം കിട്ടുന്നതിനുള്ള വഴി അടച്ചുകളയുകയും ചെയ്തിരിക്കുന്നു.

തന്റെ വിദേശ യാത്രകളിൽ മാധ്യമങ്ങളെ കൂടെക്കൊണ്ടു പോകുന്ന പതിവ് അദ്ദേഹം അവസാനിപ്പിച്ചിരിക്കുന്നു. പ്രചാരണകാലത്ത് ബന്ധം സ്ഥാപിക്കാൻ വേണ്ടി നിരയായി നിന്നിരുന്നവർക്കൊക്കെ മൻമോഹൻ സിങ്ങിന്റെ കാലത്തേതുപോലെ വിമാനത്തിൽ പ്രിയപ്പെട്ടവരെ കൂടെ കൊണ്ടുപോകുന്ന പതിവ് നിർത്തിവച്ചതായി ബോദ്ധ്യപ്പെട്ടിരിക്കുന്നു. രാജ്യത്തിനകത്തോ പുറത്തോ മാധ്യമങ്ങളാൽ ചുറ്റപ്പെട്ടിരിക്കുന്നതിന് പ്രധാനമന്ത്രിക്ക് താല്പര്യമില്ല. മാധ്യമങ്ങളുമായി ബന്ധപ്പെട്ടതിൽനിന്ന് മാധ്യമങ്ങളുടെ നാഡിമിടിപ്പ് മനസ്സിലാക്കാൻ കഴിഞ്ഞതിനാൽ ഇത് എതിർ പ്രചാരണത്തിന് ഇടയാക്കില്ലെന്നും അദ്ദേഹത്തിന് വ്യക്തമായിരിക്കുന്നു. അദ്ദേഹം ശരിയായിരുന്നു. വിദേശയാത്രകളൊക്കെ ഈ മാധ്യമങ്ങൾ മുട്ടിൽ നിന്നുകൊണ്ട് റിപ്പോർട്ട് ചെയ്തു. അതു ചെയ്യാത്ത മാധ്യമങ്ങളാവട്ടെ വിദേശയാത്രാമന്ത്രാലയങ്ങളിൽനിന്ന് കിട്ടുന്ന അനധികൃത വിവരങ്ങളിൽനിന്ന് കിട്ടുന്ന വാർത്തകളെ മുഖ്യമായി ആശ്രയിക്കുകയും ചെയ്തു.

അന്തിമമായി മാധ്യമങ്ങളിൽ പ്രസിദ്ധീകരിക്കപ്പെടുന്ന ഫോട്ടോകൾ അധികൃത ഫോട്ടോഗ്രാഫർമാർ എടുത്തവയാണ്. അവരെ തെരഞ്ഞെടുക്കുന്നത് പ്രധാനമന്ത്രിതന്നെയോ അല്ലെങ്കിൽ അടുത്ത ഉദ്യോഗസ്ഥരോ മാത്രമാണ്. പത്രഫോട്ടോഗ്രാഫർമാർ എടുക്കാൻ താല്പര്യപ്പെടുന്ന മുൻകരുതലില്ലാത്ത നിമിഷങ്ങൾ ഒന്നുംതന്നെപുറത്തുവരുന്നില്ല. പ്രധാനമന്ത്രി മോദിയുടെ ഔപചാരിക പോസുകളല്ലാത്ത പടങ്ങൾ അപൂർവ്വമാണ്. മിക്കവാറും ചിത്രങ്ങളൊക്കെതന്നെ നിറപ്പകിട്ടുള്ള തലപ്പാവുള്ളതോ, ഡിസൈൻ ചെയ്ത വസ്ത്രങ്ങൾ ധരിച്ചതോ ബോധപൂർവ്വവും ചിട്ടപ്പെടുത്തിയതുമായ പോസുകളിൽ ഉള്ളവയായോ ആണ്.

പ്രധാനമന്ത്രി സത്യവാചകം ചൊല്ലിക്കഴിഞ്ഞതോടെതന്നെ മാധ്യമങ്ങളെ അടുപ്പിക്കുവാൻ ഉദ്ദേശിക്കുന്നില്ല എന്ന കാര്യം വ്യക്തമായിരുന്നു. ഒളിക്യാമറ പ്രവർത്തനത്തെ സംബന്ധിച്ച് അദ്ദേഹം മന്ത്രിമാർക്ക് മുന്നറിയിപ്പ് കൊടുത്തിരുന്നു. അധികാരത്തിന്റെ ഇടനാഴികളിൽനിന്ന് ലേഖകരെ ഒഴിവാക്കി നിർത്തണമെന്ന കാര്യത്തിൽ ഉറച്ചതും വ്യക്തതയുള്ളതുമായ തീരുമാനവും എടുത്തിരുന്നു. മാസത്തിലൊരു അഭിമുഖമെങ്കിലും നല്കുന്നതിന് അനുവദിച്ചില്ല. സമ്മർദ്ദമേറിയപ്പോൾ മാത്രമാണ് ചില വിട്ടുവീഴ്ചകൾക്ക് തയ്യാറായത്. എന്നാൽ ചട്ടങ്ങൾ വളരെ വ്യക്തമായിരുന്നു. തിരഞ്ഞെടുപ്പു പ്രചാരണകാലത്ത് കരൺ താപ്പർക്കു നല്കിയ ഒരു അഭിമുഖത്തിനിടെ ഇറങ്ങിപ്പോകേണ്ടി വന്നതിനുശേഷം അത്തരമൊരു അവസരമുണ്ടാക്കരുതെന്ന് അദ്ദേഹത്തിന് ബോദ്ധ്യമുണ്ടായിരുന്നു. താപ്പർ ഗുജ

റാത്ത് മുഖ്യമന്ത്രിയുടെ അഹമ്മദാബാദിലെ ഔദ്യോഗിക വസതിയിൽ വച്ചാണ് അഭിമുഖം നടത്തിയത്. അദ്ദേഹമത് തുടങ്ങിയത് ഗുജറാത്ത് കൂട്ടക്കൊല സംബന്ധിച്ച മൂർച്ചയുള്ള ചോദ്യങ്ങളുമായാണ്. അതാണ് അഭിമുഖം തുടങ്ങി അഞ്ചുമിനിട്ടിനകം ഇറങ്ങിപ്പോക്കിന് ഇടയാക്കിയത്.

ടൈം മാഗസിൻ കവർചിത്രം നല്കിക്കൊണ്ട് ഈയിടെ നടത്തിയ അഭിമുഖമടക്കം പ്രധാനമന്ത്രിയെ പുകഴ്ത്തുന്നതും സൗമ്യവുമായിരുന്നു. വികസനത്തെയും സമ്പദ് വ്യവസ്ഥയെയും കുറിച്ച് മാത്രമാണ് ചോദ്യങ്ങൾ ഉയർന്നത്. നേരിട്ടുള്ള ഒരഭിമുഖത്തിന് ലെ മോൺഡെക് അനുമതി നിഷേധിക്കപ്പെട്ടു. പ്രധാനമന്ത്രി നിർബ്ബന്ധിച്ചതിനാൽ ചോദ്യം എഴുതിക്കൊടുത്ത് ഉത്തരം എഴുതിവാങ്ങിക്കാൻ അവർ തയ്യാറായില്ല.

വ്യഗ്രതയോടെ സ്വന്തം പ്രതിച്ഛായ കാത്തു സൂക്ഷിക്കുന്ന പ്രധാനമന്ത്രിക്ക് അതിന്റെ പ്രാധാന്യം അറിയാവുന്നതാണ്. തന്റെ താല്പര്യങ്ങൾക്കായി പ്രധാനമന്ത്രി ഉപയോഗിക്കുന്ന സാമൂഹ്യമാധ്യമങ്ങൾ ശരണാഗതരല്ല. നിരവധി ഹാസ്യാത്മക സൈറ്റുകൾ പ്രധാനമന്ത്രി മോദിയെ ചോദ്യം ചെയ്യുകയും കാർട്ടൂണുകളും തമാശകളുമൊക്കെ പ്രചരിപ്പിക്കുകയും ചെയ്യുന്നുണ്ട്. കൂടുതൽ നിയന്ത്രിതമായ അച്ചടി ടെലിവിഷൻ മാധ്യമങ്ങളിൽ ഈ ലഘുത്വം കാണപ്പെടുന്നില്ല. അത് വിമർശനത്തിൽ ഒറ്റപ്പെട്ട ലേഖനങ്ങളിലൊഴികെ മൗനം പാലിക്കുകയും പുകഴ്ത്തുന്നതിൽ ധാരാളിത്തം കാണിക്കുകയും ചെയ്യുന്നു. പ്രധാനമന്ത്രി പദത്തിൽ ഒരു വർഷം പൂർത്തിയാക്കിയതിന്റെ പരമ്പരകളിൽ ഒരു വൻകിട മാധ്യമ സ്ഥാപനം ഇതിന്റെ മാതൃകയായാണ് പ്രവർത്തിച്ചത്.

മറ്റെല്ലാ രാഷ്ട്രീയക്കാരേക്കാളും നന്നായി പ്രധാനമന്ത്രി മോദിക്ക് മാധ്യമങ്ങളുടെ പരിമിതികളെക്കുറിച്ചും അത് എങ്ങനെയാണ് തന്റെ ഗുണത്തിന് വേണ്ടി ഉപയോഗിക്കേണ്ടതെന്നതിനെക്കുറിച്ചും അറിയാം. സ്വതന്ത്രരായ പത്രപ്രവർത്തകരെ മാറ്റി നിർത്തുന്നു. വ്യവസ്ഥാപിത എഴുത്തുകാർക്ക് ഇടയ്ക്കിടെ അഭിഗമ്യതയുണ്ടാക്കുന്നു. റേറ്റിങ്ങിനുവേണ്ടിയുള്ള മത്സരത്തിൽ തന്നിൽനിന്ന് കിട്ടുന്ന ഒരു വാക്ക് പോലും അവസാന വിഭാഗത്തിൽപ്പെട്ടവർക്ക് ആവശ്യത്തിലേറെയാണെന്ന് അദ്ദേഹത്തിനറിയാം. ഭൂരിഭാഗത്തിൽപ്പെട്ട അവരാണ് കൂടുതൽ ആവശ്യപ്പെട്ടുകൊണ്ടിരിക്കുന്നത്. ഈയിടെയായി അദ്ദേഹം 20 അംഗങ്ങൾ വീതമടങ്ങുന്ന മാധ്യമ പ്രവർത്തകരെ ജെയ്റ്റ്ലിയുടെ വസതിയിൽ വച്ച് കാണാൻ തുടങ്ങിയിട്ടുണ്ട്. തന്റെ വസതിയിലോ ആഫീസിലോ വച്ചല്ലെന്നത് പ്രത്യേകം ശ്രദ്ധിക്കുക. ഈ സെഷനുകൾ പലതും അംഗീകൃതരേഖകൾ പ്രകാരമുള്ളതല്ല. അവിടെവച്ച് പ്രധാനമന്ത്രി പറയുന്നതാവട്ടെ തന്റെ പൊതു പ്രവർത്തനങ്ങളിലും പ്രസംഗങ്ങളിലും പറഞ്ഞ കാര്യങ്ങൾ തന്നെയാണ്. ഹിതകരമായ ചോദ്യങ്ങൾ മാത്രം ചോദിക്കുകയും ഒഴുക്കൻ മറുപടികൾ നല്കപ്പെടുകയും ചെയ്യുന്നു. ബി ജെ പിയുടെ ആസ്ഥാനത്തു നടന്ന ആദ്യത്തെ കൂടിക്കാഴ്ചയിൽ ലേഖകന്മാർ പ്രധാനമന്ത്രിയോടൊപ്പം സെൽഫിയെടുക്കുന്നതിന് തിക്കും തിരക്കും കൂട്ടുകയായിരുന്നു. ഒരൊറ്റ ചോദ്യംപോലും ചോദിക്കപ്പെട്ടില്ല എന്നു മാത്രമല്ല ചോദിക്കാൻ പ്രോത്സാഹിപ്പിക്കുകയും ഉണ്ടായില്ല.

ശാസ്ത്രബോധത്തെ ദുർബ്ബലപ്പെടുത്തുന്നു

പി വി എസ് കുമാർ

ശാസ്ത്രാവബോധത്തിനും യുക്തിചിന്തയ്ക്കും രാജ്യത്തെ ശാസ്ത്രസംബന്ധിയായ സ്ഥാപനങ്ങൾക്കുമെതിരെ കഴിഞ്ഞ ഒരു വർഷക്കാലത്തിനിടയിൽ മുമ്പെങ്ങുമുണ്ടായിട്ടില്ലാത്ത ആക്രമണമാണുണ്ടായത്. ഈ ആക്രമണങ്ങൾ നാലുദിശകളിൽ നിന്നുണ്ടായിരുന്നു.

1. ജനങ്ങൾക്കിടയിൽ മിത്തുകൾക്കും അന്ധവിശ്വാസങ്ങൾക്കും യുക്തിരഹിത വിശ്വാസങ്ങൾക്കും പ്രചാരണം കൊടുക്കുകയും അവയ്ക്ക് വിശ്വാസ്യത നല്കുകയും ചെയ്യുന്നു.
2. സയൻസ് കോൺഗ്രസ്, ശില്പശാലകൾ, സമ്മേളനങ്ങൾ മുതലായ ഇടങ്ങൾ പിടിച്ചെടുക്കുകയും ഔദ്യോഗികവും അല്ലാത്തതുമായ വേദികൾ ശാസ്ത്രവിരുദ്ധപ്രവർത്തനങ്ങൾക്കായി ഉപയോഗപ്പെടുത്തുകയും ചെയ്യുന്നു.
3. സ്ഥാപനങ്ങളുടെ തലവന്മാരെ നിയമിക്കുന്നതിൽ കാലതാമസം വരുത്തുക, ആരാധ്യരായ ശാസ്ത്രജ്ഞരെയും അക്കാദമീഷ്യന്മാരെയും അവഹേളിക്കുക, രാജ്യത്തെ ശാസ്ത്രസമൂഹത്തെ അപമാനിക്കുന്നതിന് വേണ്ടി ഭീതി പരത്തുക. ശാസ്ത്രസ്ഥാപനങ്ങളിൽ രാഷ്ട്രീയ ഇടപെടൽ നടത്തി അവയെ അശക്തമാക്കുക.
4. ദേശീയ പ്രാധാന്യമുള്ള പ്രോജക്ടുകൾക്കും വിവിധ ശാസ്ത്രവകുപ്പുകൾക്കും ഏകപക്ഷീയമായി ഫണ്ടുവെട്ടിക്കുറയ്ക്കുകയും നീക്കിവയ്പ് കുറയ്ക്കുകയും ചെയ്യുന്നു.

മിത്തുകൾ പരത്തുകയും ശാസ്ത്രീയ ഇടങ്ങൾ കൈയടക്കുകയും ചെയ്യുക

സംഘപരിവാറിനും വിശിഷ്യാ ആർ എസ് എസിനും പൊതുവിൽ

രാജ്യത്തെ ശാസ്ത്രീയാവബോധത്തിനെതിരായി പ്രവർത്തിച്ചതിന്റെ ഒരു ചരിത്രമാണുള്ളത്. എന്തായാലും 2014 മേയിൽ എൻ ഡി എ അധികാരത്തിൽ വന്നതിനെത്തുടർന്ന് ശാസ്ത്രീയാവബോധത്തിനെതിരായ ആക്രമണം ശക്തിപ്പെട്ടിരിക്കുന്നു. യുക്തിരഹിതവും അന്ധവിശ്വാസപരവും ആയ ആശയങ്ങളുടെ പ്രചാരണം വിവിധ സംഘപരിവാർ നേതാക്കൾ പുതിയ ഗവൺമെന്റ് അധികാരത്തിൽ വന്നതോടെ ശക്തിപ്പെടുത്തിയിരുന്നെങ്കിലും 102-ാം ശാസ്ത്ര കോൺഗ്രസിൽ വച്ചാണ് പ്രധാനപ്പെട്ട ആക്രമണം കെട്ടഴിച്ചുവിട്ടത്.

ഹിന്ദുദൈവമായ ഗണപതി യഥാർത്ഥത്തിൽ പുരാതനമായ പ്ലാസ്റ്റിക് സർജറിയുടെ ഉല്പന്നമാണ് എന്ന് ശാസ്ത്ര കോൺഗ്രസിന് മുമ്പുതന്നെ പ്രഖ്യാപിച്ചുകൊണ്ട് മോദിതന്നെ ഈ പരിപാടിക്ക് തുടക്കം കുറിച്ചിരുന്നതായി ദിനേശ് സി ശർമ്മ ചൂണ്ടിക്കാണിക്കുന്നുണ്ട്. തന്റെ നേതാവിൽ നിന്ന് പ്രചോദനം ഉൾക്കൊണ്ടുകൊണ്ട് രമേഷ് പൊക്രിയാൽ നിഷാച്ചിനെപോലുള്ള നേതാക്കൾ പാർലമെന്റിൽ ആധുനിക ശാസ്ത്രത്തേക്കാൾ ഏറെ ശക്തിമത്താണ് ജ്യോതിഷം എന്നും പ്രഖ്യാപിച്ചിരുന്നു. ഭരണസ്ഥാപനത്തിന്റെ മറ്റ് അംഗങ്ങൾ സ്റ്റെം സെൽ തെറാപ്പി മുതൽ അറ്റോമിക് പരീക്ഷണങ്ങൾ വരെ എല്ലാം നന്നായി അറിയാവുന്നവരായിരുന്നു ഹിന്ദു ഋഷിമാർ എന്ന് അവകാശപ്പെട്ടിരുന്നു. ഒരു സാധാരണ പൗരന് ഇതൊക്കെ അപഹാസ്യവും നാണക്കേടുണ്ടാക്കുന്നതുമാണെന്ന് തോന്നാമെങ്കിലും ഈ ആശയങ്ങൾ രാഷ്ട്രീയപ്രേരിതവും ചിന്തിച്ചുറപ്പിച്ച ഒരു പരിപാടിയുടെ ഭാഗമെന്ന നിലയിൽ വ്യാപകമായി പ്രചരിപ്പിക്കപ്പെട്ടു.

എൻ ഡി എ ഗവൺമെന്റ് അധികാരത്തിൽ വന്ന് എട്ടുമാസം കഴിഞ്ഞ് 2015 ജനുവരിയിലാണ് 102-ാം ഇന്ത്യൻ ശാസ്ത്ര കോൺഗ്രസ് സംഘടിപ്പിക്കപ്പെട്ടത്. ഈ പരിപാടി ഇന്ത്യൻ ശാസ്ത്രകോൺഗ്രസിന്റെ ഒരു വാർഷിക സമ്മേളനം എന്നാണ് വിളിക്കപ്പെടാറുള്ളത് (ഇത് 102- ാമത്തേത് ആയിരുന്നു). ഒരു ദേശീയ വേദിയിൽ വച്ച് കഴിഞ്ഞ ഒരു വർഷക്കാലം ശാസ്ത്രരംഗത്തുണ്ടായ പുരോഗതിയും നേട്ടങ്ങളുമാണിതിൽ ചർച്ച ചെയ്യപ്പെടാറുള്ളത്. എന്തായാലും ശാസ്ത്ര കോൺഗ്രസിന്റെ ചരിത്രത്തിലാദ്യമായി ഇന്ത്യയുടെ പൗരാണിക ശാസ്ത്ര സാമർത്ഥ്യം ചർച്ച ചെയ്യുന്നതിനായി ഒരു പ്രത്യേക സെഷൻ തന്നെ അർപ്പിക്കപ്പെട്ടു.

ഒരു സെഷനിൽ റിട്ടയർചെയ്ത ഒരു പറക്കൽ പരിശീലകനായ ക്യാപ്റ്റൻ ആനന്ദബോസ് ഒരു പ്രബന്ധം സമർപ്പിച്ചതിൽ അവകാശപ്പെട്ടിരുന്നത് റൈറ്റ് സഹോദരന്മാർ അവരുടെ വിമാനം നിർമ്മിക്കുന്നതിന് ആയിരക്കണക്കിന് വർഷം മുമ്പുതന്നെ മഹാഋഷി ഭരദ്വാജ് ബൃഹദ് വിമാനശാസ്ത്ര എന്ന ഗ്രന്ഥത്തിൽ വിമാനനിർമ്മാണത്തിന്റെ ശാസ്ത്രം വിശദീകരിച്ചിരുന്നുവെന്നാണ്. ഇന്ത്യയിൽ 7000 വർഷങ്ങൾക്കു മുമ്പുതന്നെ വിമാനങ്ങൾ ഉണ്ടായിരുന്നുവെന്നും അതുപയോഗിച്ച് പൗരാണികരായ ഇന്ത്യാക്കാർ അന്യരാജ്യങ്ങളിലേക്കു മാത്രമല്ല അന്യഗ്രഹങ്ങളിലേക്കും യാത്ര ചെയ്തിരുന്നു എന്നുമാണ് അദ്ദേഹം അതിൽ പറഞ്ഞത്. വലിയ

വിമാനങ്ങൾക്ക് 60 X 60 അടി വിസ്തീർണ്ണമുണ്ടായിരുന്നു. ചിലതിനാവട്ടെ 200 ച. അടി വലിപ്പമുണ്ടായിരുന്നു. 40 എഞ്ചിനുകളും. അവയ്ക്ക് മുന്നോട്ടും പിന്നോട്ടും വശങ്ങളിലേക്കും പറക്കാനാവുമെന്ന് മാത്രമല്ല ചിറകു വിരുത്തി ആകാശത്ത് നിലകൊള്ളാനും കഴിയുമായിരുന്നുവത്രേ.

ബംഗളൂരുവിലെ ഇന്ത്യൻ ഇൻസ്റ്റിറ്റ്യൂട്ട് ഓഫ് സയൻസിലെ ഏറോനോട്ടിക്കൽ എഞ്ചിനീയറിങ്ങിലും മെക്കാനിക്കൽ എഞ്ചിനീയറിങ്ങിലും വിദഗ്ദ്ധരായ എച്ച് എസ് മുകുന്ദ, എസ് എം ദേശ്പാണ്ഡെ, എച്ച് ആർ നാഗേന്ദ്ര, എ പ്രഭു, എസ് പി ഗോവിന്ദരാജു എന്നിവർ ഈ വാദത്തെ വിമർശനാത്മകമായ പരിശോധനയ്ക്കു വിധേയമാക്കിക്കൊണ്ട് ഇതിന്റെ പൊള്ളത്തരം വെളിവാക്കി എന്നത് വേറെ കാര്യം. ഈ ഗ്രന്ഥം യഥാർത്ഥത്തിൽ എഴുതപ്പെട്ടത് 1900 നും 1922 നും മദ്ധ്യത്തിലാണെന്ന് അവർ വ്യക്തമാക്കി. ഈ പണ്ഡിതന്മാർ വ്യക്തമാക്കിയത് ഈ പുസ്തകത്തിൽ പറഞ്ഞിട്ടുള്ള വിമാനങ്ങൾ വെറും കെട്ടുകഥകൾ മാത്രമാണ്. അല്ലാതെ യഥാർത്ഥമായ ഒന്നിനെക്കുറിച്ചുള്ളതല്ല. ഈ വിമാനങ്ങൾക്ക് ഉയരുന്നതിനും തനിയെ പറക്കുന്നതിനുമുള്ള ഉപകരണങ്ങളോ അതിനുള്ള ശേഷിയോ ഉണ്ടായിരുന്നില്ല. അതിന്റെ ജ്യാമിതികൾ പറക്കലിന്റെ കാഴ്ചപ്പാടിൽനിന്ന് നോക്കിയാൽ ചിന്തിക്കാനാവാത്തവിധം ഭയങ്കരമാണ്. “മുന്നോട്ടു തള്ളുന്നതിനുള്ള തത്വങ്ങളാകട്ടെ പറക്കാൻ സഹായിക്കുന്നതിലുപരി അതിനെ തടയുന്നതായിരുന്നു.” (*വൈമാനികശാസ്ത്രം ഒരു വിമർശനാത്മക പഠനം*, ശാസ്ത്രീയാഭിപ്രായം 1974)

പൗരാണിക ഇന്ത്യക്കാർക്ക് വളരെ പുരോഗമിച്ച ഒരു റഡാർ സംവിധാനമുണ്ടായിരുന്നുവെന്നും അതിനെ രൂപാർക്കണ രഹസ്യമെന്നാണ് പറയുകയെന്നും ക്യാപ്റ്റൻ ബോദാസ് അവകാശപ്പെട്ടു. അതിന് ഇന്ന് റഡാറിൽ കാണുന്നതുപോലെ വിമാനത്തിന്റെ ചെറുചിത്രമല്ല പൂർണ്ണരൂപം തന്നെ കാണിക്കാൻ കഴിയുമായിരുന്നുവെന്നാണ് അദ്ദേഹം പറഞ്ഞത്.

ഒരു ആയുർവേദ വൈദ്യൻ അവതരിപ്പിച്ച മറ്റൊരു പ്രബന്ധത്തിൽ ഇന്ത്യാക്കാർ ശസ്ത്രക്രിയ്ക്കുപകരിക്കുന്ന 20 തരത്തിലുള്ള മൂർച്ചയുള്ള ഉപകരണങ്ങളും 101 തരത്തിലുള്ള മൂർച്ചയില്ലാത്ത ഉപകരണങ്ങളും ശുദ്ധമായ ഇരുമ്പിൽനിന്ന് ഉല്പാദിപ്പിച്ചിരുന്നതായി അവകാശപ്പെട്ടു. അവയിൽ പലതും ഇന്നത്തെ ശസ്ത്രക്രിയോപകരണങ്ങളോട് കിടപിടിക്കുന്നവയായിരുന്നുവെന്നാണ് അവകാശവാദം.

തീർച്ചയായും ശാസ്ത്രീയമായി ഈ പ്രബന്ധങ്ങൾക്കൊന്നും തന്നെ യാതൊരു മൂല്യവുമുണ്ടായിരുന്നില്ല. 102 കൊല്ലം പ്രായമായ ശാസ്ത്ര കോൺഗ്രസിന് അടിസ്ഥാനമായ പ്രയോഗക്ഷമതയുള്ള തെളിവുകൾ എന്നതിന്റെ പ്രാധാന്യത്തെ തന്നെ തുരങ്കം വയ്ക്കുന്നുണ്ടായിരുന്നു അത്തരത്തിലുള്ള അവകാശവാദങ്ങൾ. ഈ സമ്മേളനത്തിൽ അവതരിപ്പിക്കപ്പെട്ട നല്ല പ്രവൃത്തികൾ വിവാദങ്ങളാൽ പാർശ്വവല്ക്കരിക്കപ്പെട്ടതായി പങ്കെടുത്ത ശാസ്ത്രജ്ഞർ അഭിപ്രായപ്പെട്ടു.

ഹരിദ്വാറിൽനിന്നുള്ള ബി ജെ പി എം പിയായ രമേഷ് പൊക്രിയാൽ

നിഷാങ്കും ഉത്തരാഖണ്ഡിലെ മുൻ മുഖ്യമന്ത്രിയും പാർലമെന്റിൽ അവകാശപ്പെട്ടത് "നമ്മളിന്ന് ആണവപരീക്ഷണങ്ങളെ കുറിച്ച് പറയുന്നുണ്ട്. ലക്ഷക്കണക്കിന് വർഷങ്ങൾക്ക് മുമ്പ് കണാദമുനി ഒരു ആണവപരീക്ഷണം നടത്തിയിരുന്നു. നമ്മുടെ വിജ്ഞാനവും ശാസ്ത്രവും ഒട്ടുംതന്നെ പിറകിലല്ല" എന്നാണ്. പ്രമുഖ ഇന്ത്യൻ ആസ്ട്രോ ഫിസിസിസ്റ്റ് ആയ പ്രൊഫ: ജയന്ത് നാർലിക്കർ പറയുന്നത്.

> മഹാഭാരതത്തിൽ പറഞ്ഞിട്ടുള്ള ബ്രഹ്മാസ്ത്രം ആണവായുധമാണെന്നും രാമായണത്തിൽ പുഷ്പകവിമാനത്തെക്കുറിച്ച് പറഞ്ഞിട്ടുള്ളത് വിമാന യാത്രയെക്കുറിച്ച് പറയുന്നതാണെന്നും അവകാശവാദമുന്നയിക്കുന്നത് അടിസ്ഥാനരഹിതമാണ്. ഇന്ത്യൻ ശാസ്ത്രജ്ഞർക്ക് ആറ്റത്തെക്കുറിച്ചോ അണുവിനെക്കുറിച്ചോ അറിയാമെന്നല്ലാതെ അതിനപ്പുറത്തേക്ക് ഒന്നുംതന്നെ അറിയാമായിരുന്നില്ല. അന്നത്തെ കാലത്ത് ഒരു അണുവായുധമെന്ന ചോദ്യം തന്നെ ഉദിച്ചിരുന്നില്ല. ആണവശാസ്ത്രത്തെ കുറിച്ച് അറിയുന്നതിന് ഇലക്ട്രോമാഗ്നറ്റിസത്തെക്കുറിച്ച് മുൻ അറിവുണ്ടായിരിക്കണം. അന്നത് നിലവിലുണ്ടായിരുന്നുവെന്നതിന് തെളിവില്ല.

ആദ്യകാല ഹിന്ദുപുരാണങ്ങളിൽ പറഞ്ഞിട്ടുള്ള ഇതിഹാസ നദിയായ സരസ്വതിയെ കണ്ടെത്തുകയോ പുനരുദ്ധരിക്കുകയോ ചെയ്യുന്നതിനായി ഇന്ത്യാ ഗവൺമെന്റ് ഒരു പദ്ധതി തന്നെ ആരംഭിച്ചിരിക്കുന്നു. ഈ നദിയെക്കുറിച്ചറിയുന്നതിന് വേണ്ടി നിരവധി ശ്രമങ്ങൾ നടന്നിരുന്നു. വിദഗ്ദ്ധർ പറയുന്നത് ഇനി അങ്ങനെയൊരു സരസ്വതി നദിയുണ്ടായിരുന്നെങ്കിൽത്തന്നെ ആയിരക്കണക്കിന് വർഷങ്ങൾക്കു മുമ്പ് അത് വറ്റിപ്പോയിരിക്കാനിടയുണ്ടെന്നാണ്.

ഇതിനിടയിൽ ഹരിയാനയിലെ യമുനാ നഗർ ജില്ലയിലെ മുഗൾവാലി ഗ്രാമത്തിൽ സരസ്വതി നദി ഒഴുകിയിരുന്ന വഴി കണ്ടെത്താനുള്ള കുഴിക്കൽ പ്രവർത്തനം ആരംഭിച്ചുകഴിഞ്ഞിരുന്നു. എട്ടടി ആഴത്തിൽ കുഴിച്ച ഒരു കുഴിയിൽ നിന്ന് വെള്ളം കവിഞ്ഞൊഴുകാൻ തുടങ്ങിയതോടെ കഴിഞ്ഞയാഴ്ച ഈ കുഴികൾ ഫലം കണ്ടെത്തിയതായും വാർത്ത വന്നു. വെറും എട്ടടി കുഴിക്കുന്നതിലൂടെ ആയിരക്കണക്കിന് വർഷം മുമ്പ് വരണ്ടുപോയ ഒരു നദി തിരിച്ചുവന്നതിൽ ആരും അത്ഭുതം പ്രകടിപ്പിച്ചതായിപോലും കണ്ടില്ല. വാസ്തവത്തിൽ കുഴിച്ചെടുത്തപ്പോൾ അതിലൂടെ ഭൂഗർഭജലം കവിഞ്ഞൊഴുകലാണ് അവിടെ സംഭവിച്ചത്.

നരേന്ദ്രമോദിയുടെ ആമുഖത്തോടെ ഗുജറാത്ത് ഗവൺമെന്റ് പുറത്തിറക്കിയ ഒരു പാഠപുസ്തകത്തിൽ ജെ എൽ ബൈഡ് ടെലിവിഷൻ കണ്ടെത്തുന്നതിന് മുമ്പുതന്നെ ഇന്ത്യൻ മാമുനിമാർക്ക് അതിനെക്കാൾ നല്ല മറ്റൊരു സംവിധാനത്തിലൂടെ ദൂതനായുള്ളത് കാണാൻ കഴിഞ്ഞിരുന്നതായി അവകാശപ്പെട്ടിട്ടുണ്ട്. ഇന്ത്യൻ എക്സ്പ്രസിൽ ആ പാഠപുസ്തകത്തെ കുറിച്ചു വന്ന വാർത്തയിൽ പറയുന്നു. "ദിവ്യ ദൃഷ്ടിയിലൂടെ

കാണുന്നതിന് ഇന്ത്യയിലെ ഋഷിമാർ യോഗവിദ്യയെ ഉപയോഗിച്ചിരുന്നു. ടെലിവിഷൻ കണ്ടെത്തുന്നതിന് മുമ്പായിരുന്നു ഇതെന്നതിൽ സംശയ മില്ല."

ഗവൺമെന്റിന് ശാസ്ത്രീയാവബോധമില്ലെന്നതിനാൽ എല്ലാവർക്കും വിചിത്രമായ അവകാശവാദമുന്നയിക്കുന്നതിന് കഴിയുന്നുവെന്ന് മാനസിക വേദനയോടെ പ്രൊഫ. ജയന്ത് നാർലികർ പറയുന്നു.

> കഴിഞ്ഞ കാലത്ത് നമ്മുടെ ശാസ്ത്രജ്ഞർ കണ്ടെത്തിയ തിന്റെയൊക്കെ വിശ്വാസ്യത തകർക്കാൻ മാത്രമേ ഈ തരത്തി ലുള്ള തെളിവില്ലാത്ത അവകാശവാദങ്ങൾ ഉപകരിക്കൂ. ഇന്ത്യ ക്കാർക്ക് കണക്കിൽ ഉണ്ടായിരുന്ന വിജ്ഞാനത്തെ പാശ്ചാത്യ ലോകംപോലും അംഗീകരിക്കുന്നുണ്ട്. നമ്മൾ ഇങ്ങനെ വിചിത്ര മായ അവകാശവാദങ്ങൾ ഉന്നയിച്ചാൽ ശാസ്ത്രലോകം നമ്മെ ഇന്ന് കാണുന്നതു പോലെയാവില്ല. നോക്കിക്കാണുക.

ശാസ്ത്രജ്ഞരെ അവഹേളിക്കലും സ്ഥാപനങ്ങൾക്ക് തലവന്മാരില്ലാതാവലും സാധാരണമായിരിക്കുന്നു

നെഹ്റു പറഞ്ഞിട്ടുണ്ട്: "നമുക്കിന്ന് ശാസ്ത്രത്തെ അവഗണിക്കാ നാവില്ല. ഓരോ സമയത്തും നമുക്ക് അതിന്റെ സഹായമാവശ്യമായി വരും. ഭാവി ശാസ്ത്രത്തിലും അതുമായി സൗഹാർദ്ദമുണ്ടാക്കുന്നവരിലുമായി രിക്കും. ഈ ഭാവി മുൻകൂട്ടി കണ്ടത് നെഹ്റു മാത്രമായിരുന്നില്ല. സർ സി വി രാമൻ, എസ് എസ് ഭട്നഗർ, എം എൻ ഷാ, ഹോമി ഭാഭ തുടങ്ങി നിരവധിപേർ, വാസ്തവത്തിൽ മഹാന്മാരായ ശാസ്ത്രജ്ഞന്മാരുടെ ആകാശഗംഗതന്നെ സ്വപ്നം കണ്ടത് ശാസ്ത്രീയമായി വികസിച്ചതും സാങ്കേതികമായി സ്വയംപര്യാപ്തമായതുമായ ഒരു ഇന്ത്യയെയായിരുന്നു. രാഷ്ട്രീയനേതൃത്വവും ശാസ്ത്രജ്ഞരുടെ ഈ സ്വപ്നത്തോട് പ്രതിബ ദ്ധതയുള്ളവർ തന്നെയായിരുന്നു. 1965 ഏപ്രിൽ 3 ന് കേന്ദ്രവിദ്യാഭ്യാസ വകുപ്പുമന്ത്രിയായിരുന്ന എം സി ഛഗ്ല പറഞ്ഞത് അദ്ദേഹം നമ്മുടെ ശാസ്ത്രജ്ഞരേയും സാങ്കേതിക വിദഗ്ദ്ധരേയും വിശ്വസിക്കാതെ എല്ലാ ത്തിനും പടിഞ്ഞാറന്മാരോടും മറ്റു രാജ്യക്കാരോടും അവരുടെ വിജ്ഞാനം കടം വാങ്ങിക്കാൻ വേണ്ടി നടക്കുന്നവരോട് അവജ്ഞയും അക്ഷമയും കാണിക്കുന്നവനായിരുന്നു താൻ എന്നാണ്.

അരനൂറ്റാണ്ടിലേറെ കാലം മുമ്പ് ബ്രിട്ടീഷ് സർക്കാർ നമുക്ക് സാമ്പ ത്തികമായി വരണ്ടതും സാമൂഹികമായി ജീർണ്ണിച്ചതും സാമുദായികമായി രക്തമൊലിപ്പിക്കുന്നതും ആയ ഒരു രാജ്യത്തെയാണ് നല്കിയത്. അന ന്തമായ ആവശ്യങ്ങൾ തൃപ്തിപ്പെടുത്താൻ വിഭവങ്ങൾ പരിമിതമായിരുന്നു. തെരഞ്ഞെടുക്കൽ ഏറെ ബുദ്ധിമുട്ടുണ്ടാക്കുന്നതുമായിരുന്നു. ശാസ്ത്രീ യാവബോധമുള്ള ഒരു ഇന്ത്യ കെട്ടിപ്പടുക്കുന്നതിനായുള്ള പ്രതിബദ്ധത

രാജ്യമെമ്പാടും ശാസ്ത്രീയ സ്ഥാപനങ്ങൾ കെട്ടിപ്പടുക്കുന്നതിലേക്ക് നയിച്ചു. ഇത്തരത്തിലുള്ള സ്ഥാപനങ്ങളിൽ നിരവധിയെണ്ണം കഴിഞ്ഞ 60 വർഷക്കാലത്തിനിടയിൽ നന്നായി പ്രവർത്തിക്കുകയും ശാസ്ത്രീയ വിജ്ഞാനോല്പാദനത്തിലും സാങ്കേതികമികവിലും ഇന്ത്യയെ മുൻപന്തിയിലെത്തിക്കുകയും ചെയ്തുവെന്നതിന് നെഹ്റുവിനെപ്പോലുള്ള രാഷ്ട്രമീമാംസ വിദഗ്ദ്ധർക്കും പണ്ഡിതന്മാർക്കും അവരുടെ കാഴ്ചപ്പാടിനും നന്ദി രേഖപ്പെടുത്താം.

തുടർച്ചയായി വന്ന ഗവൺമെന്റുകൾ ജി ഡി പിയുടെ 2 ശതമാനം ഗവേഷണത്തിനും വികസനത്തിനുമായി ചെലവഴിക്കുക എന്ന സ്വപ്നം സാക്ഷാൽക്കരിക്കുന്നതിൽ വിജയിച്ചില്ലെങ്കിലും അവർ പുതിയ ശാസ്ത്ര സ്ഥാപനങ്ങൾ ഉണ്ടാക്കുകയും നിലവിലുള്ളതിനെ പിന്തുണക്കുകയും ചെയ്തു വന്നിരുന്നു. ജനതാഗവൺമെന്റും തൊട്ടുമുമ്പിലെ എൻ ഡി എ ഗവൺമെന്റും വരെ, ജ്യോതിഷത്തോട് ഒരു തരം ഭ്രാന്തമായ പ്രേമം ഉണ്ടായിരുന്നെങ്കിൽപ്പോലും, രാജ്യത്തെ ശാസ്ത്ര-സാങ്കേതികസ്ഥാപനങ്ങൾക്ക് ദോഷം വരുന്നതൊന്നും തന്നെ ചെയ്തിരുന്നില്ല.

കുറഞ്ഞ സമയത്തിനകം തന്നെ, അതായത് കഴിഞ്ഞ ഒരു വർഷക്കാലംകൊണ്ട് ഇപ്പോഴത്തെ മോദി ഗവൺമെന്റ് മിക്കവാറും സ്ഥാപനങ്ങളെയൊക്കെത്തന്നെ തളർത്തിക്കളഞ്ഞിരിക്കുന്നു. രാഷ്ട്രീയ ഇടപെടൽ, ശാസ്ത്ര സ്ഥാപനങ്ങൾക്ക് തലവന്മാരെ നിശ്ചയിക്കാതിരിക്കൽ, ബജറ്റ് സംഖ്യ വെട്ടിക്കുറയ്ക്കലും മാറ്റിവയ്ക്കലും എന്നിവ രാജ്യത്തെ ശാസ്ത്രജ്ഞ സമൂഹത്തിനിടയിൽ വ്യാപകമായ തോതിൽ ആത്മവീര്യം ചോർത്തിക്കളയുന്നതിനിടയാക്കി. വിവിധ മാർഗ്ഗങ്ങളിൽ നിരവധി ശാസ്ത്രജ്ഞർ പരസ്യമായ അവഹേളനത്തിനിരയായി. വിഖ്യാത ശാസ്ത്രജ്ഞനായ പ്രൊഫ. എസ് ഡി ദാമോദരൻ സമകാലിക സംഭവങ്ങളിൽ വ്യാകുലത തോന്നിയതിനെ തുടർന്ന് ഒരു ലേഖനത്തിൽ ഇങ്ങനെ രേഖപ്പെടുത്തി. “വിഖ്യാതങ്ങളായ നിരവധി ശാസ്ത്രസാങ്കേതിക സ്ഥാപനങ്ങളിൽ പ്രസിദ്ധമായ ടി ഐ എഫ് ആർ ൽ അടക്കം കാര്യങ്ങൾ ശത്രുതാപരമായ രീതിയിലാണ് പൊയ്ക്കൊണ്ടിരിക്കുന്നത്. ഒരു മുൻനിര തിയററ്റിക്കൽ ഫിസിസിസ്റ്റും സ്ട്രിങ് സിദ്ധാന്തത്തിൽ പ്രത്യേക അവഗാഹം നേടിയ ആളുമായ പ്രൊഫസർ സന്ദീപ് പി ത്രിവേദിയെ ഇപ്പോഴത്തെ ഗവൺമെന്റ് കൈകാര്യം ചെയ്ത രീതിയിലുള്ള അമർഷം പ്രൊഫ. ദാമോദരൻ പ്രകടിപ്പിക്കുന്നുണ്ട്. പ്രൊഫസർ സി എൻ ആർ റാവുവും ഡോ. കസ്തൂരി രംഗനുമൊക്കെ ഉൾപ്പെടുന്ന ഒരു ഉന്നതാധികാരസമിതിയിൽ ടി ഐ എഫ് ആറിന്റെ ഡയറക്ടറായി അദ്ദേഹത്തെ നിയോഗിച്ചതാണ്. 2015 ജനുവരി 1 ന് അദ്ദേഹം ചാർജ്ജെടുത്തെങ്കിലും കമ്മിറ്റിയുടെ ശുപാർശ പ്രധാനമന്ത്രിയുടെ ഓഫീസ് അംഗീകരിക്കാത്തതിനാൽ അദ്ദേഹത്തിനെ അപകടകരമാം വിധം തൽസ്ഥാനത്തുനിന്ന് നീക്കം ചെയ്തു. ഇങ്ങനെയൊരു ഇടപെടൽ രാജ്യത്തെ ഒരു പ്രധാനപ്പെട്ട ഇൻസ്റ്റിറ്റ്യൂട്ടിനെ സംബന്ധിച്ചിടത്തോളം ചരിത്രത്തിൽ ഇത് ആദ്യമായാണ്. 2015 ഏപ്രിൽ 17 ന്റെ *ഫ്രണ്ട്*

ലൈനിൽ എഴുതിയ ദീർഘമായ ലേഖനത്തിൽ ഡോ. രാമചന്ദ്രൻ ഇങ്ങനെ പറയുന്നു. “ടി ഐ എഫ് ആറിന്റെ പുതിയ ഡയറക്ടറുടെ നിയമനം തള്ളിയ കേന്ദ്രത്തിന്റെ നടപടി സൂചിപ്പിക്കുന്നത് ഇത്തരം സ്ഥാപനങ്ങളുടെ സ്വയംഭരണം അട്ടിമറിക്കുന്നതിനുള്ള രാഷ്ട്രീയവും ഉദ്യോഗസ്ഥ മേധാവിത്വപരവുമായ ഒരു ഇടങ്കോലിടലായി മാത്രമേ കാണാനാവൂ.”

ഇതൊരു ഒറ്റപ്പെട്ട സംഭവമല്ല. മോദി സർക്കാർ അധികാരമേറ്റെടുത്ത ഉടനെതന്നെ ശാസ്ത്രസമൂഹത്തിനെതിരായ ഈ ആക്രമണം ആരംഭിച്ചുകഴിഞ്ഞിരുന്നു. പുതിയ ഗവൺമെന്റിന്റെ വിജ്ഞാനവിരുദ്ധവും ബൗദ്ധിക വിരുദ്ധവുമായ നിലപാട് വിജയകരമായ ചൊവ്വാ പര്യവേക്ഷണ ഉപഗ്രഹ വിക്ഷേപണം രാജ്യമൊട്ടാകെ ആഘോഷിച്ച സമയത്തുതന്നെ വ്യക്തമായിരുന്നു. ഐ എസ് ആർ ഒയുടെ ചെയർമാനായ ഡോ. രാധാകൃഷ്ണനെയോ, ഈ വിക്ഷേപണ വിജയത്തിന് ഉത്തരവാദികളായ ശാസ്ത്രജ്ഞരെയോ ഒന്നുംതന്നെ മാധ്യമങ്ങളോട് സംസാരിക്കുവാൻ അനുവദിച്ചില്ല. ഈ മൊത്തം സംഭവത്തെ തന്നെ ഒരു മോദി വിപണന ഏർപ്പാടാക്കി മാറ്റുകയും ഈ വിക്ഷേപണ വിജയത്തിന് ഉത്തരവാദികളായവരെയാകെ പൂർണ്ണമായി തമസ്കരിക്കുകയും ചെയ്തു.

പ്രധാനമന്ത്രിയുടെ നേതൃത്വം പിന്തുടർന്നുകൊണ്ട് 12-ാം ക്ലാസ് മാത്രം വിജയിച്ചിട്ടുള്ള മാനവവിഭവ ശേഷി വികസന വകുപ്പുമന്ത്രിയായ സ്മൃതി ഇറാനി വൈസ് ചാൻസലർമാർ, ശാസ്ത്രജ്ഞർ, പ്രൊഫസർമാർ ബുദ്ധിജീവികൾ എന്നിവരെയൊക്കെത്തന്നെ തന്റെ മന്ത്രിപദവിയുടെ കുറഞ്ഞ കാലയളവിൽ തന്നെ ആവർത്തിച്ച് അധിക്ഷേപിച്ചുകൊണ്ടിരുന്നു. ഡൽഹി ഐ ഐ ടി പോലുള്ള അഭിമാനസ്തംഭങ്ങളായ സ്ഥാപനങ്ങൾ പോലും അവരുടെ ഇടപെടലിനെ ചെറുക്കാൻ ഡയറക്ടറായ ആർ ഷെവ്ഗോങ്കർ തയ്യാറായെന്നതിനാൽ ഉഗ്രകോപത്തിനിരയായി. ആർ എസ് എസ് മാർഗ്ഗനിർദ്ദേശം നല്കുന്ന മാനവവിഭവ ശേഷി വികസന വകുപ്പുമന്ത്രിയുടെ ആവർത്തിച്ചുള്ള അപമാനത്തിന് വിധേയനായ അദ്ദേഹമിപ്പോൾ എതിർത്തു നില്ക്കാൻ തയ്യാറാവാതെ രാജിവയ്ക്കാൻ തീരുമാനിച്ചിരിക്കുകയാണ്. റിപ്പോർട്ടുകളിൽ പറയുന്നത് വൻതുക സുബ്രഹ്മണ്യൻ സ്വാമിക്ക് കൊടുക്കാനും ക്രിക്കറ്റ് അക്കാദമിക് സ്ഥലം കൊടുക്കാനും ഐ ഐ ടി ഡൽഹി തയ്യാറാവണമെന്നാണ് മന്ത്രി ആവശ്യപ്പെടുന്നത് എന്നാണ്.

സംസ്കാരശൂന്യമായ ഈ പെരുമാറ്റത്തിന് യാതൊരു പരിധിയുമില്ല. രാജ്യത്തെ ഏറ്റവും ബഹുമാന്യനായ ആണവ ശാസ്ത്രജ്ഞനായ ഡോ. അനിൽ കാകോദ്കർ ഈ ഐ ഐ ടി സംഭവത്തിന് ശേഷം ഐ ഐ ടി ഡയറക്ടർമാരെ തെരഞ്ഞെടുക്കുന്നതിനുള്ള സമിതിയുടെ അദ്ധ്യക്ഷ സ്ഥാനത്തുനിന്ന് രാജിനല്കി. സംസ്കാര സമ്പന്നനായ ഡോ. കാകോദ്കർ അവരുടെ സ്വഭാവത്തെക്കുറിച്ച് വെളിപ്പെടുത്താൻ തയ്യാറായില്ലെങ്കിലും ചട്ടങ്ങൾക്കും നിബന്ധനകൾക്കും വിരുദ്ധമായി തിടുക്കത്തിൽ ഡയറക്ടറെ നിയമിക്കാൻ മാനവവിഭവശേഷി മന്ത്രാലയം ആവ

ശ്യപ്പെട്ടതിനോട് കലഹിച്ചാണ് ഈ രാജിയെന്ന കാര്യം വ്യക്തമാണ്. ഇങ്ങനെ നിയമിക്കണമെന്നാവശ്യപ്പെട്ടവർക്ക് ആർ എസ് എസ് അനുഭാവമുണ്ടെന്നതല്ലാതെ അക്കാദമികമായ ഗുണങ്ങളൊന്നും തന്നെ ഉണ്ടാവാനിടയില്ല.

എല്ലായ്പ്പോഴും ഒരു വിശുദ്ധ പശുവായി പരിഗണിക്കപ്പെടുകയും മാധ്യമ വിവാദങ്ങളിൽനിന്ന് വിട്ടുനില്ക്കുകയും ചെയ്തിരുന്ന ഡി ആർ ഡി ഒ പോലും ഒഴിവാക്കപ്പെട്ടില്ല. ഇന്ത്യയുടെ പ്രതിരോധ ഗവേഷണത്തിനും വികസനത്തിനുമുള്ള സംഘടന (ഡി ആർ ഡി ഒ)യുടെ ഡയറക്ടർ ജനറലും പ്രതിരോധമന്ത്രിയുടെ ശാസ്ത്രവിഭാഗം ഉപദേശകനുമായ ഡോ. അവിനാഷ് ചന്ദറിനെ തന്റെ കാലാവധി അവസാനിക്കാൻ പതിനാറുമാസം ബാക്കിയുള്ളപ്പോഴാണ് അപമാനിച്ച് പിരിച്ചയച്ചത്. അഗ്നി മിസൈലിന്റെ രൂപീകരണത്തിന് പിന്നിൽ പ്രവർത്തിച്ച ഡോ. ചന്ദ്ര തന്റെ സംഭാവനകളാൽ ഡി ആർ ഡി ഒയ്ക്ക് അകത്തും പുറത്തും ബഹുമാനിക്കപ്പെടുന്ന ഒരു വ്യക്തിയാണ്.

മേധാവികളില്ലാത്ത സ്ഥാപനങ്ങൾ- ഗണപതി മാതൃകയിലുള്ള വെട്ടി ഒട്ടിക്കലുകൾ കാത്തിരിക്കുന്നു

ഇന്ത്യയിലെ ഏറ്റവും വലിയ ഗവേഷണവികസന സ്ഥാപനമായ ശാസ്ത്രീയവും വ്യാവസായികവുമായ ഗവേഷണത്തിനുള്ള കൗൺസിലിന് 2014 ജനുവരി മുതൽ സ്ഥിരമായ ഒരു ഡയറക്ടർ ജനറൽ ഇല്ലെന്നാണ് ഡോ. രാമചന്ദ്രൻ *ഫ്രണ്ട് ലൈനിൽ* എഴുതിയിരിക്കുന്നത്. മോദി ഗവൺമെന്റ് അധികാരത്തിൽ വന്നതിനുശേഷം രണ്ട് ഡയറക്ടർ ജനറൽമാരെ താല്ക്കാലികാടിസ്ഥാനത്തിൽ നിയമിക്കുകയുണ്ടായി. എന്നിട്ടും രാജ്യത്തെ ഏറ്റവും പഴക്കം ചെന്ന ശാസ്ത്രസ്ഥാപനത്തിന് ഒരു സ്ഥിരം ഡയറക്ടർ ജനറലിനെ കണ്ടെത്താൻ അവർക്ക് കഴിഞ്ഞില്ല. സി എസ് ഐ ആറിനു കീഴിൽ രാജ്യത്തൊട്ടാകെയായി 38 പരീക്ഷണശാലകളുണ്ട്. എന്നാൽ ശാസ്ത്ര സാങ്കേതിക മന്ത്രാലയം ഡയറക്ടർമാരെ നിയമിക്കാൻ തയ്യാറായിട്ടില്ലെന്നതിനാൽ അവയിൽ പകുതിയോളമെണ്ണത്തിനും തലവന്മാരില്ല. സി എസ് ഐ ആറിൽ ഉദ്യോഗക്കയറ്റവും നിയമനവും നിർത്തിവെച്ചിരിക്കുകയാണ്. ഈ കൗൺസിലിന്റെ യഥാർത്ഥത്തിലുള്ള പ്രസിഡന്റ് രാജ്യത്തിന്റെ പ്രധാനമന്ത്രിയാണെന്ന കാര്യം ഓർത്തിരിക്കേണ്ടതുണ്ട്.

ബംഗളൂരുവിലെ ജവഹർലാൽ നെഹ്റു സെന്റർ ഫോൺ അഡ്വാൻസ്ഡ് സയന്റിഫിക് റിസർച്ചിന്റെ (ജെ എൻ സി എ എസ് ആർ) തലവനെ (ഡയറക്ടർ എന്നല്ല പ്രസിഡന്റെന്നാണ് വിളിക്കുക) തിരഞ്ഞെടുക്കുന്ന കാര്യവും ഗവൺമെന്റ് ഇടപെടൽമൂലം ചീഞ്ഞുനാറുകയാണ്. ജെ എൻ സി എ എസ് ആർ ശാസ്ത്രസാങ്കേതിക വകുപ്പിന് കീഴിലുള്ള ഒരു ഇൻസ്റ്റിറ്റ്യൂട്ടാണ്. അതിന്റെ പ്രസിഡന്റിനെ തിരഞ്ഞെടുക്കുന്നതിന് ഒരു കമ്മിറ്റിയുണ്ട്. അവർ ചട്ടപ്രകാരം ഒരാളെ തിരഞ്ഞെടുത്തിട്ട് ഒന്നര

വർഷമായി. സർക്കാരിലേക്ക് ആ പേര് നിർദ്ദേശിച്ചിട്ട് 15 മാസമായി. എന്നാൽ മുമ്പത്തെ ഗവൺമെന്റ് ആ നിയമനം പുതിയ ഗവൺമെന്റിന് വിട്ടുകൊടുത്തു. എന്നാൽ പുതിയ ഗവൺമെന്റ് ആ തിരഞ്ഞെടുപ്പ് തള്ളിക്കളഞ്ഞു. ഇതിനെത്തുടർന്ന് ജെ എൻ സി എ എസ് ആർ പരസ്യമായി അപേക്ഷകളും നിർദ്ദേശങ്ങളും ക്ഷണിച്ചു. ഗവൺമെന്റ് പുതിയ ഒരു കമ്മിറ്റിയെ തിരഞ്ഞെടുപ്പ് നടത്തുന്നതിനായി നിയോഗിക്കുകയും ചെയ്തു. ഈ പുതിയ തിരഞ്ഞെടുപ്പുകൾ കമ്മിറ്റി പ്രയോഗിച്ചതിനും ഗവൺമെന്റിന്റെ അനുമതി വേണം. ഇപ്പോൾ ഇൻസ്റ്റിറ്റ്യൂട്ടിന് തലവന്റെ ചുമതല നിർവ്വഹിക്കുന്ന ഒരാൾ മാത്രമാണുള്ളത്.

വളരെ വിശദമായ ഒരു മുഖപ്രസംഗത്തിൽ *ഇന്ത്യൻ എക്സ്പ്രസ്* ഇങ്ങനെ എഴുതി. “കഴിഞ്ഞ എട്ടുമാസക്കാലമായി ഇന്ത്യൻ കാർഷിക ഗവേഷണ ഇൻസ്റ്റിറ്റ്യൂട്ടിന് ഒരു മുഴുവൻ സമയ ഡയറക്ടർ ഇല്ലെന്നത് ദൗർഭാഗ്യകരമാണ്. അറുപതുകളുടെ മദ്ധ്യത്തിൽ ഈ ഇൻസ്റ്റിറ്റ്യൂട്ടിൽ നിന്ന് ഉണ്ടാക്കി പുറത്തിറക്കിയ കല്യാൺ സോണ, സോണാലിക എന്നീ പേരുകളിലുള്ള അത്യുല്പാദന ഗോതമ്പിനങ്ങളാണ് ഇന്ത്യയെ ഹരിത വിപ്ലവത്തിലേക്ക് നയിച്ചത്. ഈയടുത്ത കാലത്തുപോലും അത്യുന്നത ശേഷിയുള്ള പുസ 1121 നെല്ലും (3 ബില്യൺ ഡോളറിന്റെ കയറ്റുമതി നേട്ടമാണിത് ഉണ്ടാക്കിയത്), എച്ച് ഡി 2967 ഗോതമ്പും (ഈ വർഷം 8 ദശലക്ഷം ഹെക്ടറിലാണത് കൃഷിചെയ്തത്) ഇവരാണ് വികസിപ്പിച്ചെടുത്തത്. ഇന്ത്യൻ കാർഷികരംഗത്ത് ഇന്ന് കാലാവസ്ഥാ വ്യതിയാനം, ഭൂമി-ജല ദൗർലഭ്യം, താങ്ങുവില നല്കുന്നതിന് ഉണ്ടാകുന്ന പരിമിതസാദ്ധ്യത തുടങ്ങിയ പ്രശ്നങ്ങൾ അനുഭവിച്ചു വരികയാണ്. അതിനാൽ പൊതു ഫണ്ടുപയോഗപ്പെടുത്തി ഗവേഷണ സ്ഥാപനങ്ങൾ വിളവ് വർദ്ധിപ്പിക്കുന്നതിനും ഉല്പാദന ചെലവു കുറയ്ക്കുന്നതിനുമുള്ള സാദ്ധ്യതകൾ കണ്ടെത്തേണ്ടത് അത്യന്താപേക്ഷിതമായിരിക്കുന്നു. ഇത്തരമൊരവസ്ഥയിൽ ഇന്ത്യൻ കാർഷികഗവേഷണ ഇൻസ്റ്റിറ്റ്യൂട്ട് പോലൊരു സ്ഥാപനത്തിന് തലവനില്ലാതിരിക്കുന്നത് അത്ഭുതകരമായ ഒരു സംഗതിയാണ്. അതിലേറെ മോശമായ കാര്യം ഈ നിയമനത്തിനായി പരസ്യം കൊടുത്ത് ഇന്റർവ്യൂവിനായി എട്ടുമാസക്കാലമായിട്ടും “യോജിച്ച” ഒരു ഡയറക്ടറെ കണ്ടെത്താനായില്ല എന്നതാണ്.

2015 മാർച്ച് 22 ന്റെ *ടൈംസ് ഓഫ് ഇന്ത്യ* ഇന്ത്യയിലെ ബയോമെഡിക്കൽ ഗവേഷണത്തിനുള്ള അത്യുന്നത സമിതിയായ, ഐ സി എം ആറിനും തലവനില്ലാതായിരിക്കുന്നു എന്നും അതിനുകീഴിൽ 32 ഗവേഷണ കേന്ദ്രങ്ങളുണ്ടെന്നും റിപ്പോർട്ടു ചെയ്തിരുന്നു. ഇന്ത്യൻ കൗൺസിൽ ഫോർ മെഡിക്കൽ റിസർച്ചിന്റെ മുമ്പത്തെ ഡയറക്ടർ ജനറലായ വി എം കൊടോക് 2015 മാർച്ചിൽ റിട്ടയർ ചെയ്തിരുന്നു. കൗൺസിലിന് ഇപ്പോഴും ഒരു സ്ഥിരമായ ഡയറക്ടർ ജനറലിനെ കണ്ടെത്താനായിട്ടില്ല.

സുബുദ്ധികൾ ശബ്ദമുണ്ടാക്കി ചെങ്കൊടി കാണിക്കുന്നുണ്ടെങ്കിലും ഗവൺമെന്റ് തല ചലിപ്പിക്കാൻ തയ്യാറായിട്ടില്ല. കൂടുതലാളുകളും കരുതുന്നത് അനുഭവജ്ഞാനമില്ലാത്തവരാണ് ഭരണം നടത്തുന്നതെന്നാണ്; അവർക്ക് പെട്ടെന്നുതന്നെ ബോധോദയമുണ്ടാവുമെന്ന് കരുതുകയും ചെയ്യുന്നു. അങ്ങനെ അവർ രാജ്യത്തിന്റെ ശാസ്ത്ര സാങ്കേതികരംഗത്ത് ശ്രദ്ധപതിപ്പിക്കുമെന്നും കരുതുന്നു. എന്നാൽ കഴിഞ്ഞ ഒരു വർഷത്തെ അനുഭവം കാണിക്കുന്നത് ശാസ്ത്ര-സാങ്കേതികരംഗത്തെ പശ്ചാത്തല സൗകര്യങ്ങളെ ഞെക്കിക്കൊല്ലുക എന്നത് മോദി സർക്കാരിന്റെ നിശ്ചയിച്ചുറപ്പിച്ച ഒരു നയംതന്നെയാണെന്നാണ്. ഇന്ത്യൻ ശാസ്ത്രരംഗത്തെ കൊലപ്പെടുത്തുന്നതുകൊണ്ട് നേട്ടമുണ്ടാവുക കോർപ്പറേറ്റ് മേഖലയ്ക്കും ബഹുരാഷ്ട്രകമ്പനികൾക്കുമാണ്. കഴിഞ്ഞ 60 വർഷക്കാലംകൊണ്ട് പണിതുയർത്തിയത് അഞ്ചുവർഷക്കാലംകൊണ്ട് നശിപ്പിക്കാനാവുമെന്ന് സർക്കാരിനറിയാം. ഇതിന്റെ പ്രത്യാഘാതം ബോദ്ധ്യപ്പെടുന്നതിന് ദശകങ്ങളെടുക്കുകയും ചെയ്യും. "ഇന്ന് ശാസ്ത്രത്തെ അവഗണിക്കാൻ ആർക്കാണ് കഴിയുക?" എന്നാണ് നെഹ്റു ചോദിച്ചതെങ്കിൽ നെഹ്റുവിന് തെറ്റുപറ്റിയിരിക്കുന്നുവെന്നാണ് മോദി സർക്കാർ തെളിയിച്ചുകൊണ്ടിരിക്കുന്നത്.

സാമ്പത്തികമായി തകർക്കുന്നു

2014-2015 സാമ്പത്തിക വർഷത്തെ അവസാനത്തെ മൂന്നുമാസക്കാലത്താണ് മോദി സർക്കാർ അധികാരത്തിൽ വന്നത്. ഇന്ത്യൻ ശാസ്ത്രരംഗത്തിനെ സംബന്ധിച്ചിടത്തോളം സ്വാതന്ത്ര്യാനന്തരകാലത്തുണ്ടായ ഏറ്റവും മോശം കാലഘട്ടമായിരുന്നു അത്. സർക്കാർ ബജറ്റിൽ ഭേദഗതി വരുത്തി. അത് ശാസ്ത്രസമൂഹത്തിലും വകുപ്പുകളിലും പരിഭ്രാന്തി പരത്തി. ബജറ്റ് നീക്കിവയ്പ്പിൽ വരുത്തിയ മാറ്റം വലിയതോതിലുള്ളതായിരുന്നു. ആറ്റമിക ഊർജ്ജത്തിനുള്ള ബജറ്റ് വിഹിതം 12 ശതമാനവും എർത്ത് സയൻസ് മന്ത്രാലയത്തിന്റേത് 21.3 ശതമാനവും പാരമ്പര്യ-പാരമ്പ്യേതര ഊർജ്ജമന്ത്രാലയത്തിന്റേതിൽ 42 ശതമാനവും ചൊവ്വയിലേക്ക് വിജയകരമായി വിക്ഷേപണം നടത്തിയ ശൂന്യാകാശവകുപ്പിന് 20 ശതമാനവും വിഹിതമാണ് കുറച്ചത്. രാജ്യത്തിന് ഹരിതവിപ്ലവവും ഭക്ഷ്യസുരക്ഷയും സമ്മാനിച്ച കാർഷിക ഗവേഷണത്തിനും പഠനത്തിനുമുള്ള വകുപ്പിൽ 21 ശതമാനം കുറവാണ് വരുത്തിയത്. പ്രതിരോധ ഗവേഷണത്തിനും വികസനത്തിനുമൊഴികെ മറ്റെല്ലാ ശാസ്ത്രവകുപ്പുകൾക്കും ഇതേ വിധി തന്നെയാണു സംഭവിച്ചത്. താഴെ കൊടുത്തിട്ടുള്ള പട്ടികയിൽ കൊടുത്തിട്ടുള്ള കണക്കിൽ ദേശീയ വിലക്കയറ്റനിരക്ക് കണക്കിലെടുത്തിട്ടില്ല. അതുകൂടെ കണക്കിലെടുത്താൽ കമ്മികൂടുകയും സ്ഥിതി ഇതിനേക്കാൾ ഗുരുതരമായി തീരുകയും ചെയ്യും.

ബജറ്റ് വിഹിതത്തിൽ വരുത്തിയ ഈ കുറവ് ശാസ്ത്രസമൂഹത്തിനിടയിൽ വലിയ ഉൽക്കണ്ഠയാണുളവാക്കിയത്. അത് വ്യാപകവും സർവ്വതല സ്പർശിയുമായിരുന്നു. ദേശീയ പ്രാധാന്യമുള്ള നിരവധി പദ്ധതി

ബജറ്റ് നീക്കിവെപ്പുകൾ
(ദശലക്ഷം രൂപ കണക്കിൽ)

	2014 - 15	2014-15 പുതുക്കിയത്	ശതമാനം കുറവ്/ കൂടുതൽ	2015-16
ആറ്റമിക് എനർജി വകുപ്പ്	87,370	77,000	-11.8	92,000
പ്രതിരോധ ഗവേഷണം + വികസനം	59,847	62,997	+5.2	65,701
എർത്ത് സയൻസ് മന്ത്രാലയം	16,990	13,365	-21.3	16,197
പുതിയതും പുതുക്കാവുന്നതുമായ ഊർജ്ജ മന്ത്രാലയം	9,564	5,549	-41.9	3,032
ശാസ്ത്രസാങ്കേതിക വകുപ്പ്	35,440	28,980	-18.2	38,357
ശാസ്ത്രീയ വ്യാവസായിക ഗവേഷണ വകുപ്പ്	37,072	34,000	-8.2	40,310
ജൈവ സാങ്കേതിക വകുപ്പ്	15,172	14,172	-6.5	16,251
ശൂന്യാകാശ വകുപ്പ്	72,380	58,260	-19.5	73,880
ആരോഗ്യ ഗവേഷണ വകുപ്പ്	10,177	9,320	-8.4	10,181
കാർഷിക ഗവേഷണ-വിദ്യാഭ്യാസ വകുപ്പ്	61,443	48,840	-20.5	63,200

മന്ത്രിസഭ അംഗീകരിച്ച ബജറ്റിൽ നിന്നെടുത്ത കണക്കുകൾ

കൾ നിർത്തിവയ്ക്കുകയോ, കാലതാമസം വരികയോ, വേണ്ടെന്ന് വയ്ക്കുകയോ ചെയ്തു. പട്ടികപ്പെടുത്തി വച്ചിരുന്ന പുതിയ പദ്ധതികൾ അലമാരയിലായി. അന്താരാഷ്ട്ര സഹകരണത്തോടെ ഇന്ത്യയിൽ നിന്ന് ഗ്രാന്റുകൾ മാത്രം കൊടുക്കേണ്ടിയിരുന്ന പദ്ധതികൾ മാറ്റിവയ്ക്കപ്പെടുകയും അത് രാജ്യത്തിന് തന്നെ മോശം വരുത്തുകയും ചെയ്തു. പരിശീലനം സിദ്ധിച്ച ആയിരക്കണക്കിന് ജീവനക്കാർ സ്ഥാപനങ്ങളിൽനിന്ന് പുറത്തായി. അവരുടെ സേവനം എന്നെന്നേക്കുമായി നഷ്ടപ്പെട്ടു. അവരെ സ്ഥിരമായി ഉപയോഗപ്പെടുത്തിയാലുണ്ടാവുന്ന നേട്ടം ഉണ്ടാക്കാനായില്ല.

2015-16 ന്റെ ചിത്രവും അന്ധകാരാവൃതമാണ്. നീക്കിവച്ചിട്ടുള്ളതിൽ വർദ്ധനവായി കാണിച്ചിട്ടുള്ളത് തന്നെ യഥാർത്ഥത്തിൽ കുറവു വന്നിട്ടുള്ളതാണ്. വിലക്കയറ്റനിരക്ക് 8 ശതമാനമായതിനാൽ എല്ലാ വകുപ്പുകൾക്കും നീക്കിവച്ചിട്ടുള്ള പണം യഥാർത്ഥത്തിൽ കുറവാണ്. ഏറ്റവും ദൗർഭാഗ്യകരമായത് പാരമ്പര്യ പാരമ്പര്യേതര ഊർജ്ജവകുപ്പിന്റേതാണ്. കഴിഞ്ഞ വർഷത്തേതിന്റെ മൂന്നിലൊന്നു മാത്രമാണ് അവർക്കായി നീക്കി

വച്ചിട്ടുള്ളത്. ഇക്കാര്യത്തിൽ മോദി സർക്കാർ കാണിക്കുന്ന ഇരട്ടത്താപ്പ് വളരെ വ്യക്തമാണ്. ഒരു ഭാഗത്ത് മന്ത്രിമാർ ലോകമാകെ ചുറ്റിനടന്ന് പാരമ്പര്യവും പാരമ്പര്യേതരവുമായ ഊർജ്ജസ്രോതസ്സുകളെ സംബന്ധിച്ച് പ്രാധാന്യത്തോടെ സംസാരിക്കുകയും മറുഭാഗത്ത് ഈ രംഗത്തെ പ്രധാനപ്പെട്ട പ്രോജക്ടുകൾ ഒക്കെത്തന്നെ പൂട്ടിപ്പോകാവുന്ന വിധത്തിൽ ഗവേഷണത്തിനുള്ള സംഖ്യ വെട്ടിക്കുറയ്ക്കുകയും ചെയ്യുന്നു. വിദഗ്ദ്ധർ പറയുന്നത് ബജറ്റ് നീക്കിവയ്പ്പിൽ വരുത്തിയിട്ടുള്ള വർദ്ധനവ് താഴെപ്പറയുന്ന കാര്യങ്ങളടക്കം വിലയിരുത്തിക്കൊണ്ടായിരിക്കണം എന്നാണ്.

* ഗവേഷണം ഉയർന്ന ഗുണനിലവാരം പുലർത്തേണ്ടതിന്റെ ആവശ്യകതയും ആഗ്രഹവും
* ഐ ഐ ടികൾ പോലുള്ള ഉയർന്ന ഗുണനിലവാരമുള്ള കേന്ദ്രങ്ങൾ സ്ഥാപിക്കുന്നതിന് ആവശ്യമായ ഫണ്ട്
* ആഗോളതലത്തിൽ മത്സരക്ഷമമായ ഉയർന്ന നിലവാരമുള്ള ഗവേഷണം
* ഒപ്പം ദേശീയ വിലനിലവാരവർദ്ധന

അംഗീകരിക്കപ്പെട്ട മാനദണ്ഡങ്ങൾ പരിഗണിക്കാതെ ശാസ്ത്ര സാങ്കേതികരംഗത്ത് ചെലവു ചുരുക്കുന്നത് ദൂരവ്യാപകമായ പ്രത്യാഘാതങ്ങൾ ഉളവാക്കും. ശാസ്ത്രം എന്നത് ഇടയ്ക്ക് നിർത്തിവച്ച് പിന്നീട് തുടരാവുന്ന ഒന്നല്ല. അതിന് വർഷങ്ങളുടെ പരിശീലനത്തിലൂടെ വളർത്തിയെടുത്ത അദ്ധ്വാനശേഷിയുടെ നൈരന്തര്യം നിലനിർത്താനാവണം. എങ്കിൽ മാത്രമേ അന്തർദ്ദേശീയ ശാസ്ത്ര സമൂഹം നിങ്ങളെ ഗൗരവത്തോടെ കണക്കിലെടുക്കുകയുള്ളൂ. നമുക്ക് ശാസ്ത്രത്തെയും ശാസ്ത്ര രംഗത്തെ സ്ഥാപനങ്ങളെയും സംരക്ഷിക്കാനാവണം. അടുത്തതും അകന്നതുമായ ഭാവിയെ സന്ദിഗ്ദ്ധാവസ്ഥയിലാക്കാനാവില്ല.

പട്ടിക

ആറ്റമിക് എനർജി വകുപ്പ്
പ്രതിരോധ ഗവേഷണവും വികസനവും
എർത്ത് സയൻസ് വകുപ്പ്
റിന്യൂവെബിൾ എനർജി വകുപ്പ്
ശാസ്ത്ര-സാങ്കേതിക വകുപ്പ്
ശാസ്ത്രീയവും വ്യാവസായികവുമായ ഗവേഷണം
ബയോടെക്നോളജി വകുപ്പ്
ശൂന്യാകാശ വകുപ്പ്
ആരോഗ്യ ഗവേഷണ വകുപ്പ്
കാർഷിക-വിദ്യാഭ്യാസഗവേഷണ വകുപ്പ്

മന്ത്രാലയം അംഗീകരിച്ചു ബജറ്റിലെ കണക്കുകൾ

ഈ പട്ടികയിൽ കൊടുത്തിട്ടുള്ളത് വിവിധ ശാസ്ത്രവകുപ്പുകൾക്ക് 2014-15 ൽ വകയിരുത്തിയ സംഖ്യയും അർദ്ധവാർഷിക ബജറ്റ് ഭേദഗതി

യിൽ ഗവൺമെന്റ് വരുത്തിയിട്ടുള്ള മാറ്റങ്ങളുമാണ്. ഡി ആർ ഡി ഒ 5.2 ശതമാനം വർദ്ധനവ് വരുത്തിയതൊഴികെ എല്ലാ ശാസ്ത്രവകുപ്പുകളുടെയും വകയിരുത്തൽ 8.2 ശതമാനം (ഡി എസ് ഐ ആർ) മുതൽ ഉയർന്ന 41.9 ശതമാനം (എം എൻ ആർ ഇ) വരെ വെട്ടിക്കുറച്ചിട്ടുണ്ട്. എല്ലാ വർഷവും സ്വാഭാവികമായി 14-15 ശതമാനം സ്വാഭാവികമായി വർദ്ധനവുവരുത്തണമെന്നിരിക്കെ 2015-16 ബജറ്റിൽ നാമമാത്രമായ വർദ്ധനവു മാത്രമാണ് വരുത്തിയിരിക്കുന്നതെന്ന് കാണാനാവും.

സാങ്കേതിക മികവ് വർദ്ധിപ്പിക്കൽ

മോദി സർക്കാരിന്റെ മുൻനിര പദ്ധതികളിൽ ഒന്നാണ് 'ഇന്ത്യയിൽ നിർമ്മിക്കൽ'. ഈ സങ്കല്പനത്തിന്റെ സ്വഭാവവും ലക്ഷ്യവും നോക്കിയാൽ അത് ഇന്ത്യൻ സാങ്കേതിക മികവിന് കൊടുക്കുന്ന പദവി ഒരു 'കോംപ്രദോർ ബനിയ' സ്വഭാവത്തിലുള്ളതാണെന്ന് കാണാനാവും. ഇന്ത്യയിൽ നിർമ്മിക്കൽ ആഗ്രഹിക്കുന്നത് ഉല്പാദനത്തിൽ വർദ്ധനവുണ്ടാക്കലാണ്. അതാവട്ടെ വിദേശമുതലാളിമാരെ ക്ഷണിച്ചുകൊണ്ടാണ് നടപ്പാക്കാനുദ്ദേശിക്കുന്നത്. അത്തരത്തിലുള്ള ഒരു സാങ്കേതിക വിദ്യാ കൈമാറ്റം (അയവേറിയ വിദേശ പ്രത്യക്ഷ നിക്ഷേപമാർഗ്ഗങ്ങളിലൂടെ) തീർച്ചയായും 'മൂലധന കേന്ദ്രിത'വും അദ്ധ്വാനം ലാഭിക്കുന്നതുമായ സാങ്കേതിക വിദ്യകൾ ഉപയോഗപ്പെടുത്തിക്കൊണ്ടുള്ളതായിരിക്കും. വൻതോതിൽ തൊഴിലില്ലായ്മയോ/ ആവശ്യത്തിന് തൊഴിൽ ലഭ്യമല്ലായ്മയോ അനുഭവിക്കുന്ന നമ്മുടെ രാജ്യത്തിന് അത് ഗുണം ചെയ്യുമോ?

സർക്കാർ ഇപ്പോൾ തന്നെ കോൺഗ്രസ് ഭരണകാലത്തെ 'അനുകരണ' സാങ്കേതിക വിദ്യാ പകരം വയ്ക്കൽ നയം വലിച്ചെറിഞ്ഞുകഴിഞ്ഞു. ഇപ്പോഴത്, തുടങ്ങുന്നതിന് മുമ്പുതന്നെ സാങ്കേതിക മികവ് ഉണ്ടാക്കുന്നതിനുള്ള മത്സരാധിഷ്ഠിത കാഴ്ചപ്പാടുപോലും ഉപേക്ഷിച്ചിരിക്കുകയാണെന്നാണ് കാണുന്നത്. നമ്മുടെ ഋഷിമാർ മുമ്പേതന്നെ എല്ലാം കണ്ടെത്തുകയും കണ്ടുപിടിക്കുകയും ചെയ്തിട്ടുണ്ടെന്നവകാശപ്പെടുന്ന ഒരു സർക്കാരിന് പുതിയത് കണ്ടുപിടിക്കുന്നതിൽ എന്ത് താല്പര്യമാണുണ്ടാവുക!

2014-15 വർഷത്തിലുണ്ടായ നിയമ രംഗത്തെ സംഭവഗതികളെ കുറിച്ചുള്ള വിമർശനാത്മക വിലയിരുത്തൽ

കൃതി ശർമ്മ

ഒരു രാജ്യത്തെ ജനങ്ങളോട് വിശിഷ്യാ ആദിവാസികൾ ലിംഗപരമോ, മതപരമോ ആയ ന്യൂനപക്ഷങ്ങൾ, സ്ത്രീകൾ, ദളിതർ എന്നിവരോടുള്ള പ്രതിബദ്ധതയാണ് ഒരു ഗവൺമെന്റിന്റെ ശരിയായ പരീക്ഷണശാല. തിരഞ്ഞെടുപ്പു പനി പിടിക്കുമ്പോൾ നല്കുന്ന ദാനധർമ്മങ്ങളുടെ രാഷ്ട്രീയമല്ല ഇവിടെ പറയുന്നത്. രാജ്യത്തെ കീഴാള ജനതയ്ക്ക് അന്തസ്സായ ജീവിതവും തുല്യതയും ഉറപ്പാക്കാനുള്ള കഴിവിനെ കുറിച്ചാണ് പറഞ്ഞത്. ഈ വർഷത്തെ ഏറ്റവും വിവാദപരമായ നിയമം '2015 ലെ ഭൂമി ഏറ്റെടുക്കൽ, പുനരധിവാസം, മാറ്റിപ്പാർപ്പിക്കൽ, എന്നിവയിൽ നീതിപൂർവ്വമായ നഷ്ടപരിഹാരവും സുതാര്യതയും ഉറപ്പാക്കുന്നതിനുള്ള അവകാശം സംബന്ധിച്ച നിയമമാണ്. എന്തായാലും ആദിവാസികൾ, ചെറുകിട കർഷകർ, വനത്തിൽ താമസിക്കുന്നവർ എന്നിവരെ കൊള്ളയടിക്ക് ഇരയാക്കുന്നതാണ് അത്. ആദ്യത്തെ അടിയിൽ തന്നെ അത് ഭൂമിയും അതിലെ മനുഷ്യനും തമ്മിലുള്ള ബന്ധത്തെ ഇല്ലാതാക്കുന്നു. രണ്ടാമതായി ഇതിനാൽ ബാധിക്കപ്പെടുന്ന ആളുകൾക്ക് സമ്മതം നല്കാനും അഭിപ്രായം പറയാനുമുള്ള അവകാശം ഇല്ലാതാക്കുന്നു. മൂന്നാമതായി ഭൂമി ഏറ്റെടുക്കുന്നതിന്റെ ഭാഗമായി ഉണ്ടാവുന്ന സാമൂഹിക പ്രത്യാഘാത വിലയിരുത്തൽ നടത്താനോ അതിന്റെ പ്രത്യാഘാതത്തെ മനസ്സിലാക്കുവാനോ തയ്യാറാവുന്നില്ല. അങ്ങനെ അത് ദരിദ്രരുടെ ഭൂമി അതല്ലാത്തവർക്ക് പുനർവിതരണം ചെയ്യുന്നതിന് അനുവദിക്കുന്നു. ചില വിവാദാത്മകമായ പശ്ചാത്തല പദ്ധതികളിലും (സ്വകാര്യ-പൊതു പങ്കാളിത്തം) വ്യാവസായിക കോറിഡോറുകളിലുമാണത് (ഇരുവശത്തും ഒരു കി മി വീതിയിൽ സ്ഥലം ഏറ്റെടുക്കാം).

ഏറ്റവും ശ്രദ്ധേയമായ കാര്യം ജനങ്ങളുമായോ പാർലമെന്റിലോ ഒരു

ചർച്ചയോ സംവാദമോ സംഘടിപ്പിക്കുന്നതിന് പകരം ഇത്തരമൊരു നിയമം ഒരു ഓർഡിനൻസിലൂടെ കൊണ്ടുവരാനാണ് ഗവൺമെന്റ് ശ്രമിച്ചത് എന്നതാണ്. എൻ ഡി എ ഗവൺമെന്റ് അവരുടെ വ്യാപാര താല്പര്യനിയമങ്ങൾ പാസാക്കുന്നതിൽ കൂടുതൽ കൂടുതൽ അക്ഷമ കാണിക്കുകയാണ്. അവർ അതിനായി ഓർഡിനൻസുകളെയും മണിബില്ലുകളെയും ആശ്രയിക്കുന്നു. ഭരണഘടന ഉദ്ധരിച്ചുകൊണ്ട് പ്രസിഡന്റ് മുന്നറിയിപ്പു നല്കിയത്, "അസ്വാഭാവികമായ പരിതഃസ്ഥിതിയിൽ ഉള്ള ഒരു അസ്വാഭാവിക സ്ഥിതിവിശേഷത്തെ അഭിമുഖീകരിക്കുന്നതിനാണ്" ഓർഡിനൻസുകൾ എന്നാണ്. സാധാരണ നിയമനിർമ്മാണങ്ങൾക്കായി അത് ഉപയോഗപ്പെടുത്തരുതെന്നും പറഞ്ഞു. ഈ കാലഘട്ടത്തിന്റെ ആവശ്യകതയാണ് സാമ്പത്തികപരിഷ്കാരങ്ങൾ എന്നതിനാൽ പാർലമെന്ററി നടപടികൾ നടപ്പാക്കുന്നത് ആവശ്യമായ ആലോചനകൾ നടത്തിയിട്ടായിരിക്കണം. അതേസമയം തന്നെ 2014 ആഗസ്തിൽ മുഖ്യവിവരാവകാശ കമ്മീഷണറുടെയും 203 വിവരാവകാശ കമ്മീഷണർമാരുടെയും ഒഴിവുണ്ടായിട്ടും തൽസ്ഥാനത്ത് ആളെ നിയമിക്കുന്നതിൽ ഗവൺമെന്റ് യാതൊരു തിരക്കും കാണിക്കുന്നില്ല. ഇപ്പോൾ വിവരാവകാശ കമ്മീഷനിൽ നികത്താതെ കിടക്കുന്ന ഒഴിവുകൾ 47 ശതമാനമായിരിക്കുന്നു. 2005 ലെ വിവരാവകാശനിയമമനുസരിച്ച് ലക്ഷ്യങ്ങളെ തന്നെ അട്ടിമറിക്കുന്നതാണ് ഈ സ്ഥിതിവിശേഷം. ഇത് കണക്കിലെടുത്തുകൊണ്ട് ഡൽഹി ഹൈക്കോടതി ഏറ്റവും സീനിയറായ വിവരാവകാശ കമ്മീഷണറെ മുഖ്യവിവരാവകാശ കമ്മീഷണറായി പ്രവർത്തിക്കുന്നതിന് നിയോഗിച്ചു. എങ്കിൽ മാത്രമേ 2005 ലെ ആർ ടി ഐ നിയമത്തിന്റെ വകുപ്പ് 12(4) പ്രകാരം ഒരു കോടതിക്കു മുമ്പിൽ വിവരങ്ങൾ അവതരിപ്പിക്കാൻ ആ ഉദ്യോഗസ്ഥനു കഴിയും. പുകയില ഉപയോഗിക്കുന്നതിന്റെ അപകടം സംബന്ധിച്ച മുന്നറിയിപ്പു നല്കുന്ന പരസ്യവലിപ്പം 45 ശതമാനത്തിൽ നിന്ന് 85 ശതമാനമാക്കണമെന്ന ചട്ടം നടപ്പിലാക്കുന്നതും ഗവൺമെന്റ് അനന്തമായി നീട്ടിക്കൊണ്ടു പോവുകയാണ്.

ഈ ഗവൺമെന്റിലാണ് സ്വാതന്ത്ര്യാനന്തരം ഏറ്റവും കുറവ് (22) മുസ്ലീം എം പി മാർ ലോകസഭയിലുള്ളത്. അധികാരകൈമാറ്റം മുതൽ 'ലൗജിഹാദ്' വർഗ്ഗീയാതിക്രമങ്ങൾ, മുതലായ പരിവർത്തന പ്രചാരണങ്ങൾ എന്നിവ സംബന്ധിച്ച് വർഗ്ഗീയസംഘർഷങ്ങൾ വർദ്ധിച്ചിരിക്കുകയാണ്. ഇതിനിടയിലാണ് മഹാരാഷ്ട്രയിലെ പുതിയതായി തിരഞ്ഞെടുക്കപ്പെട്ട ഗവൺമെന്റ് മഹാരാഷ്ട്ര മൃഗസംരക്ഷണ (ഭേദഗതി) നിയമം 1995 പ്രകാരം ഗോമാംസം നിരോധിക്കുവാനും ഗോമാംസം കൈവശംവയ്ക്കുന്നവരെ 5 വർഷം തടവും 10000 രൂപ പിഴയും ശിക്ഷിക്കുവാനും തീരുമാനിച്ചത്. കാലഹരണപ്പെട്ട ഭരണഘടനാ ലക്ഷ്യങ്ങളിൽ നിന്ന് എൻ ഡി എ ഗവൺമെന്റ് വേറിട്ടു നില്ക്കുന്നുണ്ടെങ്കിലും ദളിത്, ആദിവാസി, ന്യൂനപക്ഷ വിഭാഗങ്ങളുടെ മേൽ ഇത് സാംസ്കാരികമായി ഒരു ശിക്ഷയാണ് നല്കുന്നതെന്ന കാര്യം നിഷേധിക്കാനാവില്ല.

രാഷ്ട്രീയരംഗത്ത് വന്നമാറ്റം ടീസ്റ്റ സെത്തൽവാദിനെയും കുഴപ്പത്തിലാക്കി. ഇപ്പോഴത്തെ പ്രധാനമന്ത്രിയടക്കം 62 രാഷ്ട്രീയപ്രവർത്തകരേയും ഗവൺമെന്റ് ഉദ്യോഗസ്ഥരേയും (അവരിൽ നാലുപേർക്ക് കുറ്റപത്രം കിട്ടി) 2002 ലെ ഗുജറാത്ത് ലഹളയിൽ ക്രിമിനൽ കുറ്റവിചാരണ നടത്തണമെന്നാവശ്യപ്പെട്ടുകൊണ്ട് നല്കിയ ഒരു പരാതിയിൽ പരാതിക്കാരിയായിരുന്നു അവർ. അഹമ്മദാബാദിലെ ഗുൽബർഗ്ഗ സൊസൈറ്റിയിൽ ഉള്ള ഗുജറാത്ത് ലഹളാ സ്മാരകമ്യൂസിയത്തിന് ഫണ്ടുണ്ടാക്കുന്നതിന് ക്രിമിനൽ ഗൂഢാലോചനയും വഞ്ചനയും വിശ്വാസവഞ്ചനയും നടത്തി എന്ന കുറ്റകൃത്യമാണ് അവർക്കും ജാവേദ് ആനന്ദിനുമെതിരായി ചുമത്തപ്പെട്ടത്. അതിന്റെ നിയമവശത്തേക്ക് കടക്കുന്നത് കോടതിയലക്ഷ്യമായിരിക്കും. എന്നാൽ എൻ ഡി എ അധികാരത്തിൽ വന്നതിനുശേഷം അവർക്കെതിരായ കുരുക്ക് മുറുക്കിക്കൊണ്ടിരിക്കുകയാണെന്ന കാര്യം വിസ്മരിക്കാനാവില്ല. ഇതിനിടയിൽ പറയട്ടെ ഇഷ്റത് ജഹാൻ വ്യാജ ഏറ്റുമുട്ടൽ കേസിൽ അറസ്റ്റിലായ ഉദ്യോഗസ്ഥർക്ക് പുനർ നിയമനം നല്കുന്നതിൽ ഗുജറാത്ത് ഗവൺമെന്റിന് യാതൊരു മനഃസാക്ഷിക്കുത്തുമുണ്ടായില്ല.

വിദേശ സംഭാവനകൾ നിയന്ത്രിക്കുന്ന നിയമം (എഫ് സി ആർ എ) ലംഘനം നടത്തി വിദേശ ഫണ്ടുകൾ സ്വീകരിക്കുന്ന സർക്കാരിതര സംഘടനകൾക്കെതിരെ നീങ്ങാനും സർക്കാർ തീരുമാനിച്ചു. ഏതാണ്ട് 9000 സംഘടനകളെ നിരോധിക്കുകയും അവയുടെ ബാങ്ക് അക്കൗണ്ടുകൾ ആഭ്യന്തരവകുപ്പ് മരവിപ്പിക്കുകയും ചെയ്തു. ഫോർഡ് ഫൗണ്ടേഷനും ഗ്രീൻപീസും ഇതിൽ ഉൾപ്പെടുന്നു. ഗവൺമെന്റിന്റെ അഭിപ്രായത്തിൽ ഗ്രീൻപീസ് വികസനം മുടക്കുന്നതിനായി ഫണ്ട് ദുരുപയോഗം ചെയ്യുകയും അതുവഴി 'ദേശതാല്പര്യത്തിന് വിരുദ്ധമായി പ്രവർത്തിക്കുന്നതായി' മുദ്രകുത്തപ്പെടുകയും ചെയ്തിരിക്കുന്നു. ഗ്രീൻപീസ് പ്രവർത്തകയായ പ്രിയപിള്ളക്കെതിരെ ഗവൺമെന്റ് ഒരു ലുക്കൗട്ട് സർക്കുലർ പുറത്തിറക്കുകയും ലണ്ടനിലേക്ക് അവിടത്തെ പാർലമെന്റ് അംഗങ്ങളെ കണ്ട് കല്ക്കരിഖനനം എങ്ങനെയാണ് വനവാസികളായ സമുദായങ്ങളെ ബാധിക്കുന്നത് എന്ന കാര്യം വിശദീകരിക്കുന്നതിന് വേണ്ടി പോകാനിരിക്കെ വഴിമദ്ധ്യേ തടയുകയും ചെയ്തു. പിന്നീട് ഈ സർക്കുലർ റദ്ദാക്കിക്കൊണ്ട് ദൽഹി ഹൈക്കോടതി പറഞ്ഞു.

> ഒരു വ്യക്തിയിൽ നിന്നുണ്ടാവുന്ന വിമർശനം രസകരമായിരിക്കണമെന്നില്ല. എന്നാൽ പോലും വായ്മൂടിക്കെട്ടരുത്. നിരവധി പൗരാവകാശ പ്രവർത്തകർ വിശ്വസിക്കുന്നത് സർക്കാരിന്റെ വികസനങ്ങളിലെ യുക്തിരാഹിത്യം സർക്കാരിന്റെ ശ്രദ്ധയിൽ കൊണ്ടുവരുന്നതിന് പൗരന്മാരെന്ന നിലയിൽ അവർക്ക് അവകാശമുണ്ടെന്നാണ്. ഭരണകൂടം പൗരാവകാശ പ്രവർത്തകരുടെ കാഴ്ചപ്പാട് അംഗീകരിച്ചുകൊള്ളണമെന്നില്ല എന്നാൽ അതുകൊണ്ട് അവരുടെ വിയോജിപ്പ് ഇല്ലാതാക്കുക എന്നത് യുക്തിസഹമല്ല.

ഇതുപോലെ ഫോർഡ് ഫൗണ്ടേഷനെതിരായി നീങ്ങുന്നതിന് കാരണം അവർ ഗുജറാത്ത് ലഹളയ്ക്കുശേഷം മുസ്ലീം സമൂഹത്തിനു വേണ്ടി വാദിക്കുകയും അവരെ സഹായിക്കുകയും ചെയ്യുന്ന സബ്രങ് ട്രസ്റ്റിന് സാമ്പത്തിക സഹായം നല്കുന്നതാണെന്ന് പറയുന്നുണ്ട്. ചലനാത്മകമായ സിവിൽ സമൂഹത്തിന്റെ ചങ്കിന് പിടിക്കുന്ന നടപടികൾ സ്വീകരിക്കുന്നതിന് ഗവൺമെന്റ് ജാഗ്രത കാണിക്കുന്നുണ്ടെന്ന് പറയാതിരിക്കാനാവില്ല. സിവിൽ സമൂഹത്തിന്റെ വിയോജിപ്പിനോട് ഈ ഗവൺമെന്റ് സംശയാലുവായിരിക്കുമ്പോൾത്തന്നെ യാതൊരു മാനദണ്ഡവുമില്ലാതെയാണ് പൊതു ഖജനാവിൽ നിന്ന് പണം ചെലവഴിച്ച് പരസ്യങ്ങൾ നല്കിക്കൊണ്ടിരിക്കുന്നത്. ഈ വിഷയത്തെക്കുറിച്ച് 2003 ൽ ഫയൽ ചെയ്യപ്പെട്ട കേസാണ് കോമൺകോസ് യൂണിയൻ ഓഫ് ഇന്ത്യ. അതിൽ 2015 മേയിൽ സുപ്രീം കോടതി വിധി പറഞ്ഞു: പ്രധാനമന്ത്രി, പ്രസിഡന്റ്, ചീഫ് ജസ്റ്റിസ് എന്നിവരൊഴികെ മറ്റാരുടെയും പടങ്ങൾ പൊതു പരസ്യങ്ങളിൽ കൊടുക്കരുതെന്ന കോടതിയുടെ വിധി ഉദ്ദേശിച്ച ഫലം ഇക്കാര്യത്തിലുണ്ടാക്കുമോ എന്നറിയില്ലെങ്കിലും ലക്ഷ്യം അംഗീകരിക്കാവുന്നതു തന്നെയാണ്. ഈ നയപരമായ കാര്യത്തിൽ കോടതിക്ക് പറയാവുന്നതിന് പരിമിതിയുണ്ടെങ്കിലും എക്സിക്യൂട്ടീവിനോട് കൂടുതൽ ശ്രദ്ധയാവശ്യമാണെന്ന് വ്യക്തമാക്കിയിട്ടുണ്ട്. എന്തായാലും ഈ കേസ് നിലനിന്നിരുന്ന 12 വർഷക്കാലത്തിലൊരിക്കൽ പോലും മുൻഗവൺമെന്റുകൾ സ്വയം നിയന്ത്രണം വരുത്തുന്നതിന് യാതൊരു നടപടികളും സ്വീകരിച്ചിരുന്നില്ലെന്ന് കാണാനാവും.

താഴെ പറയുന്ന മൂന്നു കേസുകളിൽ നിന്ന് താഴ്ന്ന ജാതിക്കാർ, വിഭിന്നശേഷിക്കാർ, സ്ത്രീകൾ എന്നിവരോടുള്ള അവഹേളനം വ്യക്തമാവുന്നതാണ്. ഒന്നാമത്തേത് തമിഴ് എഴുത്തുകാരനായ പെരുമാൾ മുരുകന്റെ *മതോരുഭാഗൻ* എന്ന നോവൽ തർക്കമുള്ള ജാതിയിലെ വലതുപക്ഷക്കാരും ലിംഗമേധാവിത്വവാദികളും കൂടി കത്തിച്ചതാണ്. ഇക്കാര്യത്തിലുള്ള വിവിധ പൊതുതാല്പര്യഹർജികൾ (ഇപ്പോൾ എഴുത്തുകാരന്റെ താല്പര്യപ്രകാരം അവ ഒന്നിച്ചു ചേർക്കപ്പെട്ടിരിക്കുന്നു) മദ്രാസ് ഹൈക്കോടതി ഇപ്പോൾ കേട്ടുകൊണ്ടിരിക്കുകയാണ്. പൊലീസും റവന്യൂ അധികാരികളും നടത്തിയ സമാധാന യോഗത്തിൽ എഴുത്തുകാരനെക്കൊണ്ട് ഉപാധിരഹിതമായി മാപ്പെഴുതിവാങ്ങിക്കുകയും തർക്ക ഭാഗങ്ങൾ ഒഴിവാക്കിപ്പിക്കുകയും വില്ക്കാത്ത പ്രതികൾ തിരിച്ചെടുപ്പിക്കുകയും ചെയ്തു. അതിനെതിരെയാണ് പൊതു താല്പര്യ ഹർജികൾ നല്കപ്പെട്ടത്. ഹർജിക്കാർ ഇതിനെ അപരിഷ്കൃതവും അനംഗീകൃതവും ഭരണകൂട പിന്തുണയോടെയുമുള്ള സെൻസർഷിപ്പ് ആണെന്നും അഭിപ്രായപ്രകടന സ്വാതന്ത്ര്യത്തെ നിഷേധിക്കലാണെന്നും അതിനാലാണ് ഗ്രന്ഥകാരൻ സ്വയം പിന്മാറാൻ നിർബ്ബന്ധിതനായതെന്നും ആണ് വിശേഷിപ്പിച്ചത്. രണ്ടാമത്തേത് ആഭ്യന്തര വകുപ്പിന്റെ സ്റ്റേറ്റ്തല മന്ത്രി ഹരിഭായ് പാർതിഭായ് ചൗധരിയുടെ രാജ്യസഭയിലുണ്ടായ പ്രസ്താവനയാണ്.

"ഭർത്താവിനാൽ ബലാത്സംഗം ചെയ്യപ്പെടുന്നത്, അന്തർദ്ദേശീയതലത്തിൽ കരുതുന്നതു പോലെയല്ല ഇന്ത്യയിൽ. വിവിധ കാരണങ്ങളാൽ അത് അതേ പോലെ ഇന്ത്യയിൽ പരിഗണിക്കാനാവില്ല. വിദ്യാഭ്യാസനിലവാരം, നിരക്ഷരത, ദാരിദ്ര്യം, സാമൂഹികമായ വൈവിദ്ധ്യപൂർണ്ണ ആചാരങ്ങൾ, എന്നിവ കൂടാതെ, മൂല്യങ്ങൾ, മതവിശ്വാസം, സാമൂഹികബോധനിലവാരം എന്നിവ വിവാഹത്തെ പൂജ്യാർഹമായിക്കാണുന്നുവെന്നതും അവയിൽപ്പെടുന്നു." 1993 ൽ ഉണ്ടായ സ്ത്രീകൾക്കെതിരായ അതിക്രമങ്ങൾ ഇല്ലാതാക്കുന്നതിന് വേണ്ടിയുള്ള കൺവെൻഷന്റെ പ്രഖ്യാപനം ഭർത്താവിനാൽ നടത്തപ്പെടുന്ന ബലാത്സംഗം കുറ്റകരമല്ലാതാകുന്ന വ്യവസ്ഥ ഒഴിവാക്കണമെന്ന് ആവശ്യപ്പെട്ടിരുന്നു. ലൈംഗിക അതിക്രമങ്ങൾ അധികവും നടക്കുന്നത് വിവാഹബന്ധത്തിനകത്തു നിന്നാണെന്നിരിക്കിലും ഇക്കാര്യത്തിൽ പെട്ടെന്ന് ഗവൺമെന്റ് ഭാഗത്തുനിന്ന് എന്തെങ്കിലും മാറ്റമുണ്ടാവുമെന്ന് പ്രതീക്ഷിച്ചിട്ടു കാര്യമില്ല. ഇതിൽ അവസാനത്തേതാണ് ദൽഹി സർവ്വകലാശാലാദ്ധ്യാപകനും ആക്ടിവിസ്റ്റുവായ ജി എൻ സായിബാബക്കെതിരായി നാഷണൽ ഇൻവെസ്റ്റിഗേഷൻ ഏജൻസി കേരളത്തിലെ ഒരു കോടതിയിൽ അദ്ദേഹത്തിന് സി പി ഐ (മാവോയിസ്റ്റ്) യുടെ ആർ ഡി എഫ് ഐ എന്ന മുന്നണി സംഘടനയുമായി ബന്ധമുണ്ടെന്നാരോപിച്ച് ചാർജ്ജ് ഷീറ്റ് സമർപ്പിച്ചത്. ഇതിൽ ഏറ്റവും വിചിത്രമായ സംഗതി ചാർജ്ജുകൾ ഒന്നുംതന്നെ തെളിയിക്കാനായിട്ടില്ലെങ്കിലും 90 ശതമാനം അംഗവൈകല്യം അനുഭവിക്കുന്ന അദ്ദേഹത്തെ ഏകാന്തത്തടവിൽ പാർപ്പിക്കുകയും ചികിത്സ സഹായമോ ആരോഗ്യരക്ഷാ സൗകര്യമോ നല്കാതിരിക്കുകയും ചെയ്തുവെന്നതാണ്. ജി എൻ സായിബാബയുടെ അറസ്റ്റും തടവിൽ പാർപ്പിക്കലും ശേഷിക്കുറവുള്ള വ്യക്തികളുടെ യു എൻ കൺവെൻഷൻ അവകാശ പ്രഖ്യാപനത്തിന് വിരുദ്ധമാണെന്ന് കാണിച്ച് പ്രൊഫ. കണ്ണബീരാൻ നല്കിയ പരാതി ഫയലിൽ സ്വീകരിക്കാതെ ബധിരത നടിക്കുകയാണ് സുപ്രീം കോടതി പോലും ചെയ്തത്. ദൽഹി സർവ്വകലാശാല അദ്ധ്യാപക സംഘടനയുടെയും ആക്ടിവിസ്റ്റായ അരുന്ധതി റോയിയുടെയും ഒരു വർഷക്കാലത്തെ ശ്രമഫലമായി സായിബാബയെ വിട്ടയക്കുന്നതിനും കേസ് നടത്തുന്നതിന് ഒരു കമ്മീഷൻ രൂപീകരിക്കുകയും നിയമപരവും ഭരണഘടനാപരവുമായ സൗകര്യങ്ങൾ അനുവദിച്ചു കിട്ടുന്നതിനായി പ്രവർത്തിച്ചുവരികയുമാണ്.

നാൽസ V/Sയൂണിയൻ ഓഫ് ഇന്ത്യ എന്ന മൂന്നാം ലിംഗക്കാരെ നിയമപരമായി അംഗീകരിച്ച സുപ്രീംകോടതി വിധിയെ പിന്തുടർന്നുകൊണ്ട് 46 വർഷത്തിനിടയിൽ ഇതാദ്യമായി ഒരു സ്വകാര്യ അംഗത്തിന്റെ ബിൽ രാജ്യസഭ പാസാക്കി. മൂന്നാംലിംഗക്കാരായ വ്യക്തികളുടെ അവകാശം നിയമം 2014 ആണത്. മൂന്നാം ലിംഗക്കാർക്ക് വിദ്യാഭ്യാസം ഉറപ്പാക്കലും കഴിവുകൾ വികസിപ്പിക്കലും തൊഴിലും ആരോഗ്യ-സാമൂഹ്യ സുരക്ഷാ നടപടികളും ഒരു അവകാശമായിത്തന്നെ ബില്ലിൽ ചിട്ടപ്പെടുത്തിയിരിക്കുന്നു. മൂന്നാംലിംഗക്കാർക്ക് കേന്ദ്ര-സംസ്ഥാനതലങ്ങളിൽ കമ്മീഷനുകളും

അവരുടെ അവകാശസംരക്ഷണത്തിനായി പ്രത്യേക കോടതിയും അത് നിർദ്ദേശിക്കുന്നു. 2014 ലെ മാനസികാരോഗ്യ സംരക്ഷണ നിയമവും മുമ്പത്തെ ഗവൺമെന്റാണ് അവതരിപ്പിച്ചത്. അത് ശേഷിക്കുറവുള്ളവരുടെ ഉൽക്കണ്ഠകൾ പരിഹരിക്കുന്നതിന് പ്രാപ്തമല്ലാതിരുന്നതിനാൽ രമേഷ് ബൈസ് ചെയർമാനായിട്ടുള്ള സ്റ്റാന്റിങ് കമ്മിറ്റി റിപ്പോർട്ടിൽ ദേശീയതലത്തിൽ ഉണ്ടായ ചർച്ചയുടെ ഫലമായി നിർദ്ദേശങ്ങൾ ഉൾക്കൊള്ളിക്കുകയും ആവശ്യമായ ഭേദഗതികൾ വരുത്തണമെന്ന് ആവശ്യപ്പെടുകയും ചെയ്തിട്ടുണ്ട്. പട്ടികജാതി പട്ടിക വർഗ്ഗക്കാർക്കെതിരായ അതിക്രമങ്ങൾ തടയൽ നിയമം 2014 പാസാക്കലും ഗവൺമെന്റിന്റെ തൊട്ടടുത്ത പരിപാടിയായി പരിഗണിക്കപ്പെടുന്നു.

കുട്ടികളുടെ അവകാശം സംബന്ധിച്ച് രണ്ട് പ്രധാന സംഭവവികാസങ്ങൾ ഉണ്ടായിട്ടുണ്ട്. 2012 ലെ ഡൽഹി കൂട്ടബലാത്സംഗക്കേസിൽ ഒരു കുട്ടിയുടെ പങ്കാളിത്തവും അവന് മൂന്നുവർഷം മാത്രം ശിക്ഷ വിധിച്ചതിലുണ്ടായ ജനകീയ പ്രതിഷേധവും കണക്കിലെടുത്ത് ബാലനീതി (കുട്ടികളെ സംരക്ഷിക്കലും ശ്രദ്ധ നല്കലും) നിയമം 2014 ലോകസഭ പാസാക്കി. 16-18 വയസ്സിനകത്ത് പ്രായമുള്ള കുട്ടികൾ നീചമായ കുറ്റകൃത്യങ്ങൾ (ജുവനൈൽ ബോർഡിന്റെ അഭിപ്രായപ്രകാരം) ചെയ്താൽ അവരെ പ്രായപൂർത്തിയായവരായി കണക്കാക്കുന്നതിന് ബിൽ അനുമതി നല്കുന്നു. ശ്രദ്ധിക്കേണ്ടകാര്യം നിയമനിർമ്മാണ സഭ ശിക്ഷ 3 വർഷത്തിൽ നിന്ന് മുമ്പു തീരുമാനിക്കപ്പെട്ടിരുന്നതു പോലെ 8 വർഷമായി വർദ്ധിപ്പിക്കാനല്ല മറിച്ച് കുട്ടികളെ ജീവപര്യന്തം ശിക്ഷയ്ക്ക് അർഹമാക്കുന്നതിനാണ് തീരുമാനിച്ചത് എന്നതാണ്. രണ്ടാമത്തെ കാര്യം 2015 ലെ ബാലവേല നിരോധന നിയമം കുട്ടികളെ എല്ലാ വ്യാപാര സ്ഥാപനങ്ങളിലും തൊഴിൽചെയ്യിക്കുന്നതിൽ നിന്ന് വിലക്കി എന്നതാണ്. 1986 ലെ നിയമമനുസരിച്ച് 18 ആപൽസാദ്ധ്യതയുള്ള വ്യവസായങ്ങളിൽ തൊഴിലെടുപ്പിക്കുന്നത് മാത്രമേ വിലക്കിയിരുന്നുള്ളൂ. തുടർച്ചയായി കുറ്റകൃത്യം ചെയ്യുന്നവരെ മാത്രമല്ല അവരുടെ മാതാപിതാക്കളെയും കടുത്തശിക്ഷയ്ക്ക് വിധേയമാക്കുന്നതാണ് ഈ നിയമം. ഇതാവട്ടെ അന്തർദ്ദേശീയ ബാലാവകാശ കൺവെൻഷനുകളുടെ തീരുമാനങ്ങൾക്ക് അനുയോജ്യമായ വിധത്തിലാണ് താനും.

മുൻ സോളിസിറ്റർ ജനറൽ ആയ ഗോപാൽ സുബ്രഹ്മണ്യത്തെ സുപ്രീംകോടതി ജഡ്ജിയായി നിയമിക്കുന്നതിനെക്കുറിച്ച് 2014 ജൂണിൽ ഒരു തർക്കമുണ്ടായി. ദേശീയ ജുഡീഷ്യൽ നിയമകമ്മീഷൻ നിയമിക്കുന്നതിനുള്ള 121 -ാം ഭരണഘടനാ ഭേദഗതിയും 2014 ലെ ദേശീയ ജുഡീഷ്യൽ നിയമകമ്മീഷൻ നിയമവും നടപ്പിലാക്കപ്പെട്ടത് ഈ വർഷമായിരുന്നു. സുപ്രീം കോടതിയിലെ ജഡ്ജിമാരുടെ നിയമനം അവിടത്തെ മുതിർന്ന 5 ജഡ്ജിമാരുടെ ഒരു സവിശേഷാധികാരമായിരുന്നു. അത് ഇപ്പോൾ ദേശീയ ജുഡീഷ്യൽ നിയമകമ്മീഷന് നല്കിയിരിക്കുകയാണ്. അതിൽ ചീഫ് ജസ്റ്റിസ് (ചെയർപേഴ്സൺ), രണ്ട് സീനിയർ ജഡ്ജിമാർ,

നിയമ-നീതി വകുപ്പിന്റെ കേന്ദ്രമന്ത്രി, രണ്ട് പ്രമുഖ വ്യക്തികൾ (ഒരാൾ എസ് സി/എസ് ടി ഒ/ ബി സി വിഭാഗത്തിലെ ന്യൂനപക്ഷത്തിലോ പെട്ട യാളായിരിക്കണം) എന്നിവരാണ് അതിൽ അംഗങ്ങളായിരിക്കുക. പ്രമുഖ വ്യക്തികളെ നിർദ്ദേശിക്കുന്നത് ചീഫ് ജസ്റ്റിസ്, പ്രധാനമന്ത്രി, പ്രതിപക്ഷ നേതാവ് എന്നിവരടങ്ങിയ ഒരു സമിതിയായിരിക്കും.

ഈ വർഷത്തിൽ സുപ്രീംകോടതിയിൽ നിന്നുണ്ടായ ഒരു സുപ്രധാനവിധി ശ്രേയസിംഗാൾ v/s യൂണിയൻ ഓഫ് ഇന്ത്യ എന്ന കേസിലേതാണ്. ഭരണഘടനയുടെ 19(എ) 19(2) അനുഛേദങ്ങൾ പ്രകാരം ഇൻഫർമേഷൻ ടെക്നോളജി നിയമത്തിലെ വകുപ്പ് 66 എ ഭരണഘടനാവിരുദ്ധമാണെന്ന് സുപ്രീം കോടതി വിധിച്ചു. വിമർശനപരമോ വ്യത്യസ്തമോ ആയ രാഷ്ട്രീയകാഴ്ചപ്പാടുകൾ ഉയർത്തുന്നവരുടെ വായടയ്ക്കുന്നതിന് വേണ്ടിയാണ് ഈ വകുപ്പുകൾ ധാരാളമായി ഉപയോഗപ്പെടുത്തി വന്നിരുന്നത്. വിശ്വാസ് ലോചൻ മദൻ v/s യൂണിയൻ ഓഫ് ഇന്ത്യ എന്ന കേസ് ഒരു സ്ത്രീയെ അവരുടെ ഭർത്തൃപിതാവ് ബലാത്സംഗം ചെയ്തതായിരുന്നു. ഒരു മൂന്നാം കക്ഷിയുടെ ആവശ്യപ്രകാരം പ്രാദേശിക ശരിയാ കോടതി ഇറക്കിയ ഫത്വയിൽ സ്ത്രീ അവരുടെ ഭർത്താവിൽ നിന്ന് വിവാഹമോചനം നേടണമെന്ന് വിധിച്ചിരുന്നു. ദാർ-ഉൽ-ഖാസയുടെ തീരുമാനത്തിന് ഇന്ത്യയുടെ ഭരണഘടനാവ്യവസ്ഥ പ്രകാരം യാതൊരു സാദ്ധ്യതയുമുണ്ടായിരിക്കുന്നതല്ല എന്ന് സുപ്രീം കോടതി വിധിച്ചു. അഖിലേന്ത്യ മുസ്ലീം വ്യക്തി നിയമ ബോർഡിന് കീഴിലുള്ള ശരിയാ കോടതികൾ ആ സമുദായത്തിനകത്തെ ഒരു തർക്കപരിഹാര സമിതിയാണെന്ന് അംഗീകരിച്ചുകൊണ്ടുതന്നെ അവരുടേത് ഒരു അനൗപചാരിക സംവിധാനമാണെന്നും അതിന് നിയമപ്രകാരം യാതൊരു നിലനില്പുമില്ലെന്നും സുപ്രീം കോടതി വിധിച്ചു. അപരിചിതരുടെ പരാതിക്കുമേൽ ഫത്വകൾ ഇറക്കാൻ പാടില്ലെന്ന് കോടതി നിർദ്ദേശിക്കുകയും ചെയ്തു.

രണ്ടു പ്രധാനപ്പെട്ട അഴിമതിയാരോപണക്കേസുകളിലും ഈ വർഷം കോടതികൾ വിധിപ്രഖ്യാപനം നടത്തി.

1. ഇന്ത്യ ഗവൺമെന്റിന്റെ സ്ക്രീനിങ് കമ്മിറ്റി 1993-2012 കാലത്ത് അനുവദിച്ച കല്ക്കരി ഖനികളുടെ അനുമതി റദ്ദാക്കി.
2. സത്യം തട്ടിപ്പുകേസിൽ രാമലിംഗരാജുവെയും മറ്റ് 9 പ്രതികളെയും ഒരു പ്രത്യേക സി ബി ഐ കോടതി കണക്കുകളിൽ കൃത്രിമം കാണിച്ചതിന് ഏഴ് വർഷക്കാലത്തേക്ക് കഠിനതടവിന് ശിക്ഷിച്ചു.

ഭരണത്തിലിരിക്കുമ്പോൾ 1988 ലെ അഴിമതി നിരോധന നിയമം 13(1) 13(2) വകുപ്പുകൾ പ്രകാരം കണക്കിൽ കവിഞ്ഞ സ്വത്തു സമ്പാദിച്ചതിന് ഒരു പ്രത്യേക കോടതി നാലുവർഷം വെറും തടവിന് ശിക്ഷിച്ച ആദ്യത്തെ മുഖ്യമന്ത്രിയായി ജെ ജയലളിത മാറി. 2015 മേയിൽ കർണ്ണാടക ഹൈക്കോടതി ഈ വിധി റദ്ദാക്കി. ഇതിലെ പ്രധാന വിഷയം കണക്കിൽ കവിഞ്ഞ സ്വത്ത് കണക്കാക്കുന്നതും വിലയിരുത്തുന്നതും ആണ്. സുപ്രീം കോടതിയുടേതായിരിക്കണം ഇതിലെ അവസാനവാക്ക്. ഈ സ്വഭാവത്തിലുള്ള

മറ്റു കേസുകൾക്കടക്കം കണ്ണു തെളിയിക്കുന്ന ഒരു കീഴ്‌വഴക്കമാവും ഈ കേസിലെ സുപ്രീം കോടതി വിധിയെന്നാണ് കരുതപ്പെടുന്നത്. ഇന്നത്തെ ക്രിമിനൽ സംവിധാനത്തിൽ ഒരു പ്രതിക്ക് ജാമ്യം ലഭിക്കുവാനുള്ള ബുദ്ധി മുട്ട് നമുക്കൊക്കെ അറിയാവുന്നതാണ്. അതിനാൽ മധു കോഡക്കും (കല്ക്കരി കുഭംകോണം) സൽമാൻ ഖാനും (വണ്ടി ഇടിച്ച് കൊലപ്പെടു ത്തിയകേസ്) ഡി ജി വൻസാരയ്ക്കും (ഷൊറാബുദ്ദീൻ, തുൽസി പ്രജാ പതി, ഇസ്റത് ജഹാൻ ഏറ്റുമുട്ടൽ കേസുകൾ) ജയലളിതയ്ക്കും (കണ ക്കിലേറെ സ്വത്ത് സമ്പാദനം) ജാമ്യം ലഭിച്ചതിനെതിരെ ബഹുജന പ്രതി ഷേധമുയരുന്നത് പ്രതീക്ഷിക്കാവുന്നത് തന്നെ.

ആസൂത്രണം, നയരൂപീകരണം എന്നിവയുടെ മേഖലയിൽനിന്ന് ആസൂത്രണ കമ്മീഷൻ ഇല്ലാതാവുകയും നീതി ആയോഗ് തൽസ്ഥാന ത്തുവരികയും ചെയ്തിരിക്കുന്നു. ടെലികോം റെഗുലേറ്ററി അതോറിറ്റി (ട്രോയ്) അവരുടെ 2/2015 ലെ ഓവർ ദി ടോപ് സേവനങ്ങൾ/ ഇന്റർനെ സ്റ്റ്, നെറ്റ് ന്യൂട്രാലിറ്റി എന്നിവ ക്രമപ്പെടുത്തുന്നതിനുള്ള ചട്ടക്കൂട് സംബ ന്ധിച്ചുള്ള പ്രബന്ധം ജനശ്രദ്ധയാകർഷിക്കുന്നതിനും അഭിപ്രായങ്ങൾക്കു മായി പ്രസിദ്ധീകരിച്ചിട്ടുണ്ട്. ഇന്ന് ഇന്ത്യയിൽ നെറ്റ് ന്യൂട്രോലിറ്റിയെ നിയ ന്ത്രിക്കുന്ന നിയമങ്ങളൊന്നും തന്നെയില്ല. തങ്ങളുടെ നെറ്റ് വർക്കിന് മുക ളിൽ നടത്തുന്ന ഒ ടി ടി സേവനങ്ങൾക്ക് ഫീസ് ചുമത്തുമെന്ന് എയർടെൽ പ്രഖ്യാപിച്ചതിന് ശേഷമാണ് ഈ ചർച്ച പുറത്തുവന്നത്. വിദ്യാഭ്യാസം, ബൗദ്ധിക സ്വത്തവകാശം എന്നിവ സംബന്ധിച്ച നയങ്ങളും ഗവൺമെന്റ് ഉടൻതന്നെ പ്രഖ്യാപിക്കുമെന്നാണ് കരുതുന്നത്.

ദക്ഷിണേഷ്യയെ നിശ്ശബ്ദമാക്കുന്നു

പ്രൊഫ. അപൂർവ്വാനന്ദ്

"**ദൈ**വം ജനാധിപത്യ വാദിയായിരുന്നെങ്കിൽ" എന്ന തലക്കെട്ടിൽ കാഞ്ച ഐലയ്യ ഒരു ലേഖനമെഴുതിയത് വിശ്വഹിന്ദു പരിഷത്തിന്റെ മതവികാരങ്ങളെ വ്രണപ്പെടുത്തിയിരിക്കുന്നതായി ആരോപിച്ചുകൊണ്ട് നല്കിയ പരാതിയെത്തുടർന്ന് ഹൈദരാബാദിൽ ഒരു കേസ് രജിസ്റ്റർ ചെയ്യപ്പെട്ടിരിക്കുന്നു. അനാവശ്യമായി മറ്റുള്ളവരുടെ വികാരങ്ങളെ വ്രണപ്പെടുത്തുന്ന സ്വഭാവം കാഞ്ച ഐലയ്യക്കുണ്ടെന്നാണ് പൊലീസ് കരുതുന്നത്. കേന്ദ്ര ഗവൺമെന്റിനെ വിമർശിക്കുന്ന ലഘുലേഖ വിതരണം ചെയ്തതിന് മദ്രാസ് ഐ ഐ ടി അധികാരികൾ അംബേദ്കർ പെരിയാർ സ്റ്റഡി സർക്കിളിനെതിരായി നടപടിയെടുത്തത് ഇതിനു മുമ്പായിരുന്നു. അംബേദ്കർ പെരിയാർ സ്റ്റഡി സർക്കിളിന്റെ നടപടികൾ പരിശോധിക്കണമെന്ന് ഇന്ത്യാ ഗവൺമെന്റിന്റെ മാനവ വിഭവ വകുപ്പ് നല്കിയ കുറിപ്പിനെ തുടർന്നായിരുന്നു ഇത്. ഇന്ത്യയിൽ ഇന്ന് അഭിപ്രായ പ്രകടന സ്വാതന്ത്ര്യത്തിനു നേരെ ഉയരുന്ന നിരവധി ഭീഷണികളിൽ ഒന്നാണ് സംഘപരിവാർ ശക്തികൾ ഉയർത്തിയ എതിർപ്പിനെ തുടർന്ന് ഗിരീഷ് കർണാടിന് അദ്ദേഹമെഴുതിയ ഒരു നാടകം പിൻവലിക്കേണ്ടതായി വന്നത്. തമിഴ്നാട്ടിൽ പെരുമാൾ മുരുകനെതിരായി നടന്ന അതിക്രമം ഇന്നും നമ്മുടെ ഓർമ്മകളിൽ പച്ചപിടിച്ചു നില്ക്കുകയാണ്. തമിഴ്നാട്ടിലെ ഒരു പ്രാദേശിക സമുദായത്തിന്റെ ജീവിതവും വിശ്വാസങ്ങളും ചിത്രീകരിച്ചുകൊണ്ട് *മതോരുഭാഗൻ* എന്ന നോവൽ പ്രസിദ്ധീകരിച്ചതിനെ തുടർന്നാണ് ആർ എസ് എസും അവരുടെ ബന്ധപ്പെട്ട ശക്തികളും പെരുമാൾ മുരുകനെതിരായി അതിക്രമം നടത്തിയത്. പിന്നീട് ആർ എസ് എസ് പിറകിൽ പോവുകയും പ്രാദേശിക ജാതി വിഭാഗങ്ങൾ മുൻപന്തിയിലേക്ക് വന്ന് ഏറ്റെടുക്കുകയും ചെയ്തു. ജാതിസമുദായങ്ങളുടെ പേരിൽ പുതിയ

സംഘടനകൾ ഉയർന്നുവരികയും സദാചാര മേൽനോട്ടക്കാരും സെൻസർമാരുമായി പ്രവർത്തിക്കാനാരംഭിക്കുകയും ചെയ്തു. ഇതിനെയൊക്കെ ഒളിഞ്ഞും തെളിഞ്ഞും പിന്താങ്ങുകയും പ്രോത്സാഹിപ്പിക്കുകയുമാണ് സംഘപരിവാർ ശക്തികൾ ചെയ്തത്.

കഴിഞ്ഞ ഒരു ദശകക്കാലമായി ആർ എസ് എസും അവരുമായി ബന്ധപ്പെട്ട വിഭാഗങ്ങളും ചേർന്ന് എഴുത്തുകാർക്കും പ്രസാധകർക്കും എതിരെ ക്രിമിനൽ കേസുകൾ നല്കിയും ശാരീരികമായ ഭീഷണിയും വെല്ലുവിളിയും ഉയർത്തിയും ഭയത്തിന്റേതായ ഒരന്തരീക്ഷം ചിട്ടയായ രീതിയിൽ ഉയർത്തിയെടുത്തു കൊണ്ടിരിക്കുകയാണ്. സംഘപരിവാർ സംഘടനകളിൽ നിന്നുള്ള സമ്മർദ്ദം നിമിത്തം പ്രസാധകർ തന്നെ സ്വയം സെൻസർഷിപ്പ് ഏർപ്പെടുത്തുന്ന സ്ഥിതിയാണുണ്ടായിരിക്കുന്നത്. അവർ തന്നെ പുസ്തകങ്ങൾ നിയമവിദഗ്ദ്ധരെക്കൊണ്ട് പരിശോധിപ്പിക്കുകയും അത്തരം വിഭാഗങ്ങളിൽ നിന്ന് പ്രതിഷേധമോ കേസോ വരാനിടയുള്ളവ ഒഴിവാക്കുകയും ചെയ്യുന്നു. ഇത്തരം കാര്യങ്ങൾ പ്രസിദ്ധീകരിക്കപ്പെടാതിരിക്കുന്നത് ഈ കാര്യങ്ങൾ പരസ്യമായി ചർച്ച ചെയ്യുന്നതിൽ നിന്ന് ഒഴിഞ്ഞു നില്ക്കാൻ പ്രസാധകരും എഴുത്തുകാരും തീരുമാനിച്ചതുകൊണ്ടാണ്.

സ്കൂൾ പാഠ്യക്രമം തയ്യാറാക്കുന്ന സർവ്വകലാശാലാ വകുപ്പുകളും സമിതികളും അനാരോഗ്യകരമായ ഒരു ജാഗ്രത പുലർത്തുന്നതായി കാണുന്നുണ്ട്. സംഘ പരിവാർ സംഘടനകൾക്ക് എതിർപ്പു തോന്നാനിടയുള്ളതൊക്കെ നീക്കം ചെയ്യുകയോ തെരഞ്ഞെടുക്കാതിരിക്കുകയോ ചെയ്യുക. ഈ കഥകളൊന്നും തന്നെ മാധ്യമങ്ങളിൽ വരുന്നില്ല.

ശക്തമായ എതിർപ്പുയർത്തുന്നവരെ നിശ്ശബ്ദരാക്കുകയോ വാ മൂടിക്കെട്ടുകയോ ചെയ്യുന്ന ഒരു അന്തരീക്ഷം സംജാതമായിരിക്കുന്നു. അവസാനം നടന്ന കുറ്റാരോപണ പ്രചാരവേല രാജ്യസഭ ചാനലിനെതിരായിട്ടായിരുന്നു എന്നത് ഇതിന്റെ മറ്റൊരു ഉദാഹരണമാണ്. മോദി അധികാരത്തിലെത്തിയതോടെ ടി വി ചാനലുകളും വാർത്താ മാഗസിനുകളും സ്വയം വൃത്തിയാക്കുന്ന ഒരു പ്രക്രിയക്ക് തുടക്കം കുറിച്ചിട്ടുണ്ട്. നിരവധി പ്രമുഖ മാഗസിനുകളും വാർത്താ പത്രങ്ങളും അവരുടെ പത്രാധിപന്മാരെ പുറത്താക്കുവാൻ നിർബ്ബന്ധിതരായി. സംഘപരിവാറിന്റെ രാഷ്ട്രീയത്തെ വിമർശിക്കുന്ന മാധ്യമപ്രവർത്തകർ അവരുടെ സംഘടനതന്നെ വിട്ടുപോകാൻ നിർബ്ബന്ധിതരായി. ഹിന്ദി പത്രങ്ങൾ സ്വയമേവ വഴങ്ങി. ഹിന്ദുത്വാനുകൂല വഴിയിലേക്ക് അവർ സ്വയം എത്തിച്ചേർന്നു.

വിമർശനാത്മക ചർച്ചയ്ക്ക് ഇടം നല്കിയിരുന്നത് രാജ്യസഭാ ടിവി മാത്രമാണ്. കഴിഞ്ഞ രണ്ടു മാസക്കാലമായി രാജ്യസഭാ ടിവിയിൽ സാമ്പത്തിക ക്രമക്കേടുകൾ നടന്നതായുള്ള വാർത്തകൾ മാധ്യമങ്ങളിൽ കെട്ടിച്ചമയ്ക്കപ്പെട്ടുകൊണ്ടിരിക്കുകയാണ്. വ്യക്തികളായ ആങ്കർമാർക്കു നേരെ ഭീഷണികളും അപവാദമെയിലുകളും അയച്ച് വിറപ്പിച്ചുകൊണ്ടിരിക്കുന്നു. അതിനർത്ഥം രാജ്യസഭാ ടി വി മാനേജ്മെന്റിനു മേൽ സമ്മർദ്ദം ചെലുത്തി

അസൗകര്യപ്രദമായവരെ ഒഴിവാക്കിക്കലും അതുവഴി രാജ്യസഭാ ടിവിക്കു മേലുള്ള അതിക്രമത്തെ ന്യായീകരിക്കലുമാണ്.

ജനാധിപത്യത്തിൽ വിയോജിക്കുവാനുള്ള അവകാശം ആശയപ്രകടന സ്വാതന്ത്ര്യവുമായി കണ്ണി ചേർക്കപ്പെട്ടിരിക്കുന്നു. കഴിഞ്ഞ ഒരു വർഷക്കാലം ജീവിതത്തിന്റെ വ്യത്യസ്ത മേഖലകളിൽ ഭരണകൂടത്തെ വിമർശിക്കുന്നവർക്കും സംഘടനകൾക്കും വിപത്കരമായ ഒരു കാലഘട്ടമായിരുന്നു. സബ്രംഗ്, ഗ്രീൻപീസ്, ഫോർഡ് ഫൗണ്ടേഷൻ, അൽഹദ് മുതലായവയുൾപ്പെടെ ആയിരക്കണക്കിന് സംഘടനകൾ തകർക്കപ്പെട്ടു. സർക്കാരിതര സംഘടനകൾ അവർക്ക് സംഭാവന ചെയ്യുന്ന സംഘടനകളെ സൂക്ഷ്മപരിശോധനയ്ക്ക് വിധേയമാക്കുന്നതുമൂലം അടച്ചുപൂട്ടൽ ഭീഷണി നേരിടുന്നു. അവർ നല്കുന്ന പിന്തുണ ദേശവിരുദ്ധ പ്രവർത്തനങ്ങൾക്കായി ഉപയോഗിക്കുകവഴി ദേശീയ സുരക്ഷയെത്തന്നെ ബാധിക്കുന്നു എന്ന പേരിലാണ് ഈ പരിശോധന നടത്തുന്നത്. ഫണ്ടുകൾ കിട്ടാതാവുകയും പിന്തുണ പിൻവലിക്കപ്പെടുകയും ചെയ്യുന്നതിന്റെ ഭാഗമായി പാർശ്വവല്ക്കരിക്കപ്പെട്ട സമുദായങ്ങളുടെ പ്രശ്നങ്ങൾ ഏറ്റെടുക്കുന്നതിന് സംഘടനകൾക്ക് കഴിയാതാവുന്നു.

ബി ജെ പിക്കോ ആർ എസ് എസിനോ അതിന്റെ സമുന്നതനായ നേതാവിനോ എതിരെ വിമർശനമുന്നയിക്കുന്നവർ, അപഹസിക്കപ്പെടുന്നതിനോ, ആക്രമിക്കപ്പെടുന്നതിനോ, കുറ്റാരോപണവിധേയരാക്കപ്പെടുന്നതിനോ സാമൂഹ്യമാധ്യമങ്ങളിൽ ഇരയാവുന്നത് ഒരു സാധാരണ അനുഭവമായി മാറിയിരിക്കുന്നു. വാർത്താമാഗസിനുകളുടെയും വാർത്താപത്രങ്ങളുടെയും അഭിപ്രായക്കുറിപ്പുകൾക്കുള്ള സ്ഥലത്ത് പാർട്ടിയെയോ നേതാവിനെയോ കുറിച്ച് കുറ്റപ്പെടുത്തി ലേഖനമെഴുതുകയോ വാർത്തയെഴുതുകയോ ചെയ്താൽപ്പോലും, കുറ്റപ്പെടുത്തുന്ന കുറിപ്പുകൾകൊണ്ട് നിറയുന്ന സ്ഥിതിയാണിപ്പോഴുള്ളത്. ഇത്തരം എഴുത്തുകാർക്കും വ്യാഖ്യാതാക്കൾക്കും കൊലപാതക ഭീഷണി ഉയരുന്ന സംഭവങ്ങളും ഉണ്ടായിട്ടുണ്ട്. എന്നാൽ ഇതും മാധ്യമങ്ങളിൽ വാർത്തയായി വരുന്നില്ല.

നേരത്തെ പറഞ്ഞതുപോലെ രാജ്യത്തെ പൊതുവായ അന്തരീക്ഷം സ്വതന്ത്രമായി സംസാരിക്കുന്നതിന് അനുകൂലമല്ലാതായി മാറിയിരിക്കുന്നു. മറ്റു രാഷ്ട്രീയപാർട്ടികളും സ്വതന്ത്രമായി സംസാരിക്കുന്നതിനോ വിയോജിക്കുന്നതിനോ അനുകൂലിക്കുന്നവരാണെന്ന് ഇതിനർത്ഥമില്ല. ബംഗാളിലും ഡൽഹിയിലും ഉത്തർപ്രദേശിലുമൊക്കെ വിമർശനാത്മകമോ പരിഹാസാത്മകമോ ആയി ഫേസ്ബുക്കിൽ പോസ്റ്റിടുന്നവർക്ക് പോലും ക്രിമിനൽ കേസിനേയും ജയിൽവാസത്തേയും നേരിടേണ്ടിവന്ന അനുഭവമുണ്ടായിട്ടുണ്ട്. അത്തരം അസഹിഷ്ണുതയുടെ അവസാനത്തെ ഉദാഹരണമാണ് ഡൽഹി ഗവൺമെന്റ്. അവരുടെ മന്ത്രിമാരെയോ ഉദ്യോഗസ്ഥരെയോ വിമർശിക്കുന്നവർക്കെതിരെ അപകീർത്തി കേസ് കൊടുക്കുമെന്നാണ് അവർ ഭീഷണിപ്പെടുത്തിയത്. ഇതിന്റെ ഫലമായി സമൂഹം പതുക്കെ മൗനത്തിലേക്ക് നീങ്ങിക്കൊണ്ടിരിക്കുകയുമാണ്. ഇതൊരു ദക്ഷി

ണേഷ്യൻ സവിശേഷതയായാണ് അനുഭവപ്പെടുന്നത്. ബ്ലോഗർമാർക്കെതിരെ ബംഗ്ലാദേശിൽ നടക്കുന്ന കൊലപാതകങ്ങളും ആക്രമണങ്ങളും ശ്രീലങ്കയിലും പാകിസ്ഥാനിലും നടക്കുന്ന അതിക്രമങ്ങളും ഭയപ്പെടുത്തുന്നവിധം സ്ഥിരതയാർജ്ജിച്ചുകൊണ്ടിരിക്കുകയാണ്. ഈ രാജ്യങ്ങളുടെ പൊതുബോധത്തിൽ ഒരു വലതുപക്ഷവല്ക്കരണം നടന്നിട്ടുണ്ട്. അത് ഈ രാജ്യങ്ങളിലെ ജനാധിപത്യവാദികളെ സംബന്ധിച്ചിടത്തോളം ഒരു നല്ല സൂചനയല്ല.

ഉയർന്ന നിലവാരത്തിലുള്ള നീതിന്യായകോടതികൾ ഒരു രക്ഷകനെപ്പോലെ പ്രവർത്തിക്കുന്നുണ്ടെങ്കിലും താഴെ തട്ടിലുള്ളവ വളരെ യാഥാസ്ഥിതികമായ രീതിയിലാണ് പ്രവർത്തിച്ചു വരുന്നത്. പൊലീസിന്റെ ഭാഗത്തുനിന്നും താഴെ കോടതികളിൽനിന്നും ശിക്ഷാ നടപടികളുണ്ടാവുമെന്ന ഭയം എഴുത്തുകാരെയും കലാകാരന്മാരെയും പ്രസാധകരെയും സ്വയം സെൻസർഷിപ്പിനോ സ്വയം മൗനത്തിനോ വിധേയരാക്കുന്നു.

ഏറ്റവും ഭയാനകമായ കാര്യം ഇതൊക്കെത്തന്നെ ഇപ്പോൾ അദൃശ്യമായാണ് സംഭവിക്കുന്നത് എന്നതാണ്. സർവ്വകലാശാലകൾ, പൊലീസ്, താഴെ കോടതികൾ, എന്തിന് മാധ്യമങ്ങൾ പോലും ഈ വിഷയത്തെ അതർഹിക്കുന്ന ഗൗരവത്തോടെ കാണാൻ തയ്യാറാവുന്നില്ല. ലംഘനങ്ങൾ ചൂണ്ടിക്കാണിക്കുന്നവർ അമിതപ്രതികരണം കാണിക്കുന്നവരായി മുദ്രകുത്തപ്പെടുന്നു.

സംഘപരിവാരത്തിന്റെ അന്ധമായ സാംസ്കാരിക ദേശീയതയെ ചെറുക്കാൻ ഇന്ത്യ എന്ന ആശയത്തിന് കഴിയുമോ?

ധ്രുവ് സാൻഗരി

എന്താണ് സംസ്കാരം: സാമൂഹികമായി വിനിമയം ചെയ്യപ്പെടുന്ന പെരുമാറ്റരീതികളുടെയും കലകളുടെയും വിശ്വാസങ്ങളുടെയും മനുഷ്യ പ്രവർത്തനങ്ങളുടെയും ചിന്തകളുടെയുമായ എല്ലാ ഉല്പന്നങ്ങളുടെയും ആകത്തുകയാണത്. സംസ്കാരമെന്നാൽ അത് സാമൂഹിക വിഭാഗങ്ങളിൽ പഠിക്കുകയും പങ്കുവയ്ക്കപ്പെടുകയും ചെയ്യുന്നതും ജനിതകേതര മാർഗ്ഗങ്ങളിലൂടെ വിനിമയം ചെയ്യപ്പെടുന്നതുമാണ്.

ചുരുക്കിപ്പറഞ്ഞാൽ സംസ്കാരമെന്നത് മനുഷ്യന്റെ പഠനങ്ങളുടെയും പരിണാമ പ്രക്രിയകളുടെയുമായ ഒരു ഭണ്ഡാരമാണ്.

സംസ്കാരം ഇന്ത്യൻ പശ്ചാത്തലത്തിൽ

ഇന്ത്യൻ ഉപഭൂഖണ്ഡം ഒരർത്ഥത്തിൽ അതുല്യമാണ്. കൊളോണിയലിസം, പൗരസ്ത്യപാണ്ഡിത്യം, പുതിയ ലോകക്രമത്തിന്റെ നവസാമ്രാജ്യത്വം എന്നിവയ്ക്കപ്പുറം ഇവിടെ വൈവിദ്ധ്യപൂർണ്ണവും വിപുലവുമായ നിരവധി സാംസ്കാരികവും നാഗരികവുമായ ചര്യകൾ ഇപ്പോഴും നിലനില്ക്കുന്നുണ്ട്.

നമ്മുടെ ഗൃഹമെന്ന് നാം വിളിക്കുന്ന ഈ ഭൂപ്രദേശത്ത് പുരാതനവും സമകാലികവുമായ സംഗതികൾ വാചികമായും പരമ്പരാഗതമായുമൊക്കെ ഈ അതിർത്തിക്കുള്ളിൽ (ദ്രവരൂപത്തിലാണെങ്കിൽ പോലും) നിലനില്ക്കുന്നുണ്ട്.

സഹവർത്തിത്വത്തോടെ നിലനില്ക്കുന്നതും ബോധപൂർവ്വമായി ത്തന്നെ വളർന്നുവരുന്നതുമായ ഈ നാഗരിക കൈവഴികൾക്കുള്ളിൽ തന്നെ വിപ്ലവകരമായ മാറ്റത്തിന്റെയും നിയമലംഘനത്തിന്റെയും എന്തിന് തള്ളിക്കളയലിന്റെ പോലും അംശങ്ങൾ നിലനില്ക്കുന്നുണ്ട്.

ഒരു ഭാഗത്ത് മാനദണ്ഡങ്ങൾ സ്ഥാപിക്കപ്പെടുമ്പോൾ തന്നെ അവയെ വെല്ലുവിളിക്കുന്നതിനുള്ള വ്യതിയാനങ്ങളും നിർമ്മിക്കപ്പെട്ടിട്ടുണ്ട്. ബ്രാഹ്മണർ ദുഷിപ്പിക്കുന്നതെന്ന് കരുതി മാറ്റിനിർത്തിയിരുന്ന അപഭ്രംശ ഭാഷകൾതന്നെ ബുദ്ധമത കാലഘട്ടം മുതൽ പണ്ഡിതന്മാരും സന്ന്യാസിമാരുമൊക്കെ തത്ത്വചിന്ത, ശാസ്ത്രം, അറിവ് എന്നിവയെ ജനാധിപത്യവല്ക്കരിക്കുന്നതിനും ജനങ്ങളെ ബോധവാന്മാരാക്കുന്നതിനും വേണ്ടി നിരന്തരമായി ഉപയോഗിച്ചിരുന്നു. ജനകീയമായ പ്രാദേശിക ഭാഷകൾ കബീർ, അമീർ ഖുശ്രു, തുളസീദാസ്, ബുല്ലേഷാ എന്നിവർ ഉപയോഗപ്പെടുത്തിയതിന്റെ ഭാഗമായി അവയൊക്കെ പൂർണ്ണതോതിൽ വികസിച്ച ഭാഷകളായി പരിണമിച്ചു.

മദ്ധ്യകാലഘട്ടത്തിന്റെ ആദ്യത്തിൽ ഇന്ത്യയിൽ സമ്മിശ്രവും പങ്കാളിത്താടിസ്ഥാനത്തിലുള്ളതുമായ ഒരു സംസ്കാരമാണ് വളർന്നുവന്നത്. മുഖ്യമായും ഇതിനു കാരണം ക്രിസ്തുമതത്തിന്റെയും ഇസ്ലാംമതത്തിന്റെയും കടന്നുവരവായിരുന്നു. വ്യത്യസ്ത വിശ്വാസങ്ങളുടെയും നാഗരികതയുടെയും ഈ ക്രിയാത്മകമായ കൊടുക്കൽ വാങ്ങൽ 18-ാം നൂറ്റാണ്ടിൽ നടക്കുകയും അത് പുതിയൊരു ഇന്ത്യൻ സമൂഹത്തെ സൃഷ്ടിക്കുകയും ചെയ്തു. അതിന്റെ ഓരോ ഭാഗവും അതുല്യമായി തുടരുമ്പോൾ തന്നെ നമ്മുടെ ബഹുസ്വരതയുള്ള പാരമ്പര്യമെന്ന മനോഹരമായ കടങ്കഥയിൽ സ്വന്തം ഇടം കണ്ടെത്തുകയും ചെയ്തു.

ക്ലാസിക്കലും നാടോടിയും തമ്മിലും സാംസ്കാരികവും ഗോത്രസമാനമായതും തമ്മിലും സ്വദേശിയും വിദേശിയും തമ്മിലും സഹസ്രാബ്ദങ്ങളായി ഏറ്റുമുട്ടിക്കൊണ്ടിരുന്നെങ്കിലും വിയോജിപ്പിന്റെ പാരമ്യത്തിൽ എത്തുമായിരുന്നെങ്കിലും ഒരു ജീവിതരീതി നിലനില്ക്കുകയും വളരുകയും ചെയ്യാനുള്ള അവകാശത്തെ ആരും തന്നെ ചോദ്യം ചെയ്തിരുന്നില്ല.

കൊളോണിയലിസവും, സാമ്രാജ്യത്വവും, പൗരസ്ത്യവാദവും വന്നത് ആ സ്ഥിതിയെ എന്നെന്നേക്കുമായി മാറ്റിക്കളഞ്ഞു.

വ്യവസായ യുഗവും വൻകിട മുതലാളിത്ത കാലഘട്ടവും ഉയർന്നുവന്നത് ജനാധിപത്യത്തെയും ജനകീയ പ്രസ്ഥാനങ്ങളെയും ഒരു തരത്തിൽ അനുയോജ്യമല്ലാതാക്കുകയും കാലഹരണപ്പെടുത്തുകയും ചെയ്തു. സംസ്കാരം ഉല്പാദിപ്പിക്കപ്പെടുന്നതിന്റെ പശ്ചാത്തലവും പൊതുവിജ്ഞാനവും വിവിധ രീതിയിലുള്ള അതിന്റെ സ്വാഭാവിക വളർച്ചയും അപ്രസക്തമാവുകയും അതിന് പകരം ഭൗതികവസ്തുക്കളുടെ ആദാനവും പ്രദാനവും ഉയർന്നുവരുന്ന സ്വതന്ത്രവിപണിയിൽ ലോകമെമ്പാടും കെട്ടിയിടപ്പെടുകയും ചെയ്യുന്ന സ്ഥിതിയുണ്ടായിരുന്നു. അത്തരം മാതൃക പരിമിതമാക്കപ്പെടുന്നിടത്ത് സാംസ്കാരികോല്പാദനം പലപ്പോഴും ജനാധിപത്യ വിരുദ്ധ ഭരണകൂടങ്ങൾക്ക് അടിമപ്പെടുകയും അതിന്റെ ഉള്ളടക്കം തന്നെ ഗവൺമെന്റിന്റെ രക്ഷാകർത്തൃത്വത്തിനെ ആശ്രയിച്ചിരിക്കുകയും കുലീന വിഭാഗസ്വാധീനത്തിന് വഴങ്ങുകയും സർഗ്ഗവാസന മുരടിക്കുകയും ചെയ്യുന്ന പാണ്ഡിത്യവും വിദ്യാഭ്യാസരീ

തിയും പരിമിതപ്പെടുത്തപ്പെടുകയും ബോധപൂർവ്വം പ്രാദേശിക വംശീയ തകളെയും സാംസ്കാരികപ്രതിഭാസങ്ങളെയും തമ്മിലടിപ്പിക്കുകയും ഭിന്നിപ്പിച്ചു ഭരിക്കുക എന്ന തങ്ങളുടെ അജണ്ട മുന്നോട്ടു കൊണ്ടുപോവുകയും ചെയ്യുന്നു. അവരുടെ പ്രസിദ്ധീകരണങ്ങൾ ദക്ഷിണേന്ത്യയെ അപഹാസ്യമാക്കുകയും നഗ്നമാക്കുകയും ചെയ്യുന്നുണ്ട്. ജർമ്മൻ ബ്രിട്ടീഷ് ഇന്തോളജിസ്റ്റുകൾ ഇന്ത്യൻ നാഗരികതയ്ക്ക് ഒരു ഹിന്ദു ഉല്പത്തിയുടെ പ്രഭാവലയം ഉണ്ടാക്കിക്കൊടുക്കുന്നതിന് വേണ്ടിയുള്ള പരിശ്രമത്തിൽ ഉപകരണങ്ങളായി പ്രവർത്തിച്ചിട്ടുണ്ട്.

ഇതിനെല്ലാമിടയിലും സൂഫിവര്യന്മാർക്കോ ദാരാഷിക്കോവിനെ പോലുള്ള മുഗൾ രാജകുമാരന്മാർക്കോ വേണ്ടിയല്ലാതെ തന്നെ ഹിന്ദു ആത്മീയ ജ്ഞാനത്തോടുള്ള സ്നേഹവും ബഹുമാനവും കൊണ്ടുമാത്രം ഉപനിഷത്തുക്കളും രാമായണവും മഹാഭാരതവുമൊക്കെത്തന്നെ പേർഷ്യനിലേക്ക് തർജ്ജമ ചെയ്യപ്പെട്ടിട്ടുണ്ട്. ഉന്നത ജാതിക്കാർക്ക് വേണ്ടി മാത്രമായി സംരക്ഷിക്കപ്പെട്ടിരുന്ന അത്തരം സംസ്കൃത ഗ്രന്ഥങ്ങളുമായി പൗരസ്ത്യപണ്ഡിതന്മാർക്കൊന്നും തന്നെ യാതൊരു ബന്ധവും ഉണ്ടായിരുന്നില്ല!

ശക്തമായ പോരാട്ടത്തിലൂടെ കടന്നുപോയ സ്വാതന്ത്ര്യസമരത്തിനും വേദനാജനകമായ ഉപഭൂഖണ്ഡം വെട്ടിമുറിക്കലിനുംശേഷം സാംസ്കാരികസ്വത്വത്തിന്റെയും ആശയപ്രകടനസ്വാതന്ത്ര്യത്തിന്റെയും പ്രശ്നങ്ങൾ കൂടുതൽ കയ്പേറിയ ഒരു പോരാട്ടത്തിലൂടെ കടന്നുപോയി. പങ്കാളിത്തത്തിനുള്ള ഇടവും സംവാദവും തകരുകയും കൂമ്പടഞ്ഞു പോവുകയും ചെയ്തു. എന്തായാലും ഉത്തരാധുനികകാലം സൃഷ്ടിക്കും, പരിണാമത്തിനും, സംസ്കാരത്തിനകത്തുതന്നെ പുതിയ വിത്തിടുന്നതിനുമൊക്കെ പുതിയ ഇടങ്ങൾ കണ്ടെത്തുന്നുണ്ട്. അച്ചടി, ശബ്ദ-ദൃശ്യമാധ്യമങ്ങൾ, സാറ്റലൈറ്റ് ടെലിവിഷൻ, വേൾഡ് വൈഡ് വെബ്ബ് എന്നിവയൊക്കെ ഉദാഹരണങ്ങളാണ്. അങ്ങനെ വെർച്വൽ ലോകം ഒരു പരിധിവരെ പങ്കിടുന്നതിനും നിഷ്പക്ഷത പാലിക്കുന്നതിനും ഉള്ള ഒരു മൂന്നാം ഇടമായി മാറുന്നുണ്ട്. വിപ്ലവകരമായ പരിവർത്തനം ഉണ്ടാക്കാനുള്ള ശേഷിയില്ലാതെ സംസ്കാരത്തിന് അതിന്റെ മൗലികമായ സ്ഥാനം നിലനിർത്താനാവുമോ!

കഴിഞ്ഞ നാല് സഹസ്രാബ്ദങ്ങളായി ദക്ഷിണേന്ത്യൻ പ്രദേശങ്ങൾ അത്യപൂർവ്വങ്ങളായ വംശീയവും നാഗരികവുമായ അനുഭവങ്ങൾക്ക് സാക്ഷ്യം വഹിച്ചുകൊണ്ടിരിക്കുകയാണ്. നമ്മുടെ ബഹുവംശീയവും സാംസ്കാരികമായി വൈവിദ്ധ്യപൂർണ്ണവുമായ സാമൂഹ്യ ജീവിതത്തെയും ശ്വസനപ്രക്രിയയെയുമൊക്കെ വേർതിരിച്ചോ കീറിമുറിച്ചോ വ്യത്യസ്ത വിഭാഗങ്ങളാക്കി തിരിക്കുക എന്നത് അസാദ്ധ്യമായ ഒരു പ്രവൃത്തി തന്നെയാണ്. നമ്മുടെ പാരമ്പര്യത്തെ ഭൂരിപക്ഷ വിഭാഗത്തിന്റെ സ്വാഭിമാനത്തിന് വേണ്ടി ചരിത്രപരമായോ വർഷാടിസ്ഥാനത്തിലോ വിഭജിക്കുന്നതിന് അനുഭവസിദ്ധമായ ഒരു സമവാക്യം വികസിപ്പിക്കുകയോ അതിന് ശ്രമിക്കുകയോ ദ്രാവകരൂപത്തിലുള്ളതും വാച്യമല്ലാതെ സ്പർശനക്ഷമമല്ലാത്ത

തുമായ നമ്മുടെ തന്നെ ധർമ്മചിന്തയ്ക്ക് വിരുദ്ധമാണ്. അതിലുപരി ദേശീയ ചരിത്രത്തെ ഏകസംസ്കാര സ്വഭാവമുള്ളതും ലളിതമായ രേഖീയ പ്രക്രിയയാൽ അടയാളപ്പെടുത്താവുന്നതും ഒരു വിദേശ സ്വാധീനത്തിന് വഴങ്ങാത്തതുമായ ഒന്നാക്കിമാറ്റുന്നതിന് വേണ്ടി നടത്തിക്കൊണ്ടിരിക്കുന്ന ശ്രമവും ഏറെ പ്രശ്നങ്ങളുളവാക്കുന്നതാണ്.

ഒരു ജനാധിപത്യ രാജ്യത്തിന്റെ നേതാവുതന്നെ പുരാണങ്ങളും കെട്ടുകഥയുമുപയോഗിച്ച് തന്റെ രാജ്യം നേടിയ ശാസ്ത്രീയവും വികസനപരവുമായ നേട്ടങ്ങളെ ചിത്രീകരിക്കുന്നത് (ഭാവനാത്മകമായ) ശാഖോപശാഖകളായി വളരേണ്ട ഭാവിയെത്തന്നെ തകർക്കുന്നതിനാണിടയാക്കുക.

സമകാലിക സംഭവഗതികൾ

'ഞങ്ങൾക്കൊരവസരം തരിക' എന്ന സങ്കല്പനം ഉപയോഗപ്പെടുത്തി, നിലവിലുണ്ടായിരുന്ന ഭരണവിരുദ്ധ വികാരം മുതലെടുത്താണ് 2000 ൽ എൻ ഡി എ ഭൂരിപക്ഷം നേടി അധികാരത്തിൽ വരുന്നത്. ഭൂരിപക്ഷം വരുന്ന മദ്ധ്യവർഗ്ഗവും മദ്ധ്യവർഗ്ഗത്തിലേക്ക് വളർന്നുകൊണ്ടിരിക്കുന്നവരും അതിസമ്പന്നരും മദ്ധ്യ-ഇടതുമുന്നണി രാഷ്ട്രീയം മടുത്തവരും ഒക്കെ 'എന്തുകൊണ്ട് അവർക്കൊരവസരം നല്കിക്കൂടാ' എന്ന രീതിയിൽ ചിന്തിക്കുകയും അതൊരു മുഖ്യധാരാ പ്രവണതയായി മാറുകയും ചെയ്തു. മിക്കവാറും പേർ വിശ്വസിച്ചത് സംഘപരിവാറിനും അതിന്റെ സഖ്യശക്തികൾക്കും നിയന്ത്രണം നഷ്ടപ്പെട്ടെന്നും വർഗ്ഗീയ ലഹളകളും അക്രമോത്സുക ദേശീയതയും അടിസ്ഥാനപ്പെടുത്തിയുള്ള ഹിന്ദുത്വം മരിച്ചുപോയിരിക്കുന്നു എന്നുമാണ്. ഇന്ത്യ തിളങ്ങുന്നുവെന്നും 'വികസനം' എന്നും ലക്ഷ്യം വച്ചുകൊണ്ടുള്ള അവരുടെ മാനിഫെസ്റ്റോയും അതിന്റെ ഭാഗമായുണ്ടാക്കിയ രാഷ്ട്രീയ രൂപീകരണത്തിന്റെയുമൊക്കെ തിളക്കവും മിനുക്കവുമൊക്കെ അതിവേഗം തകരുകയും അങ്ങനെ ഫാസിസ്റ്റ് അജണ്ട വ്യക്തമായിത്തന്നെ തെളിഞ്ഞുവരികയും ചെയ്തു.

രാമക്ഷേത്രത്തിൽ നിന്ന് ശുദ്ധീകരണത്തിലേക്ക്, ഹിന്ദുത്വമാണ് ഇന്ത്യയിലെ സ്വീകാര്യമായ ഏകജീവിതരീതി എന്നതിൽ നിന്ന് ആര്യാവർത്തം ഏകീകൃത ഹിന്ദുവിന്റെ ഭൂഭാഗമാണെന്നതിലേക്ക്, ചരിത്രപുസ്തകങ്ങൾ തിരുത്തുന്നതിലേക്ക്, പുരാരേഖകൾ നശിപ്പിക്കുന്നതിലേക്ക്, മ്യൂസിയത്തിലെ ചരിത്രാവശിഷ്ടങ്ങൾക്ക് എതിരായ വിവരണങ്ങൾ നല്കുന്നതിലേക്ക്, വേദിക് സയൻസും കണക്കും പഠിപ്പിക്കുന്ന പഠന സമ്പ്രദായത്തിലേക്ക്, സെൻസർ ബോർഡ് അംഗങ്ങളുടെ എണ്ണം വർദ്ധിപ്പിക്കുന്നതിലേക്ക്, സ്വതന്ത്ര പത്രപ്രവർത്തനം തടയുന്നതിലേക്ക്, പുരോഗമനപരമായി പ്രവർത്തിച്ചിരുന്ന ഭരണകൂട മാധ്യമങ്ങൾ ഇല്ലാതാക്കുന്നതിലേക്ക്, പുസ്തകങ്ങളും സിനിമകളും കലാപ്രകടനങ്ങളും നിരോധിക്കുന്നതിലേക്ക്, പണ്ഡിതന്മാരെയും കലാകാരന്മാരെയും സ്വതന്ത്രചിന്തകരെയും ആക്ടിവിസ്റ്റുകളെയും ആക്രമിക്കുന്നതിലേക്ക്, ലഹളകൾ ആസൂത്രണം ചെയ്യുകയും വംശഹത്യകൾ അരങ്ങേറുകയും ചെയ്യുന്നതിലേക്ക്, ന്യൂനപക്ഷങ്ങളെ ഭീകരരാക്കി ചിത്രീകരിക്കുന്നതിലേക്ക്, യുദ്ധസാദ്ധ്യത ചൂണ്ടി

ക്കാട്ടി ആണവ പരീക്ഷണങ്ങൾ നടത്തുന്നതിലേക്ക്... അങ്ങനെ എണ്ണി യാലൊടുങ്ങാത്ത സംഭവങ്ങൾ... സ്ഥിതിഗതികൾ അതിവേഗം മാറുകയായിരുന്നു.

2004 ആയപ്പോൾ കർഷകർക്ക്, തൊഴിലാളികൾക്ക് ചിന്തിക്കുന്ന വ്യക്തികൾക്ക്, ഒരു കാര്യം പിടികിട്ടിയതിനാൽ എൻ ഡി എ പുറത്തുപോവുകയും യു പി എ അധികാരത്തിൽ വരികയും ചെയ്തു. ദൂരെമാറിപ്പോയ ഒരു പേടിസ്വപ്നം പോലെ അതിന്റെ പാരമ്പര്യം മങ്ങിപ്പോയെങ്കിലും അവർ ചലിപ്പിച്ചുവിട്ട സംഭവങ്ങളും പരിപാടികളും നിർവിഘ്നം പുരോഗമിക്കുകയും രാഷ്ട്രീയ യാഥാർത്ഥ്യങ്ങൾ മാറ്റുന്നവിധം തടസ്സമില്ലാതെ മുന്നോട്ടു പോവുകയും ചെയ്തു.

ഒരു ദശകത്തിന് ശേഷം പേടിസ്വപ്നം തിരിച്ചുവന്നു. ഉടൻ തന്നെ നേടിയെടുത്തതെല്ലാം നഷ്ടമായതായി അനുഭവപ്പെട്ടു. സിവിൽ സമൂഹത്തിൽ തുറക്കപ്പെട്ടിരുന്ന ചലനാത്മകമായ മൂന്നാം ഇടവും വളർന്നുവന്നിരുന്ന ബദൽ പൊതുസംവാദവും അഭിപ്രായ പ്രകടനങ്ങളുമൊക്കെ വളരെ പെട്ടെന്ന് അപ്രത്യക്ഷമായി. എല്ലാവരും ഇപ്പോൾ അതേ പക്ഷത്താണ്, പോരാട്ടരേഖ വ്യക്തമായി വരയ്ക്കപ്പെട്ടിരിക്കുന്നു. മുൻ ദശകങ്ങളിൽ നടന്ന പോരാട്ടത്തെക്കാൾ ഏറെ വെല്ലുവിളി ഉയർത്തുന്ന ഒന്നാണിത്. എന്തുകൊണ്ടെന്നാൽ ജനാധിപത്യം, മതനിരപേക്ഷത, ബഹുത്വസ്വഭാവം എന്നിവയുടെയൊക്കെ അടിത്തറതന്നെ തകർക്കപ്പെട്ടിരിക്കുന്നു. കേന്ദ്രത്തിലെ അധികാരം മുഴുവൻ ഒരു വ്യക്തിയിൽ മാത്രമായി കേന്ദ്രീകരിക്കപ്പെടുകയും നിയമങ്ങൾ ധ്രുതഗതിയിൽ ഓർഡിനൻസിലൂടെയും മറ്റും മാറുകയും ചെയ്യുന്നു. സംസ്ഥാനങ്ങൾ തമ്മിൽ മത്സരവും മുതലാളിത്തപരമായ ശത്രുതയും വളർത്തുന്നു. അവയെ പ്രാദേശികമായും സാംസ്കാരികമായും ഭാഷാപരമായും ഭിന്നിപ്പിക്കുന്നതിനും ശ്രമിക്കുന്നു. ഇതൊക്കെ ഇന്ത്യയിൽ ഫാസിസം വരുന്നതിന്റെ ലക്ഷണങ്ങളാണ്. (ഇതിന് പറ്റിയ കൂടുതൽ ആധികാരികമായ മറ്റൊരു പദം ഉടൻതന്നെ കണ്ടെത്തേണ്ടതുണ്ട്.)

സംസ്കാരത്തിനും അഭിപ്രായപ്രകടനസ്വാതന്ത്ര്യത്തിനും എതിരായി നടന്ന അതിക്രമങ്ങൾക്ക് കൈയും കണക്കുമില്ല. ഈ റിപ്പോർട്ട് കേന്ദ്രീകരിക്കുന്നത് രണ്ടാം എൻ ഡി എ ഗവൺമെന്റിന്റെ കഴിഞ്ഞ 365 ദിനങ്ങൾ മാത്രമാണ്. കഴിഞ്ഞ ഒരു വർഷം നടന്ന നിർണ്ണായകവും വേദനാജനകവുമായ സംഭവങ്ങളെ പട്ടികപ്പെടുത്തുന്നതിനാണ് ഞാൻ മുഖ്യമായും ശ്രമിക്കുന്നത്. യഥാർത്ഥത്തിൽ നടന്നതിന്റെ കുറെ അകലത്തിലാണ് ഇതെങ്കിലും ഈ ഗവൺമെന്റിനും അതിനെ പിന്തുണയ്ക്കുന്നവർക്കും ഉള്ള യഥാർത്ഥ ഉദ്ദേശ്യത്തെ സൂചിപ്പിക്കുന്ന ഒന്നാണിത്.

2014 മേയ്

പ്രധാനമന്ത്രി പദം ഏറ്റെടുത്തതിന് ശേഷം നടത്തിയ ആദ്യ പ്രവർത്തനങ്ങളിൽ ഒന്ന് 1,00,000 പുരാവസ്തു രേഖകൾ നശിപ്പിക്കുക

എന്നതായിരുന്നു. ദേശീയമായും ചരിത്രപരമായും പ്രാധാന്യമുള്ള നിരവധി രേഖകളാണ് ഇതിൽ ഉൾപ്പെടുന്നത്. ഈ പ്രവൃത്തിക്ക് യാതൊരു വിശദീകരണവും നല്കപ്പെട്ടില്ല.

തന്റെ ദൃഷ്ടിയിൽ ഹിന്ദുയിസത്തിനെതിരാണെന്ന് കരുതുന്ന വിദ്യാഭ്യാസസ്ഥാപനങ്ങൾ, പ്രസാധനശാലകൾ, വ്യക്തികളായ പ്രവർത്തകർ, രചയിതാക്കൾ എന്നിവർക്കെതിരെ കേസുകൊടുക്കുന്നതിനാൽ പ്രസിദ്ധനായ വ്യക്തിയാണ് ദീനനാഥ് ബത്ര. അദ്ദേഹം ഡോ. മേഘകുമാറിന്റെ *വർഗ്ഗീയതയും ലൈംഗികാതിക്രമങ്ങളും 1969 മുതൽ അഹമ്മദാബാദിൽ* എന്ന പുസ്തകത്തിന്റെ പ്രസിദ്ധീകരണവുമായി ബന്ധപ്പെട്ട് ഓറിയന്റ് ബ്ലാക് സ്വാൻ പ്രസിദ്ധീകരണശാലക്ക് ഒരു പരാതിക്കത്തെഴുതി. തുടർന്ന് ഈ പുസ്തകത്തിന്റെ പ്രസിദ്ധീകരണം പുനർ വിലയിരുത്തലിന് എന്ന പേരിൽ മാറ്റിവയ്ക്കപ്പെട്ടു. ഡൽഹി സർവ്വകലാശാല സിലബസിൽനിന്ന് എ കെ രാമാനുജന്റെ *മുന്നൂറ് രാമായണങ്ങൾ* എന്ന കൃതി മാറ്റിക്കുന്നതിൽ വിജയിച്ചയാളെന്ന നിലയിൽ പ്രസിദ്ധനാണ് 83 വയസ്സുകാരനായ ബത്ര. ഹിന്ദുയിസത്തെക്കുറിച്ചുള്ള വെൻഡിഡോണിഗറുടെ പുസ്തകം ഹരിയാന ഗവൺമെന്റിന്റെ വിദ്യാഭ്യാസകമ്മിറ്റിയും തടയുകയുണ്ടായി. അദ്ദേഹമെഴുതിയ *തേജോമയ് ഭാരതം* പോലുള്ള പുസ്തകങ്ങൾ ഗുജറാത്ത് ഉൾപ്പെടെ ബി ജെ പി ഭരിക്കുന്ന നിരവധി സംസ്ഥാനങ്ങളിൽ ഉപപാഠപുസ്തകങ്ങളായി ഇപ്പോൾ വിദ്യാർത്ഥികൾ പഠിച്ചുവരുന്നുണ്ട്.

ആഗ്ര നഗരത്തിലെ സിവിൽ കോടതിയിൽ ആഗ്രയിലെ 6 അഭിഭാഷകർ ചേർന്ന് താജ്മഹലിനെ ഒരു ഹിന്ദു ക്ഷേത്രമായി പ്രഖ്യാപിക്കണമെന്നാവശ്യപ്പെട്ടുകൊണ്ട് ഒരു പരാതി സമർപ്പിച്ചിരിക്കുന്നു.

17-ാം നൂറ്റാണ്ടിൽ പണിയിക്കപ്പെട്ട മുഗൾ സ്മാരകമായ താജ്മഹൽ ലോകാത്ഭുതങ്ങളിൽ ഒന്നായാണ് കരുതപ്പെടുന്നത്. പരാതിക്കാരായ അഭിഭാഷകരുടെ വാദം അതൊരു ശിവക്ഷേത്രമാണെന്നാണ്. കെട്ടിടത്തിന്റെ പ്രാന്തപ്രദേശത്ത് പൂജ നടത്താൻ അനുവദിക്കണമെന്നാണ് ഇവരുടെ ആവശ്യം.

ഇതേ കോടതിതന്നെ ഹരിശങ്കർ ജെയിനും സുഹൃത്തുക്കളും കൂടി മുൻപ് ഫയൽ ചെയ്തിരുന്ന ഒരു പരാതി സാങ്കേതിക കാരണങ്ങളാൽ തള്ളിയിരുന്നു. എന്നാൽ ഇപ്പോൾ കോടതി പരാതി സ്വീകരിക്കുകയും ബന്ധപ്പെട്ട ഗവൺമെന്റ് സമിതികളുടെ അഭിപ്രായം അറിയുന്നതിനായി നോട്ടീസ് അയയ്ക്കുകയും ചെയ്തിരിക്കുന്നു.

ഹിന്ദുത്വ 'ചരിത്രകാരനായ' പി എൻ ഓക് ഇത്തരം സിദ്ധാന്തങ്ങൾ അവതരിപ്പിക്കുന്നതിൽ പ്രമുഖനായ ഒരാളായിരുന്നു. സംഘപരിവാരത്തിൽ അദ്ദേഹത്തെ പിന്തുടരുന്ന നിരവധി പേരുണ്ട്. അവരിപ്പോൾ പറയുന്നത് അതെല്ലാമാണ് ഹിന്ദു ഇന്ത്യയുടെ യഥാർത്ഥ 'ചരിത്രം' എന്നാണ്.

2014 ജൂൺ

ദ്വാരകാപീഠത്തിലെ ഹിന്ദു ശങ്കരാചാര്യ സ്വരൂപാന്ദ സരസ്വതി, ശിർദ്ദി സായിബാബ ഒരു ദൈവമല്ലെന്നും അതിനാൽ ആരാധിക്കുവാൻ പാടില്ലെന്നും പ്രഖ്യാപിച്ചു എന്ന് മാത്രമല്ല അദ്ദേഹത്തെ ആരാധിക്കുന്നവരൊന്നുംതന്നെ ഹിന്ദുക്കളല്ലെന്ന പ്രഖ്യാപനവും നടത്തി. 'രാമനും കൃഷ്ണനും' മാത്രമാണ് യഥാർത്ഥത്തിലുള്ള രണ്ടു ദൈവങ്ങൾ എന്ന് ഗുരു അവകാശപ്പെടുകയും ചെയ്തു.

'ഇൻ ദിനോ മുസാഫർ നഗർ' എന്ന സുബ്രദീപ് ചക്രവർത്തിയുടെ ഡോക്യുമെന്ററിക്ക് സെൻസർഷിപ്പ് സർട്ടിഫിക്കറ്റ് നല്കാതെ അതിന്റെ പ്രദർശനം തടയാൻ സി ബി എഫ് സി തീരുമാനിച്ചു. യു പി യിലെ മുസാഫർ നഗർ നഗരത്തിൽ തിരഞ്ഞെടുപ്പിന് മുമ്പ് നടന്ന മുസ്ലീം വിരുദ്ധ ലഹളകളുടെ ചിത്രീകരണമായ ഈ ഡോക്യുമെന്ററി പ്രദർശിപ്പിക്കുന്നത് നിലനില്ക്കുന്ന മതസൗഹാർദ്ദത്തിനും സമാധാനത്തിനും കോട്ടം വരുത്തുമെന്നാണ് അവർ നല്കുന്ന വിശദീകരണം. ഈ തീരുമാനത്തെ വെല്ലുവിളിച്ചുകൊണ്ട് ഹൈക്കോടതിയിൽ ഒരു പരാതി സമർപ്പിക്കപ്പെട്ടെങ്കിലും ഇതിനിടയിൽ സിനിമാ നിർമ്മാതാവു തന്നെ മരണപ്പെട്ടു.

2014 ജൂലൈ

ഇന്ത്യൻ കൗൺസിൽ ഫോർ ഹിസ്റ്റോറിക്കൽ റിസർച്ചിന്റെ (ചരിത്ര ഗവേഷണ കൗൺസിൽ) പുതിയ ചെയർമാനായി പ്രൊഫ. വൈ സുദർശനറാവുവിനെ മാനവവിഭവ വകുപ്പ് നിയമിപ്പിച്ചു. അദ്ദേഹത്തിന്റെ യോഗ്യതയിലുള്ള അവിശ്വസനീയത അക്കാദമിക വൃത്തങ്ങളിൽ മുറുമുറുപ്പുണ്ടാക്കിയിട്ടുണ്ട്. വാർത്താമാധ്യമങ്ങളിലെയും ബ്ലോഗിലെയും എഴുത്തൊഴികെ നിലവാരമുള്ള ജേണലുകളിലെഴുതുകയോ കനപ്പെട്ട പുസ്തകങ്ങളെഴുതുകയോ ചെയ്തിട്ടുള്ളയാളല്ല റാവു. ജാതീയതയുടെ ക്രിയാത്മക വശങ്ങളെ കുറിച്ചുള്ള അദ്ദേഹത്തിന്റെ നിലപാടുകളും ഇസ്ലാം ക്രിസ്ത്യൻ മതങ്ങൾക്കെതിരായ നിലപാടും വ്യക്തമായും അദ്ദേഹത്തിന്റെ ഹിന്ദുത്വ പക്ഷപാതിത്വം തന്നെയാണ് പ്രകടമാക്കുന്നത്. അദ്ദേഹത്തിന്റെ പ്രിയപ്പെട്ട പദ്ധതി *മഹാഭാരത*ത്തിന് ചരിത്രപരമായ പ്രസക്തിയുണ്ടെന്നതും അത് നടന്നതെന്ന് എന്ന് കൃത്യമായി കണ്ടെത്തലുമാണ്. പ്രമുഖസ്ഥാനത്തേക്ക് അദ്ദേഹം എത്തിയതോടെ ചരിത്രഗവേഷണത്തിലും പഠനപദ്ധതികളിലുമൊക്കെ ഗൗരവതരമായ വളച്ചൊടിക്കലുകൾ ഇനി പ്രതീക്ഷിക്കാവുന്നതാണ്.

2014 സെപ്തംബർ

ഹിന്ദുമതത്തിലെ വൈഷ്ണവേതര ധാരകളിൽ പെട്ടവരുടെ വിശ്വാസങ്ങൾക്ക് തിരിച്ചടിയേല്പിച്ചുകൊണ്ട് ഹിമാചൽപ്രദേശത്തിലെ ഹൈക്കോടതി, ക്ഷേത്രങ്ങളിലും മറ്റ് ആരാധനാലയങ്ങളിലും മൃഗബലി

നിരോധിച്ചിരിക്കുന്നു. മൃഗങ്ങളുടെ അവകാശങ്ങളും അവയോടുള്ള ക്രൂരതയും തടയുന്നതിന്റെ പേരിലാണ് ഈ നടപടി. നൂറ്റാണ്ടുകളായി തുടർന്നുവരുന്ന ഈ ആചാരം കാടത്ത പരമാണെന്ന് പ്രഖ്യാപിച്ചുകൊണ്ട് പൂർണ്ണമായി നിരോധിക്കുകയാണ് കോടതി ചെയ്തത്. പരമ്പരാഗതമായ ഈ ആചാരത്തിന്റെ പരിശുദ്ധിയെക്കുറിച്ചുള്ള നിരവധി പ്രതിഷേധങ്ങളും, ചില വിഭാഗങ്ങൾക്കും വംശീയ വിഭാഗങ്ങൾക്കും ഇത് സംബന്ധിച്ച ധാരണയും കേൾക്കാൻ കോടതി തയ്യാറായില്ലെന്ന് മാത്രമല്ല ദേശീയ മാധ്യമങ്ങളിലൊന്നുംതന്നെ ഇക്കാര്യം വാർത്തയായതുമില്ല.

2014 ഡിസംബർ

തമിഴ്നാട്ടിലെ തിരുച്ചെങ്കോട് പെരുമാൾ മുരുകന്റെ *മതോരുഭാഗൻ* എന്ന പുസ്തകത്തിന്റെ പ്രതികൾ ആർ എസു എസുമായി ബന്ധമുള്ളവർ ചേർന്ന് കത്തിച്ചു. തമിഴ് സമൂഹത്തിൽ ചില ഭാഗങ്ങളിൽ നിലവിലുള്ള ലൈംഗികമായ തുറന്ന ജീവിതം ഗ്രന്ഥകാരൻ പുസ്തകത്തിലെഴുതിയത് തങ്ങൾക്ക് അപമാനകരവും ഹിന്ദുമതത്തെ തന്നെ തരം താഴ്ത്തുന്നതുമാണെന്ന് പ്രാദേശിക ഹിന്ദുത്വ പ്രവർത്തകർ അവകാശപ്പെട്ടിരുന്നു. മുരുകന്റെ പുസ്തകം നിരോധിക്കുകയും മുരുകനെ അറസ്റ്റുചെയ്യുകയും വേണമെന്ന് ആർ എസ് എസ് ആവശ്യപ്പെട്ടു. ഈ സംഭവങ്ങൾ ഏല്പിച്ച ആഘാതംമൂലം ആ എഴുത്തുകാരൻ എഴുത്തുതന്നെ ഉപേക്ഷിക്കാൻ നിർബ്ബന്ധിതനായി.

2015 മാർച്ച്

ദശലക്ഷക്കണക്കിന് വരുന്ന ക്രിസ്ത്യാനികൾ, ദളിതർ, മുസ്ലീങ്ങൾ എന്നിവരുടെ സാമ്പത്തികവും സാംസ്കാരികവുമായ ജീവിതത്തിന് നേരിട്ടുതന്നെ പ്രത്യാഘാതമേല്പിച്ചുകൊണ്ട് മഹാരാഷ്ട്രയിൽ പശുക്കളെയും കാളകളെയും കൊല്ലുന്നതും മാംസം വില്ക്കുന്നതും ഗവൺമെന്റും ബോംബെ ഹൈക്കോടതിയും നിരോധിച്ചു. പോത്തുകളെയും ആടുകളെയും കൊല്ലുന്നതും പിന്നീട് നിരോധിച്ചുവെന്നകാര്യം ബി ജെ പി ഗവൺമെന്റ് കോടതിയെ അറിയിച്ചു. നിർണ്ണായകമായ ഒരു വിഭാഗം ജനങ്ങളുടെ ഭക്ഷ്യപരമായ താല്പര്യങ്ങൾ നിഷേധിക്കുന്നതിലുപരി ആയിരക്കണക്കിന് വരുന്ന തോൽ ഊറക്കിടുന്നവർ, അറവുകാർ, തോൽപ്പണിക്കാർ എന്നിവരുടെ തൊഴിൽ സ്ഥിതിയാണിപ്പോൾ ചോദ്യചിഹ്നമായി മാറിയിരിക്കുന്നത്.

ഈ തീരുമാനം ഏകപക്ഷീയവും ജനങ്ങളുടെ ജീവിതത്തിനും സ്വാതന്ത്ര്യത്തിനും ഭക്ഷണം തെരഞ്ഞെടുക്കാനുള്ള അവകാശസ്വാതന്ത്ര്യത്തിനും ഒക്കെ എതിരാണെന്നു വ്യക്തമാക്കിക്കൊണ്ട് ഈ വിധിക്കെതിരെ ഒരു പരാതി നല്കപ്പെട്ടിട്ടുണ്ട്.

2015 ഏപ്രിൽ

2015 ലെ കേന്ദ്രബജറ്റ് പ്രഖ്യാപനങ്ങളിൽ തന്നെ ഡൽഹിയിലെ ശില്പകലാ മ്യൂസിയം ഇല്ലാതാക്കുമെന്നും അതിന്റെ സ്ഥാനത്ത് കൈത്തറി സംരക്ഷിക്കുന്നതിനും സൂക്ഷിക്കുന്നതിനും പുനരുജ്ജീവിപ്പിക്കുന്നതിനും ഉതകുന്ന വിധത്തിൽ ഒരു വാസ്തുകലാ അക്കാദമി സ്ഥാപിക്കുമെന്നും വ്യക്തമാക്കപ്പെട്ടിരുന്നു. ഈ സ്ഥാപനം മുമ്പ് അറിയപ്പെട്ടിരുന്നത് നാഷണൽ ഹാന്റി ക്രാഫ്റ്റ്സ് ആന്റ് ഹാന്റ്ലൂംസ് മ്യൂസിയം എന്നാണ്. 1958 ൽ ഇത് സ്ഥാപിച്ചത് കമലാദേവി ചതോപാധ്യായ എന്ന സ്വാതന്ത്ര്യസമരപ്പോരാളിയും; രൂപകല്പന നടത്തിയത് ചാൾസ് കൊറയയുമാണ്. 35000 വ്യത്യസ്തങ്ങളും അമൂല്യങ്ങളുമായ ഗോത്രവർഗ്ഗ നാടൻ സംസ്കൃതികളുടെ അവശിഷ്ടങ്ങളാണിവിടെ സൂക്ഷിക്കപ്പെട്ടിരുന്നത്. 2001 മുതൽ ഇത് നോക്കി നടത്തി വന്നിരുന്നത് സാംസ്കാരിക ചരിത്രകാരനായ ജോതിന്ദ്രജെയിൻ ആണ്. നൂറുകണക്കിന് വർഷങ്ങളായി ശേഖരിച്ചുവച്ച സാധനങ്ങളുള്ള എൻ എച്ച് എച്ച് എം ന്റെ ഭാവി ഇതോടെ അനിശ്ചിതത്വത്തിലായിരിക്കുകയാണ്.

2015 മേയ്

നാഷണൽ മ്യൂസിയത്തിന്റെ വിഖ്യാത സംവിധായകനായ വേണു വാസുദേവനെ തൽസ്ഥാനത്തു നിന്നൊഴിവാക്കുകയും സ്പോർട്സ് മന്ത്രാലയത്തിലേക്ക് യാതൊരു കാരണവും പറയാതെ സ്ഥലം മാറ്റുകയും ചെയ്തു. നമ്മുടെ മഹത്തായ പാരമ്പര്യത്തിന്റെ ഈ കലവറ വളരുകയും വികസിക്കുകയും ചെയ്തത് അദ്ദേഹത്തിന്റെ കാർമ്മികത്വത്തിലാണ്. മ്യൂസിയം ഷോപ്പ് വീണ്ടും തുറക്കുന്നതിനും പുതിയ നിരവധി ഗാലറികൾ ആരംഭിക്കുന്നതിനും മുൻകൈയെടുത്തത് ഇദ്ദേഹമാണ്. പുതിയ നിരവധി കാഴ്ചവസ്തുക്കളും ശേഖരങ്ങളുമൊക്കെ അദ്ദേഹമാണ് പ്രദർശനത്തിനൊരുക്കിയത്. ചരിത്രത്തെ വെട്ടിത്തിരുത്തിയും വളച്ചൊടിച്ചും തെറ്റിദ്ധരിപ്പിച്ചും അത് കാവിവല്ക്കരിക്കുകയും സംസ്കൃതവല്ക്കരിക്കുകയും ചെയ്യുന്നതിനായി വാചികമോ, അപ്രാപ്യമോ ആയ സംഗതികളെ ഉപയോഗപ്പെടുത്തുക എന്ന ഹിന്ദുവലതുപക്ഷത്തിന്റെ അജണ്ട യാതൊരു തടസ്സവുമില്ലാതെ മുന്നോട്ടുപൊയ്ക്കൊണ്ടിരിക്കുകയാണെന്ന് ചുരുക്കിപ്പറയാം.

മറ്റൊരു അപ്രതീക്ഷിത നീക്കത്തിലൂടെ ദേശീയതലത്തിലെ തന്നെ കലാകേന്ദ്രമായി പ്രവർത്തിക്കുന്ന ലളിത് കലാ അക്കാദമിയുടെ ചെയർപേഴ്സണായ കല്യാൺ കുമാർ ചക്രവർത്തിയെ അപമാനകരമായ വിധം സ്ഥലം മാറ്റുകയും തൽസ്ഥാനത്ത് ഒരു അഡീഷണൽ സെക്രട്ടറിയെ നിയോഗിക്കുകയും ചെയ്തു.

മതനിരപേക്ഷവും സമഗ്രവുമായ നെഹ്റു പാരമ്പര്യത്തിന് ആഘാതമേല്പിച്ചുകൊണ്ട് നെഹ്റു മെമ്മോറിയൽ മ്യൂസിയം ആന്റ് ലൈബ്രറി സൊസൈറ്റിയുടെ ഭരണ സമിതിയെ ഈയിടെ പുനഃസംഘടിപ്പിക്കുകയും

പ്രസിദ്ധരായ പണ്ഡിതന്മാരുടെ സ്ഥാനത്ത് മന്ത്രിമാരെയും അവരുടെ സുഹൃത്തുക്കളെയും നിയോഗിക്കുകയും ചെയ്തു. ഈ കേന്ദ്രത്തിലുള്ള ആർക്കൈവുകൾ, പുസ്തകങ്ങൾ, കലാസാമഗ്രികൾ എന്നിവയൊക്കെ ഇന്ന് അപകടത്തിലാണ്.

ഈ റിപ്പോർട്ട് തയ്യാറാക്കിക്കൊണ്ടിരിക്കെ ഇന്ത്യൻ സംസ്കാരത്തിനും ചരിത്രത്തിനും ന്യൂനപക്ഷ വിഭാഗങ്ങൾ നല്കിയിട്ടുള്ള സംഭാവനകൾ ഇല്ലാതാക്കുന്നതിനുള്ള അപഹാസ്യവും ക്രൂരവും അത്യാർത്തിയോടെയുമുള്ള ഒരു ശ്രമത്തിന്റെ ഭാഗമായി ഡൽഹിക്ക് പരമ്പരാഗത നഗര പദവി ലഭിക്കുന്നതിന് യുനെസ്കോയിൽ നല്കിയിരുന്ന ഒരു അപേക്ഷ കേന്ദ്രം പിൻവലിക്കുകയുണ്ടായി. വികസനപരമായി ഉണ്ടാകാനിടയുള്ള തടസ്സങ്ങളെ കുറിച്ചാണ് മന്ത്രിമാർ നാണംകെട്ട രീതിയിൽ പ്രസ്താവനയിറക്കിയതെങ്കിലും ഡൽഹിയുടെ സമ്പന്നമായ ഭൂതകാലത്തിൽ ഉള്ള മുസ്ലീം ക്രിസ്ത്യൻ സ്വാധീനത്തെ മറച്ചുപിടിക്കലായിരുന്നു അതിന്റെ യഥാർത്ഥ ലക്ഷ്യം.

സംക്ഷേപം

സലിൽ മിശ്രയുടെ വാക്കുകളിൽ പറഞ്ഞാൽ സാംസ്കാരിക ദേശീയത എന്ന ആശയം ഇന്ത്യയെപ്പോലുള്ള ഒരു രാജ്യത്തെ സംബന്ധിച്ചിടത്തോളം ഏറെ അപകടകരമാണ്. ഇന്ത്യ എന്ന ആശയത്തെയും അതിന്റെ ചരിത്രത്തെയും പാരമ്പര്യത്തെയും പൂർണ്ണമായി നിഷേധിക്കലായിരിക്കും അത്. ഇന്ത്യയുടെ ആത്മാവിനുതന്നെ എതിരാണത്. നിരവധി നൂറ്റാണ്ടത്തെ ചരിത്രത്തിലൂടെയാണ് ഇന്ത്യൻ സമൂഹം അതിന്റെ അടിസ്ഥാനസവിശേഷതകളൊക്കെ നേടിയെടുത്തത്. അനുക്രമമായ പരിണാമത്തിലൂടെയും വൈവിദ്ധ്യപൂർണ്ണമായ ബന്ധങ്ങളിലൂടെയും സംവാദങ്ങളിലൂടെയും പുറമെനിന്നുള്ളവരുമായി നൂറ്റാണ്ടുകളായി നടത്തിയ കൊടുക്കൽ വാങ്ങലുകളിലൂടെയും ആണതിന്റെ ചരിത്രം രൂപം കൊള്ളുന്നത്.

ഇന്ത്യൻ സമൂഹം അതിന്റെ തന്നെ ചരിത്രത്തിന്റെ ഉല്പന്നവും അതിനാൽ തന്നെ വളർത്തിയെടുക്കപ്പെട്ടതും നിലനിർത്തപ്പെട്ടതും സമ്പന്നമാക്കപ്പെട്ടതുമാണ്. രാഷ്ട്രീയവും സാമൂഹ്യവുമായ ഘടനാമാറ്റം വരുത്തി ഇന്ത്യയെ ഒരു ഏകസംസ്കാരി സന്തുലിതവുമായ ഒരു സമൂഹമാക്കുവാനോ അതുവഴി അതിന്റെ ഡി എൻ എ യിൽത്തന്നെ മാറ്റം വരുത്തുന്നതിനോ കഴിയില്ല എന്നു മാത്രമല്ല അങ്ങനെ ആക്കാൻ ശ്രമിക്കുകയുമരുത്. ഇന്ത്യയിൽ സാംസ്കാരിക സങ്കുചിത ദേശീയതയുടെ ആശയം വിജയിച്ചാൽ ഇന്ത്യ എന്തിന് വേണ്ടിയാണോ നിലകൊണ്ടത് അതിന്റെ മരണമണിയായിരിക്കും മുഴങ്ങുക.

ന്യൂനപക്ഷങ്ങൾക്കും അവരെ പ്രതിരോധിക്കുന്നവർക്കും എതിരായ വെല്ലുവിളികളുടെ ഒരു വർഷം

വിദ്യാഭൂഷൺ റാവത്ത്

നരേന്ദ്രമോദിയുടെ നേതൃത്വത്തിലുള്ള ബി ജെ പി ഗവൺമെന്റ് കേന്ദ്രത്തിൽ ഒരു വർഷം പൂർത്തിയാക്കിയിരിക്കുന്നതിനാൽ ആ ഗവൺമെന്റിന്റെ പ്രവർത്തനങ്ങൾ വിലയിരുത്തുന്നതിനുള്ള ശരിയായ സമയം സംജാതമായിരിക്കുന്നു. നിരീക്ഷകന്മാർ വാദിച്ചിരുന്നത് കോൺഗ്രസ് ഭരണകാലത്ത് 'നയപരമായി പക്ഷവാതം' ആയിരുന്നുവെന്നും മന്ത്രിമാരും ഉദ്യോഗസ്ഥരുംവരെ യാതൊരു തീരുമാനങ്ങളും എടുക്കാതിരിക്കുകയായിരുന്നെന്നും അതിനാൽ ഈ ഗവൺമെന്റ് അധികാരത്തിൽ വന്നത് 'സദ് ഭരണ' ത്തിന്റെ ശക്തി ഒന്നുകൊണ്ടു മാത്രമായിരുന്നു എന്നുമാണ്. ഈ ഗവൺമെന്റ് അത് ഇല്ലാതാക്കുകയും ചില വ്യവസായികൾക്ക് ഗുണം ചെയ്യുന്നതിനായി ത്വരിതഗതിയിൽ പ്രവർത്തിച്ചുകൊണ്ടിരിക്കുകയുമാണ്. അത് ജനവിരുദ്ധ അജണ്ട നടപ്പിലാക്കിക്കൊണ്ടിരിക്കുകയാണ്. തൊഴിൽ നിയമങ്ങളിൽ മാറ്റം വരുത്തുന്നു; ഭൂമി ഏറ്റെടുക്കൽ നിയമത്തിൽ ഭൂവുടമയുടെ സമ്മതം വേണമെന്ന ഭാഗം ഒഴിവാക്കുന്നു; അതുവഴി മുതലാളിമാർക്ക് തന്നിഷ്ടപ്രകാരം ആരുടെയും ഭൂമി ഏറ്റെടുക്കുന്നതിന് അവസരം ഒരുക്കുന്നു.

ഇന്ത്യയിൽ ഹിന്ദുത്വ വളർച്ചയുണ്ടാവുന്നത് നിരീക്ഷിക്കുന്ന ഞങ്ങളെപ്പോലുള്ളവർ 'മാധ്യമ' മാനേജ്മെന്റിലൂടെ അധികാരത്തിൽ വന്നാൽ ഹിഡൻ അജണ്ട പുറത്തെടുക്കുമെന്ന് വ്യക്തമാക്കിയിരുന്നതാണ്. സംഘത്തിന്റെ താത്ത്വികാചാര്യന്മാരിലൊരാളായ അരുൺ ഷൂരി തന്നെ ന്യൂനപക്ഷങ്ങൾ ഭയപ്പാടോടെയാണ് കഴിയുന്നതെന്ന് ഒരു അഭിമുഖത്തിൽ വ്യക്തമാക്കിയിരിക്കുന്നു. ജൂലിയോ റിബെറൊയെ പോലുള്ള ഒരു വ്യക്തി തന്നെ ഇന്ത്യയിൽ വരുന്നത് സുരക്ഷിതമല്ലെന്ന് പ്രസ്താവിച്ചിരിക്കുന്നു. ഇതെല്ലാം ഗൗരവപൂർവ്വം പരിശോധിക്കേണ്ടതുണ്ട്.

അരുൺ ഷൂരിയുടേത് ഒരുപക്ഷേ, കിട്ടാത്ത മുന്തിരി പുളിക്കുന്നതായിരിക്കും. എന്നാൽ ഈ ഗവൺമെന്റ് അത്ഭുതകരമാംവിധം കോർപ്പറേറ്റുകളും ഹിന്ദുത്വവും ചേർന്ന ഒരു കോക്ടെയിലുണ്ടാക്കി അവരുടെ അജണ്ട ശക്തിപ്പെടുത്തുന്നതിൽ അത്ഭുതകരമായ പ്രവർത്തനമാണ് നടത്തിയിരിക്കുന്നത്. വൻതോതിൽ ഫണ്ടൊഴുക്കി വിട്ടുകൊണ്ട് ഗവൺമെന്റിന്റെ ആതിഥ്യം കോർപ്പറേറ്റുകൾ ആസ്വദിച്ചു കൊണ്ടിരിക്കുകയാണ്. ഇവരിൽ ചിലർ പ്രധാനമന്ത്രിയുടെ വിദേശ സഞ്ചാരത്തിൽ സഹയാത്രികരായിരുന്നു. മുമ്പൊരിക്കലും ഇത്ര നാണംകെട്ട വിധത്തിൽ അങ്ങനെയൊന്ന് സംഭവിച്ചിട്ടില്ല. ഇന്നത്തെ വിധത്തിൽ ഗവൺമെന്റ് അദാനിയോട് കാണിച്ചുവരുന്ന പക്ഷപാതിത്വം അവസാനിപ്പിക്കാത്തപക്ഷം മറ്റൊരു സുഹൃത്തായ മുകേഷ് അംബാനിയെ മറികടന്ന് ഏറ്റവും വലിയ കോർപ്പറേറ്റ് കുടുംബമായി അവർ മാറുന്നത് കാണാനാവും.

ഇന്ത്യയിൽ യാതൊരു വളർച്ചാ ഘടകവുമില്ല. കർഷക ആത്മഹത്യയുടേതായ വാർത്തകൾ വരുന്നുണ്ടെങ്കിലും ആ വിഷയം അഭിമുഖീകരിക്കുന്നതിൽ ഗവൺമെന്റ് യാതൊരു താല്പര്യവും കാണിക്കുന്നില്ല. പ്രധാനമന്ത്രി മോദിയും അദ്ദേഹത്തിന്റെ ഉപദേശകരും കരുതുന്നത് വൻതോതിലുള്ള മാധ്യമപ്രചാരണത്തിലൂടെ അപ്രസക്തമായ വിഷയങ്ങൾ ഉയർത്തുകയും അതിന്റെ പേരിൽ ജനങ്ങളിൽ ധ്രുവീകരണം നടത്തുകയും ചെയ്തുകൊണ്ട് അവരുടെ സാമ്പത്തിക പരിപാടി യാതൊരു പ്രതിഷേധവും ഉയർത്താതെ നടപ്പിലാക്കാനാവുമെന്നും ജനങ്ങളെ ബോദ്ധ്യപ്പെടുത്തി നിർത്താനാവുമെന്നുമാണ്. എന്നാൽ എക്കാലത്തും ജനങ്ങളെ വിഡ്ഢികളാക്കാനാവില്ല. കുറച്ചുപേർക്ക് മാത്രം ഗുണം ചെയ്യുകയും ദരിദ്രരിൽ ഏറിയ പങ്കിനെയും പീഡിപ്പിക്കുകയും ചെയ്യുന്ന ഈ ഗവൺമെന്റിനെതിരായി അമർഷം വളർന്നു വരുന്നതിന്റെ ലക്ഷണങ്ങൾ രാജ്യമെമ്പാടും പ്രകടമായിക്കൊണ്ടിരിക്കുകയാണ്.

ഈ ഗവൺമെന്റിനെയും അതിന് നേതൃത്വം കൊടുക്കുന്ന വ്യക്തിയെയും സംബന്ധിച്ച് നമ്മുടെ വിലയിരുത്തൽ എന്തു തന്നെയായിരുന്നാലും ശരി രാജ്യത്തെ ജനങ്ങൾക്ക് ബോദ്ധ്യമായിരുന്നത് 'ഗുജറാത്ത്' മാതൃകയിലൂടെ എല്ലാവർക്കും 'നല്ല ദിനം' വന്നുചേരുമെന്നാണ്. അതിൽ നല്കിയ ഊന്നലിന്റെ ഫലമായാണ് കഴിഞ്ഞ 28 വർഷങ്ങൾക്കു ശേഷം പാർലമെന്റിൽ ഒരു പാർട്ടിക്ക് ഒറ്റയ്ക്ക് ഭൂരിപക്ഷം ലഭ്യമായത്. പ്രധാനമന്ത്രിക്ക് ജനങ്ങളെ സംബന്ധിച്ച് നല്ല പ്രതീക്ഷയാണുണ്ടായിരുന്നത്. നിരവധി മുസ്ലീം നേതാക്കൾ പോലും കരുതിയത് കാര്യങ്ങൾക്ക് മാറ്റം വരുമെന്നും 2002 ലെ കറുത്ത അദ്ധ്യായം മാറ്റി ന്യൂനപക്ഷങ്ങൾക്ക് വിശിഷ്യാ മുസ്ലീങ്ങൾക്ക് അനുകൂലമായ പുതിയ അദ്ധ്യായത്തിന് പ്രധാനമന്ത്രി തുടക്കം കുറിക്കുമെന്നും ആണ്. എന്നാൽ അങ്ങനെ നന്മയുടേതായ ഒരു അന്തരീക്ഷം സൃഷ്ടിക്കാൻ കഴിഞ്ഞില്ല എന്നു മാത്രമല്ല പ്രചാരണവും വളച്ചൊടിക്കലുകളും കെട്ടിച്ചമച്ച കഥകൾ പ്രചരിപ്പിക്കലും നടത്തുന്നതിലൂടെ ഭയത്തിന്റേതായ അന്തരീക്ഷമാണിന്ന് രൂപപ്പെട്ടിരുന്നത്.

മുസഫർ നഗർ അതിക്രമത്തിന് ഇരയായവർക്ക് നീതി ലഭിക്കുന്നതിനോ, മുൻകൂട്ടി തയ്യാറാക്കിയവിധം നടത്തിയ ഈ ലഹളയിൽ എല്ലാം നഷ്ടപ്പെട്ടവരെ പുനരധിവസിപ്പിക്കുന്നതിനോ യാതൊരു നടപടിയും ഇതുവരെ സ്വീകരിച്ചിട്ടില്ലെന്നത് ഉൽക്കണ്ഠ ജനിപ്പിക്കുന്നതാണ്. നിരവധി പേർ ഇന്നും കഴിയുന്നത് അഭയാർത്ഥിക്യാമ്പുകളിലാണ്. അവർക്കൊന്നുംതന്നെ തിരിച്ച് വീട്ടിൽ പോകുന്നതിന് അനുമതി ലഭിച്ചിട്ടില്ല. ഈ ലഹളകൾക്ക് പിന്നിൽ പ്രവർത്തിച്ചവരെയൊക്കെ ഗവൺമെന്റ് ആദരിക്കുകയും പാർട്ടിയിലും ഗവൺമെന്റിലും പ്രധാനപ്പെട്ട സ്ഥാനങ്ങൾ നല്കുകയും ചെയ്തു. ഉത്തർപ്രദേശ് ഗവൺമെന്റിന്റെ ഇക്കാര്യത്തിലുള്ള നടപടികളും ചോദ്യം ചെയ്യപ്പെടേണ്ടതുതന്നെയാണ്.

മുസഫർ നഗർ പരീക്ഷണം പശ്ചിമ ഉത്തര പ്രദേശങ്ങളിലും ഹരിയാനയിലും ഒരു പരിധിവരെ ഡൽഹിയിലും ജനങ്ങളെ ധ്രുവീകരിക്കുന്നതിന് വൻതോതിൽ അവരെ സഹായിച്ചു. അതിന്റെ നേട്ടം കൊയ്യാൻ അവർ ശ്രമിച്ചു. ഡൽഹിയിലെ ത്രിലോക് പുരിയിൽ സമാനസ്ഥിതിയുണ്ടാക്കാൻ ശ്രമിച്ചെങ്കിലും ജനങ്ങൾ ഇതിന്റെ അപകടം മനസ്സിലാക്കുന്നതിനാൽ ദയനീയമായി പരാജയപ്പെട്ടു. എങ്കിലും സംഘപരിവാരത്തിലെ വിവിധ സംഘടനകൾ ഇവിടെയൊക്കെ കഴിഞ്ഞ ഒരു വർഷത്തിനകം തന്നെ വളർന്നുവരികയും മുസ്ലീങ്ങളെയും അവരുടെ സാംസ്കാരിക പാരമ്പര്യത്തെയും മൂലയ്ക്കിരുത്തുന്നതിന് വേണ്ടി സ്ഥിതിഗതികൾ വഷളാക്കുന്നതിനായി ശ്രമിച്ചുവരികയും ചെയ്യുന്നുണ്ട്. ഉച്ചഭാഷിണിയുടെ ശബ്ദം, ചെറിയ കശപിശകൾ, പൊതുവായ ഭൂമിയെ സംബന്ധിച്ചുള്ള തർക്കങ്ങൾ, പശുവിനെ അറക്കൽ, ഗോമാംസം ഭക്ഷിക്കൽ ഇങ്ങനെയുള്ള കൊച്ചുകൊച്ചു വിഷയങ്ങളെ ആസ്പദമാക്കി 2014 ൽ മാത്രം ഉത്തർപ്രദേശിൽ 500 ൽ ഏറെ ലഹളകളാണ് റിപ്പോർട്ടു ചെയ്യപ്പെട്ടിരിക്കുന്നത്. നിരവധി പ്രദേശങ്ങളിൽ പെട്ടെന്ന് ആർ എസ് എസ് ശാഖകൾ രൂപംകൊണ്ടത് നിരവധി പേർക്ക് അസ്വസ്ഥതയുളവാക്കുന്നുണ്ട്. വന്ദേമാതരം, ഭാരത് മാതാ കി ജയ് മുദ്രാവാക്യം വിളികൾ മുസ്ലീം ഭൂരിപക്ഷ പ്രദേശങ്ങളിലൂടെ കടന്നുപോകുമ്പോൾ നടത്തുന്നത് പ്രകോപനമുണ്ടാക്കാനാവും വിധത്തിലാണ്. എല്ലായിടത്തും 'വിവാദ വിഷയങ്ങൾ' ഉണ്ടാക്കുകയും അതിന് പുതിയ നിർവ്വചനങ്ങൾ നല്കുകയും ചെയ്യുന്നു. ഇന്ത്യയിലുള്ള എല്ലാറ്റിനും ഒരു ഹിന്ദു ഭൂതകാലം നല്കുന്നു. അതിന്റെ അടിസ്ഥാനത്തിൽ പുതിയ സിദ്ധാന്തം ചമയ്ക്കുകയും ദീനാംനാഥ് ബത്രയെപ്പോലുള്ളവർ അതിനെ സംബന്ധിച്ച് ഗവേഷണം നടത്തുകയും ചെയ്യുന്നു. അതുവഴി അവർക്ക് 'ആധികാരിക'മായി ഭൂതകാലത്തെക്കുറിച്ച് വിവരമുണ്ടാകുന്നു. അങ്ങനെയാണ് താജ്മഹൽ ശിവക്ഷേത്രമായി ചിത്രീകരിക്കപ്പെടുകയും കള്ളക്കേസുകൾ ഫയൽ ചെയ്യപ്പെടുകയും ചെയ്യുന്നത്. അങ്ങനെ വിഷയങ്ങൾ ബോധപൂർവ്വം നിയമപരമായ ചട്ടക്കൂടിനുള്ളിൽ കൊണ്ടുവന്ന് രാഷ്ട്രീയ വിവാദമാക്കുകയും ഹിന്ദു ഏകീകരണത്തിനും മുസ്ലീങ്ങളെ കൂടുതൽ ഒറ്റപ്പെടുത്തുന്നതിനുമുള്ള സാഹചര്യമുണ്ടാക്കുകയും ചെയ്യുന്നു.

ഹിന്ദുത്വ സംഘടനകളുടെ ഇന്നത്തെ പ്രവർത്തനരീതി മനസ്സിലാക്കിയിരിക്കേണ്ടത് ഏറെ പ്രാധാന്യമർഹിക്കുന്നു. ഇവയെല്ലാം തന്നെ സംഘപരിവാർ സൃഷ്ടികളല്ലെങ്കിലും അവരൊക്കെത്തന്നെ കരുതുന്നത് അവരുടെ 'സ്വന്തം' ഗവൺമെന്റായതിനാൽ ഒന്നും തന്നെ സംഭവിക്കുകയില്ലെന്നാണ്. ഈ സംഘടനകളാണ് പ്രസക്തമല്ലാത്ത വിഷയങ്ങൾ ഉന്നയിക്കുന്നത്. അതറിഞ്ഞുകൊണ്ടുതന്നെ അവരത് ഉയർത്തിക്കൊണ്ടുവരികയും പിന്നീടതിനെ ഒരു രാഷ്ട്രീയസംവാദമാക്കി മാറ്റുകയും ചെയ്യുന്നു. മുഖ്യസമയത്ത് ചർച്ചയ്ക്ക് അവർക്കും കുറച്ചുസമയം അനുവദിച്ചുകിട്ടുന്നു. എന്നാൽ ഇവരുയർത്തുന്ന പ്രശ്നങ്ങളിൽ ഗവൺമെന്റ് ഡൽഹിയിൽ നല്കിയതുപോലെ ചില ഉറപ്പു നല്കുന്നു. ഡൽഹിയിൽ ഒരു കൂട്ടർ മുഗൾ രാജാക്കന്മാരുമായി ബന്ധമുള്ള റോഡുകളുടെ പേരെഴുതിയ ബോർഡുകളൊക്കെ വികൃതമാക്കി. ടെലിവിഷൻ ചർച്ചയിൽ വീണ്ടും ഇതുതന്നെ ചെയ്യുമെന്നവർ ഭീഷണിപ്പെടുത്തുകയും ചെയ്തു. രാജ്യത്തിന്റെ തലസ്ഥാനത്തിന്റെ ഹൃദയഭാഗത്താണിത് നടന്നതെങ്കിലും ഗവൺമെന്റിന് ഒന്നും തന്നെ ചെയ്യാനായില്ല. ഒരാൾപോലും അറസ്റ്റു ചെയ്യപ്പെട്ടില്ല എന്നു മാത്രമല്ല ഗവൺമെന്റിൽ നിന്ന് ഇതിനെതിരായി ഇതുവരെ പ്രതികരണങ്ങൾ ഒന്നും തന്നെ ഉണ്ടായതുമില്ല.

അധികാരത്തിലിരിക്കുന്നവർ ഇന്ന് ഇന്ത്യ ഹിന്ദുദേശീയവാദികളുടേതാണെന്നും ഇതവരുടെ സവർക്കർ പറഞ്ഞതുപോലുള്ള പിതൃഭൂമിയാണെന്നുമുള്ള ചിന്താഗതിയെ പിന്തുണയ്ക്കുന്നു. അതുകൊണ്ടുതന്നെ ഒരുതരം 'അഭിമാനബോധം' വിജൃംഭിപ്പിക്കണം. അത് ചരിത്രം തിരുത്തി എഴുതിക്കൊണ്ടു മാത്രമേ നിർവ്വഹിക്കാനാവൂ. അതിന് മുഗളന്മാരെ 'വിദേശികളാ'ണെന്ന് പറഞ്ഞ് കുറ്റപ്പെടുത്തുകയും അപമാനിക്കുകയും വേണം. എന്നിട്ട് രാജ്നാഥ് സിങ് പറഞ്ഞതുപോലെ "അക്ബർ മഹാനായിരിക്കാം. എന്നാൽ മഹാരാജാ പ്രതാപ് ഏറെ മഹാനാണ്" എന്ന് പറയുകയും വേണം. എന്നിട്ട് അദ്ദേഹം മറ്റൊരു പുരാണം കൂടെ ചമച്ചിരിക്കുന്നു. പ്രതാപിന്റെ മഹത്ത്വത്തിൽ നിന്ന് പ്രചോദനം ഉൾക്കൊണ്ടാണത്രെ വിയറ്റ്നാം വിപ്ലവം പോലും ഉണ്ടായത്. തന്റെ ഈ അവകാശവാദം കൂടുതൽ ശക്തിപ്പെടുത്തുന്നതിനായി ഗറില്ലായുദ്ധമുറയെക്കുറിച്ച് ഭഗത്സിങ്ങിനും ചന്ദ്രശേഖർ ആസാദിനും ആശയങ്ങൾ ലഭിച്ചത് റാണാപ്രതാപിൽ നിന്നാണെന്നുവരെ അദ്ദേഹം പറഞ്ഞു.

മുസ്ലീങ്ങൾക്കെതിരായ ഹിന്ദുത്വാക്രമണം ബഹുമുഖ സ്വഭാവമുള്ളതും നന്നായി മനസ്സിലാക്കിയിരിക്കേണ്ടതുമാണ്. അതിന്റെ ഒരു ഭാഗത്തായി ഒരു ചരിത്ര പദ്ധതിയുണ്ട്. മറുഭാഗത്താവട്ടെ വികാരപരമായ വിഷയങ്ങൾ ബോധപൂർവ്വം ഉയർത്തിക്കൊണ്ടു വന്ന് മുസ്ലീങ്ങളെ സാംസ്കാരികമായി ഒറ്റപ്പെടുത്തലാണ്. അത്തരം വിഷയങ്ങളിൽ മിക്കവാറും എല്ലാ മുസ്ലീം ഇതരർക്കും 'പിന്തുണ'ക്കേണ്ടതാണെന്ന് തോന്നുകയും ചെയ്യും. ഗോമാംസത്തിന്റേത് അത്തരമൊരു വിഷയമാണ്. അത് ഭക്ഷണവൈവിദ്ധ്യത്തിന്റെ ഭാഗം മാത്രമല്ല. നിരവധി മേഖലകളിലെ ആദിവാസികളു

ടെയും ദളിതരുടെയും സാംസ്കാരിക സ്വഭാവങ്ങളുമായി ബന്ധപ്പെടുത്തിക്കൊണ്ടുവേണം അത് വിലയിരുത്തേണ്ടത്. ഇന്ത്യയിൽ ബ്രാഹ്മണർ ഗോമാംസം തിന്നിരുന്നുവെന്നത് ഒരു ചരിത്രവസ്തുതയാണെന്നതിലേക്ക് നാം പോകേണ്ടതില്ലെങ്കിലും ഭക്ഷണത്തെ ഒരു സംസ്കാരത്തിന്റെ ഭാഗമെന്ന നിലയ്ക്ക് ബഹുമാനിക്കേണ്ടതാണ്. ലോകത്ത് പോത്ത് മാംസം വില്ക്കുന്നതും തിന്നുന്നതും നിരോധിക്കുന്നതും ഹലാൽ മാംസം മാത്രം ഭക്ഷിക്കാൻ അനുവദിക്കുന്നതുമായ മുസ്ലീം രാജ്യങ്ങൾക്ക് ബദലായ ഒരു ഹിന്ദുരാഷ്ട്രം ഉണ്ടാക്കാനാണ് നാം ഉദ്ദേശിക്കുന്നതെങ്കിൽ നൂറുകണക്കിന് പ്രശ്നങ്ങൾ ഉണ്ടാക്കുന്ന ഒരു പാതയിലേക്കായിരിക്കാം നാം തിരിയുക. എന്തുകൊണ്ടെന്നാൽ സമ്പന്നമായ സാംസ്കാരിക വൈവിദ്ധ്യങ്ങളുള്ള ഒരു രാജ്യത്ത് ഏകജാതീയത വരുത്താൻ ശ്രമിക്കുന്നത് നമ്മുടെ മനസ്സിനെയും ഭക്ഷ്യശീലങ്ങളെയുമൊക്കെ നിയന്ത്രിക്കുന്ന ഹിന്ദു താലിബാനിസം വളർന്നുവരുന്നതിനാണിടയാക്കുക. ഹലാൽ, ജട്ക മാംസം എന്ന സങ്കല്പം സംഘപരിവാറിന് സൗകര്യപ്രദമായ ഒന്നായി ഉപയോഗപ്പെടുത്താൻ കഴിയുന്നുണ്ട്. അത് ഉപയോഗിച്ച് മുസ്ലീം ഇതരരായ എല്ലാവരും മുസ്ലീങ്ങളെ സംശയിക്കുന്നതിന് ഇടവരുത്തും. പോത്തിറച്ചി അനുവദിക്കുകയും ഗോമാംസം നിരോധിക്കുകയും ചെയ്യുന്നതിലൂടെ നമ്മുടെ മൂല്യവും വംശീയമായ വിവേചനവും തന്നെയാണ് പ്രകടമാക്കുന്നത്. ഇന്ത്യാ ഗവൺമെന്റ് ഇന്ത്യയിലെ ഏറ്റവും വലിയ ഗോമാംസ വിതരണക്കാരുടേയും അതിന്റെ ഉടമസ്ഥരുടേയും പേര് വെളിപ്പെടുത്താൻ തയ്യാറായാൽ രാഷ്ട്രീയമായി ഗോമാംസ വില്പനയെ എതിർക്കുന്നവർ തന്നെയാണ് ഈ അറവുശാലകളിൽ ഭൂരിപക്ഷത്തിന്റെയും ഉടമകളെന്ന് കാണാനാവും. ഗോവധ നിരോധനത്തിന് പിന്നിലെ ഗൂഢാലോചന മനസ്സിലാക്കേണ്ടതുണ്ട്. വടക്കു കിഴക്കൻ സംസ്ഥാനങ്ങളിൽ ഗോവധ നിരോധനത്തിനുള്ള ആഹ്വാനം ബി ജെ പി നിർത്തിയത് അവരുടെ തന്നെ സഹപ്രവർത്തകർ ആ നീക്കത്തെ എതിർക്കുകയും മുന്നറിയിപ്പു നല്കുകയും ചെയ്തതിനാലാണ്. ഗോവയിലെ മുഖ്യമന്ത്രിയുടെ മൂത്ത നേതാവ് മഹാരാഷ്ട്രയിൽ ഗോവധം നിരോധിച്ചിട്ടും ഗോവയിൽ നിരോധിക്കാതിരുന്നതിന് കാരണമെന്താണ്?

'വ്യത്യസ്ത'മായ ഭക്ഷണരീതികളോട് തണുത്ത പ്രതികരണം കാണിക്കുന്നവരെ നമുക്ക് നമ്മുടെ സമൂഹത്തിൽ കണ്ടെത്താനാവും. ഇതൊക്കെയായിട്ടും നാം വർഷങ്ങളായി ഒരുമിച്ചു കഴിഞ്ഞു വരികയാണ്. ഗോമാംസം കഴിക്കുന്നതും വില്ക്കുന്നതും മുസ്ലീങ്ങൾ മാത്രമല്ലാതിരുന്നിട്ടും ഗവൺമെന്റ് ലക്ഷ്യംവയ്ക്കുന്നത് അവരെ മാത്രമാണ്. ജട്ക, ഹലാൽ മാംസം വിവാദം ഉപയോഗിക്കുന്നത് ഹിന്ദു ജനതയെ ധ്രുവീകരിക്കുന്നതിന് വേണ്ടിയാണ്. ഹിന്ദുക്കൾ ജട്ക മാംസം കഴിക്കുമ്പോൾ മുസ്ലീങ്ങൾ ഹലാൽ മാംസം മാത്രം കഴിക്കുന്നു. എന്നാൽ ദിനാന്ത്യത്തിൽ അവർ ഒരു സമൂഹമായി ജീവിക്കുകയും ഏകജാതീയതയുടേതായ പ്രതീകം സൃഷ്ടിക്കുകയും ചെയ്യുന്നു.

കഴിഞ്ഞ ഏതാനും വർഷങ്ങളായി ഖാപ് പഞ്ചായത്തുകൾ സാമൂഹിക സംവാദത്തിൽ മേൽക്കൈ നേടിയിരിക്കുന്നു. ഇതിനെതിരായി രാഷ്ട്രീയപാർട്ടികൾക്ക് ഒരു നിലപാടെടുക്കാൻ കഴിഞ്ഞിട്ടില്ല. സാവധാനത്തിലാണെങ്കിലും ഖാപ് പഞ്ചായത്തുകൾ സാമുദായിക സ്വത്വത്തിന്റെ അടിസ്ഥാനത്തിൽ ഹിന്ദുത്വത്തിന്റെ അണിനിരത്തൽ കേന്ദ്രങ്ങളായി മാറി വരികയാണ്. മാധ്യമങ്ങൾ ഈ വിഷയം ഉയർത്തിക്കൊണ്ടു വരികയും ബുദ്ധിമുട്ടേറിയ ചോദ്യങ്ങൾ ഉന്നയിക്കുകയും ചെയ്തിട്ടുണ്ട്. ഖാപ് പ്രശ്നം ഒരു ജാതി വിഭജിത സമൂഹത്തിന്റെ പ്രതീതിയാണുളവാക്കിയിരിക്കുന്നത്. സംഘപരിവാരമാവട്ടെ ജാതി വിവേചന പ്രശ്നത്തെ ഇല്ലാതാക്കാൻ ശ്രമിക്കുന്നുവെന്നവകാശപ്പെട്ടുകൊണ്ട് ഒരു പുതിയ സങ്കല്പം സൃഷ്ടിച്ചിരിക്കുന്നു. 'ലൗജിഹാദ്' എന്ന ഈ സങ്കല്പനത്തെ ഉപയോഗപ്പെടുത്തിക്കൊണ്ട് തിരഞ്ഞെടുക്കാനുള്ള അവകാശത്തെ ഹിന്ദുക്കളും മുസ്ലീങ്ങളും തമ്മിലുള്ള ഒരു വർഗ്ഗീയ പ്രശ്നമാക്കാനാണ് ശ്രമിക്കുന്നത്. ഈ പുതിയ വിഭജന അജണ്ടയിലേക്ക് പഴയ ഖാപ്പുകൾ എടുത്തു ചാടിയിരിക്കുന്നു. ഇതിനെയാവട്ടെ സംഘപരിവാറും അതിന്റെ വിദഗ്ദ്ധന്മാരും ചേർന്ന് ന്യായീകരിക്കുകയും ചെയ്യുന്നു. പൊലീസിന് ജനങ്ങളെയും അവരുടെ മിശ്രവിവാഹങ്ങളെയും സംരക്ഷിക്കുന്നതിനുണ്ടാകുന്ന വീഴ്ചയും നമ്മുടെ തിരഞ്ഞെടുക്കുന്നതിനുള്ള മൗലികാവകാശത്തിന് മേലുള്ള ഗുരുതരമായ ഒരു വെല്ലുവിളിതന്നെയാണ്. ഒരു ഖാപ്പിന് വ്യക്തികളുടെ അവകാശങ്ങളെ നിശ്ചയിക്കാൻ കഴിയില്ല. എന്നാൽ ഒരു വ്യക്തിയുടെ നിശ്ചയത്തെ മേധാവിത്വം വഹിക്കുന്ന ഖാപ്പുകൾക്ക് അടിയറവയ്ക്കണം എന്ന സ്ഥിതിയിലേക്ക് നാം പതുക്കെ പ്രവേശിച്ചുകൊണ്ടിരിക്കുകയാണ്. അത് വരുംകാലത്തേക്കുള്ള അപകടകരമായ ഒരു സൂചനയാണ്. വ്യക്തികൾക്ക് അവരുടെ തെരഞ്ഞെടുക്കാനുള്ള അവകാശത്തെ വെല്ലുവിളിക്കുന്ന ഇത്തരം പരീക്ഷണങ്ങൾ ഉത്തർപ്രദേശ്, മദ്ധ്യപ്രദേശ്, ഹരിയാന, പഞ്ചാബ്, രാജസ്ഥാൻ, തമിഴ്നാട്, മഹാരാഷ്ട്ര, കർണ്ണാടക സംസ്ഥാനങ്ങളിൽ നടന്നുകൊണ്ടിരിക്കുകയാണ്.

ഇന്ത്യയിലെ മുസ്ലീങ്ങൾ പാർശ്വവല്ക്കരിക്കപ്പെട്ടിരിക്കുകയാണെന്നതും സാമൂഹികമായും സാമ്പത്തികമായും അവരെ ഉയർത്തിക്കൊണ്ടുവരുന്നതിന് എല്ലാ ശ്രമങ്ങളും ആവശ്യമാണെന്നും നന്നായി വ്യക്തമായ ഒരു വസ്തുതയാണ്. മുസ്ലീങ്ങൾക്കിടയിൽ തന്നെ പിന്നോക്കക്കാരും ദളിതരുമായ നിരവധി ജാതികളുണ്ട്. എന്നാൽ ഈ വിഷയമുയർത്തുമ്പോഴൊക്കെ ഹിന്ദുത്വ സംഘടനകളിൽ നിന്ന് ഭീഷണിയുടെ സ്വരമാണുയരുന്നത്. മുസ്ലീം സംവരണത്തിന്റെ പ്രശ്നം ഉയർത്തുന്നത് അവർക്ക് ദളിതരെയും മറ്റുപിന്നോക്കക്കാരെയും സംഘടിപ്പിച്ച് തങ്ങളുടെ നിശ്ചിത ക്വാട്ടയിലേക്ക് കടന്നുവരാതിരിക്കുന്നതിനുള്ള ഒരു തടസ്സം സൃഷ്ടിക്കുന്നതിന് സഹായകമായിത്തീരുന്നു. മുസ്ലീങ്ങൾക്ക് ഏതുതരത്തിലുള്ള പിന്തുണയും നല്കുന്നതിന് പരിവാർ തീർത്തും എതിരാണ്. അതിനാലാണ് ഈ വൈരു

ദ്ധ്യങ്ങളെ ഉപയോഗപ്പെടുത്തി അവർക്ക് ഇതുവരെ കടന്നു ചെല്ലാൻ കഴിയാതിരുന്ന ജനവിഭാഗങ്ങളിലേക്ക് ആഴ്ന്നിറങ്ങാൻ കഴിയുന്നത്.

സംഘപരിവാറിന്റെ ഇരട്ട അജണ്ട മുന്നോട്ടു കൊണ്ടുപോകുന്നതിനായി അവർ അംബേദ്കർ കൃതികൾ ഉപയോഗപ്പെടുത്തുന്നു. ഒന്നാമതായി അംബേദ്കറെ മുസ്ലീം വിരുദ്ധ ദേശീയവാദിയായി ചിത്രീകരിക്കുകയും രണ്ടാമതായി ബുദ്ധമതമെന്നത് ഹിന്ദുമതം തന്നെയാണെന്നുപറഞ്ഞ് ദളിത് വിശാല ഹിന്ദു കുടക്കീഴിൽ കൊണ്ടുവരികയും ചെയ്യുന്നു. ഇപ്പോൾത്തന്നെ ഒരു കിഴക്കൻ നോക്കി നയം രൂപപ്പെടുത്തുകയും ഹിന്ദുത്വ വികസനത്തിനായി ബുദ്ധമതക്കാരെയും ദളിതരെയും ഉൾക്കൊള്ളുകയും മുസ്ലീങ്ങളെ മറ്റേതെങ്കിലും മത ന്യൂനപക്ഷ ഭാഗങ്ങളുമായി ബന്ധപ്പെടുത്തുന്നതിൽ നിന്ന് തടയുകയും ചെയ്യുന്ന ഒരു നയം നിലവിൽ വന്നിട്ടുണ്ട്. വാസ്തവത്തിൽ ന്യൂനപക്ഷങ്ങൾക്കിടയിൽ തന്നെ ഇന്ത്യയെ അവരുടെ പിതൃഭൂമിയായി കാണാൻ തയ്യാറാവുന്നവരും അല്ലാത്തവരും എന്ന രീതിയിൽ ഒരു വിഭജനം കൊണ്ടുവരുന്നതിനുള്ള ശ്രമവും നടക്കുന്നുണ്ട്. അങ്ങനെ സിഖുകാരേയും ജൈനന്മാരേയും ബുദ്ധമതക്കാരേയും കൂടെ നിർത്തുകയും മുസ്ലീങ്ങൾക്കും ക്രിസ്ത്യാനികൾക്കുമെതിരായി അവരെ ഉപയോഗപ്പെടുത്തുകയും ചെയ്യുന്നു. അതുകൊണ്ടുതന്നെ 'രാമ-കൃഷ്ണ കടങ്കഥ' വ്യക്തമായിത്തന്നെ പഠിക്കണമെന്ന് നാം അവരെ ഓർമ്മപ്പെടുത്തണം. അത് പ്രസിദ്ധീകരിക്കപ്പെട്ട കാലത്ത് ജാതി ഹിന്ദുക്കൾ അതിനെ ശക്തിയായി എതിർത്തിരുന്നതാണ്. ഡോ. അംബേദ്കർ ബുദ്ധമതത്തിൽ ചേരുമ്പോൾ തന്റെ അനുയായികളോട് 22 പ്രതിജ്ഞകൾ എടുക്കണമെന്നാവശ്യപ്പെട്ടിരുന്നു. അതിൽ ഹിന്ദുദൈവങ്ങളിലോ ആചാരങ്ങളിലോ വിശ്വാസിക്കരുതെന്ന കാര്യം വ്യക്തമാക്കിയിരുന്നു എന്നത് വിസ്മരിക്കാനാവില്ല. 'രാഷ്ട്രീയ ഇസ്ലാമി'നെ വിമർശിക്കുമ്പോൾ തന്നെ ഹിന്ദുരാഷ്ട്രം രാജ്യത്തിന് ഒരു അത്യാഹിതമായിരിക്കുമെന്നും അദ്ദേഹം വ്യക്തമാക്കിയിരുന്നു.

മുസ്ലീങ്ങളെയും ക്രിസ്ത്യാനികളെയും പീഡിപ്പിക്കുക എന്ന സംഘപരിവാർ അജണ്ട നടപ്പാക്കുന്നതിന് വേണ്ടി വസ്തുതകളെ വളച്ചൊടിക്കുന്നതാണ് വീട്ടിലേക്ക് മടങ്ങുക എന്ന ഘർവാപസി പ്രശ്നം. ലോകത്തിലുള്ള മിക്കവാറും മതങ്ങളും വളർന്നത് ജനങ്ങൾ അവയെക്കുറിച്ച് പഠിച്ചറിഞ്ഞ് അതിലേക്ക് മാറിയതുകൊണ്ടാണ്. പ്രലോഭനങ്ങൾക്ക് വഴങ്ങി മതംമാറിയവരുമുണ്ട്. എന്നാൽ ജനങ്ങൾക്ക് ഈ വിഷയത്തെക്കുറിച്ചുള്ള ധാരണ വിലകുറച്ചു കണ്ടുകൂടാ. ഇന്ത്യയിലെ മിക്കവാറും ആളുകൾ മതം മാറിയത് ജാതിവ്യവസ്ഥയുടെ നിഷ്ഠുരതയിൽ നിന്ന് സ്വയം രക്ഷ നേടുന്നതിന് വേണ്ടിയാണ്. ഹിന്ദുക്കൾക്കും സംഘപരിവാരത്തിനും ഇതിൽ നിന്ന് നാണംകെട്ട് മാറിനില്ക്കാനാവില്ല. അവർ അത് അംഗീകരിച്ചേ പറ്റൂ. പണം മാത്രമായിരുന്നു ഏക മാനദണ്ഡമെങ്കിൽ മേൽജാതി ഹിന്ദുക്കൾ കേരളത്തിൽ ചെയ്തതുപോലെ അതിവേഗം മതം മാറുകയും ബന്ധപ്പെട്ട മതത്തിലടക്കം ജാതിവ്യവസ്ഥ തുടരുകയും ചെയ്യുമായിരുന്നു. ഒരു യുക്തി

വാദിയായിരിക്കുമ്പോൾ തന്നെ എനിക്ക് ഒരു മതത്തിനോടും സ്നേഹമില്ലാതിരിക്കുമ്പോൾത്തന്നെ ഒരു മനുഷ്യാവകാശ പ്രവർത്തകനെന്ന നിലയിൽ ഞാൻ ന്യൂനപക്ഷാവകാശ സംരക്ഷണത്തിനായി നിലകൊള്ളുകയും അവരുടെ മതാധിഷ്ഠിത മൂല്യങ്ങൾ പ്രോത്സാഹിപ്പിക്കുന്നതിനും പ്രചരിപ്പിക്കുന്നതിനും വേണ്ടി നിലകൊള്ളുകയും ചെയ്യും. അത് ഒരു വ്യക്തിയുടെ മനുഷ്യാവകാശത്തിനെതിരല്ല. ഹിന്ദുത്വക്കാരെ സംബന്ധിച്ചിടത്തോളവും അവർ ഭരണഘടനയുടെ ജനാധിപത്യ മൂല്യങ്ങളെ എതിർക്കുകയോ ലംഘിക്കുകയോ ചെയ്യാത്തിടത്തോളം അവർക്കും ഇത് ബാധകമാണ്. സംഘപരിവാറിന് ക്രിസ്ത്യാനികളല്ല മുസ്ലീങ്ങളാണ് വലിയ ശത്രുക്കൾ. ഇന്ത്യയിലെ ജനങ്ങൾക്ക് തല ഉയർത്തിപ്പിടിച്ചു ജീവിക്കാനുള്ള ഒരു അവസരം ഉണ്ടാക്കിക്കൊടുത്തത് മുസ്ലീങ്ങളാണ് എന്നതാണതിന് കാരണം. 1981 ൽ 800 ദളിതർ ഇസ്ലാംമതം സ്വീകരിച്ചതാണ് അവർ കണ്ട ഏറ്റവും വലിയ മതംമാറ്റം. ബ്രാഹ്മണാധിഷ്ഠിത ഹിന്ദുത്വത്തിന്റെ ഏറ്റവും പ്രധാനപ്പെട്ട പ്രശ്നം അത് മതം മാറ്റത്തിൽ വിശ്വസിക്കുന്നില്ല എന്നതാണ്. ബ്രാഹ്മണ്യതയുടെ അടിത്തറ കെട്ടിപ്പൊക്കിയിട്ടുള്ളതുതന്നെ 'ശുദ്ധി'യെ അടിസ്ഥാനപ്പെടുത്തിയിട്ടാണ്. അതാവട്ടെ ജന്മംകൊണ്ടാണ് നിശ്ചയിക്കപ്പെടുന്നത്. അത് മാറ്റാനൊട്ടൊക്കുകയുമില്ല. ഒരു ദളിതൻ എക്കാലത്തും ഒരു ദളിതൻ തന്നെയായിരിക്കും. മന്ദബുദ്ധിയോ, അഴിമതിക്കാരനോ, വിവരദോഷിയോ ആയാലും ബ്രാഹ്മണൻ എല്ലായ്പ്പോഴും ബ്രാഹ്മണൻ തന്നെയായിരിക്കുകയും ചെയ്യും. അതാണ് മനുവിന്റെ ധർമ്മശാസ്ത്രം പറയുന്നത്. ഈ അടിത്തറയ്ക്ക് മേലുള്ള മേല്പുര ജാതി അടിസ്ഥാനത്തിലുള്ളതാണ്. അത് ഹിന്ദുമതത്തിലേക്ക് മാറാൻ ആരെയും അനുവദിക്കുന്നില്ല. മാറിയാൽ ഏത് ജാതിയിലാണ് നിങ്ങളെ ഉൾപ്പെടുത്തേണ്ടത് എന്ന പ്രശ്നം ഉയർന്നുവരും. അതിനാൽ വീട്ടിലേക്കുള്ള മടക്കം എന്നത് ഒരു ഹാസ്യനാടകം മാത്രമാണ്. സാങ്കേതികമായും നിയമപരമായും ഈ പ്രചാരണം ന്യൂനപക്ഷങ്ങളേയും ദളിതരേയും പീഡിപ്പിക്കുന്നതിന് ഉദ്ദേശിച്ചുള്ളതാണെങ്കിലും ഈ കുറ്റകൃത്യം ചെയ്യുന്നവർക്കെതിരായി ഇതുവരെ ഒരു നിയമനടപടിയും സ്വീകരിക്കപ്പെട്ടിട്ടില്ല. ഹിന്ദുവാചകങ്ങളുരുവിട്ടുകൊണ്ട് സാക്ഷി മഹാരാജും ഗിരിരാജ് സിങ്ങും, ആദിത്യനാഥും, നിരഞ്ജൻ ജ്യോതിയുമൊക്കെ സ്വതന്ത്രമായി നാടുചുറ്റുകയാണ്. അവർക്കാവട്ടെ തിരഞ്ഞെടുപ്പിൽ നല്ല വിലയും കിട്ടുന്നു. ഈ കുപ്രചരണങ്ങളുടെ ആദ്യഘട്ടത്തിൽ താരതമ്യേന മുസ്ലീങ്ങളെ മോശക്കാരാക്കി ചിത്രീകരിക്കുന്നത് എളുപ്പമായിരുന്നു. സോഷ്യൽ മീഡിയയിലൂടെ നടത്തിയ പ്രചാരണത്തിലൂടെ അവരെ കൂടുതലായി അരികുവല്ക്കരിക്കുന്നതിന് സാദ്ധ്യമായി. കുപ്രചാരണങ്ങളും കെട്ടുകഥകളും പ്രചരിപ്പിച്ച് രാജ്യമാകെ മുസ്ലീങ്ങൾക്കെതിരായ ഒരു സ്ഥിതിവിശേഷം സൃഷ്ടിച്ചെടുക്കുന്നതിന് സാധിച്ചു. വിവിധ പ്രദേശങ്ങളിൽ വിവിധ തന്ത്രങ്ങളാണ് അവർ പ്രയോഗിക്കുന്നത്. നാമമാത്രമായ സ്വത്തു തർക്കങ്ങൾ പോലും മുസ്ലീങ്ങൾക്കെതിരായി ഭീകരതയുടേതായ അന്തരീക്ഷമുണ്ടാക്കുന്നതിനായി

അവർ ഉപയോഗപ്പെടുത്തുന്നു. അസമിനേയും ബംഗാളിനേയുമാണ് ഇന്ന വർ ലക്ഷ്യകേന്ദ്രങ്ങളായി നിശ്ചയിച്ചിരിക്കുന്നത്. മറ്റെവിടെത്തെയും കാവി രാഷ്ട്രീയത്തിന്റെ സ്ഥിതിഗതികളാണ് അവിടെ നിർവ്വഹിക്കപ്പെട്ടിരിക്കുന്നത്. മുസ്ലീങ്ങൾ അസമിൽ ഇന്ന് ഭയചകിതരായാണ് കഴിഞ്ഞുകൂടുന്നത്. ചില ബോഡോ മേധാവിത്വമുള്ള കേന്ദ്രങ്ങളിൽ അവരുടെ ജീവിതം നിരന്തരമായി ഭയത്തിനടിപ്പെട്ട സ്ഥിതിയിലാണ്. കഴിഞ്ഞവർഷം മേയ് മാസത്തിൽ 40 മുസ്ലീങ്ങളെയാണ് ബോഡോ തീവ്രവാദികൾ കൂട്ടക്കൊലക്കിരയാക്കിയത്. ആ മേഖലയിൽ മുസ്ലീങ്ങളുടെ ജീവിതം ഇന്ന് നിരന്തരമായ ഭീഷണിക്കടിമപ്പെട്ടിരിക്കുന്നു. 'ബംഗ്ലാദേശികൾ' എന്ന് മുദ്രചാർത്തപ്പെട്ടിരിക്കുന്ന മുസ്ലീങ്ങളുടെ ജീവൻ രക്ഷിക്കുന്നതിൽ ഗവൺമെന്റ് പരാജയപ്പെട്ടു. ഇതുപോലൊരു സംഭവത്തിൽ നിരപരാധിയായ ഒരാളെ കൊഹീമാ ജയിലിൽ നിന്ന് വലിച്ചിഴച്ച് പുറത്തുകൊണ്ടുവന്ന് ജനക്കൂട്ടം പരസ്യ ദണ്ഡനയ്ക്ക് വിധേയമാക്കി കൊലപ്പെടുത്തി. ഒരു സ്ത്രീയെ ബലാത്സംഗം ചെയ്തുവെന്നതാണ് ആരോപിക്കപ്പെട്ടത്. എന്നാൽ കഥയിലെ വസ്തുത മറ്റൊന്നായിരുന്നു. ഇന്ത്യൻ എയർഫോഴ്സിലാണ് ഇയാളുടെ അച്ഛനും സഹോദരങ്ങളും ജോലി ചെയ്യുന്നത്. എന്നിട്ടാണയാളെ ബംഗ്ലാദേശിയായി മുദ്രകുത്തിയത്. വിഷമയമായ അജണ്ടയും പീഡനവും നടത്തുന്നതിനായി സാംസ്കാരികമെന്ന് വിളിക്കപ്പെടുന്ന വിഷയങ്ങൾ ഉപയോഗപ്പെടുത്തി വികാരമുയർത്തുക എന്നതാണ് സ്ഥിരമായി ഉപയോഗപ്പെടുത്തപ്പെടുന്ന തന്ത്രം.

ബുദ്ധമതം സ്വീകരിക്കുന്നത് മതപരിവർത്തനമല്ലെന്നും അത് നമ്മുടെ മഹത്തായ പാരമ്പര്യത്തെ സ്വീകരിക്കലാണെന്നും അംബേദ്കർ പറഞ്ഞിട്ടുണ്ടെന്നതിനെ ഉപയോഗപ്പെടുത്തിയാണ് തറവാട്ടിലേക്ക് മടങ്ങുന്നതിനെ അംബേദ്കറെ ഉപയോഗപ്പെടുത്തി ന്യായീകരിക്കുന്നത്. അതെ. ദളിതർ യഥാർത്ഥ ബുദ്ധമതക്കാരാണെന്ന് ഡോ. അംബേദ്കർ പറഞ്ഞിട്ടുണ്ട്. ബുദ്ധമതം യഥാർത്ഥത്തിൽ അസമത്വാധിഷ്ഠിതമായ ബ്രാഹ്മണാധിഷ്ഠിത സാമൂഹിക വ്യവസ്ഥക്കെതിരായ ഒരു യുദ്ധം തന്നെയായിരുന്നു. ബുദ്ധനെ സ്വന്തം നാട്ടിൽ നിന്ന് തൂത്തെറിഞ്ഞ അതേ ശക്തികൾ തന്നെയാണ് ഇന്ന് അദ്ദേഹത്തിനുമേൽ അവകാശവാദമുന്നയിക്കുകയും ദളിതരെ സ്വന്തം വ്യവസ്ഥയിൽ ചേർക്കാൻ ശ്രമിക്കുകയും ചെയ്യുന്നത്. അവർ ഒരിക്കലും തന്നെ ദളിതരെ ബഹുമാനിക്കുകയോ തുല്യരായി കണക്കാക്കുകയോ ചെയ്തിട്ടില്ല എന്നുള്ള കാര്യത്തിൽ ഒരാൾക്കും യാതൊരു സംശയവും ഉണ്ടാവേണ്ടതില്ല.

ദിനപത്രങ്ങൾ എഴുതുന്നത് കഴിഞ്ഞ ഒരുവർഷക്കാലത്തിനിടയിൽ ലഹളകൾ ഒന്നുംതന്നെ ഉണ്ടായിട്ടില്ലെന്നും അതിനാൽ മുസ്ലീങ്ങൾ വളരെ സന്തോഷത്തിലാണ് എന്നുമാണ്. 2002 ലെ ഗുജറാത്തും 2013 ലെ മുസഫർ നഗറും എല്ലായ്പ്പോഴും നടക്കുമെന്ന് ഒരാളും ചിന്തിക്കേണ്ടതില്ല. എന്നാൽ ലക്ഷണങ്ങൾ ഗുരുതരമാണ്. അത് ജനങ്ങളെ വേട്ടയാടിക്കൊണ്ടിരിക്കുകയുമാണ്. മുസ്ലീങ്ങൾക്കിടയിലേക്ക് എത്തിച്ചേരുന്നതിനോ അവ

രുടെ താല്പര്യസംരക്ഷണത്തിനോ വേണ്ടി യാതൊന്നും തന്നെ ചെയ്യുന്നില്ലെന്നുമാത്രമല്ല ഇന്ത്യാ വികസനത്തിൽ ചരിത്രപരമായി അവർക്കുള്ള പങ്കിനെ മായ്ച്ചുകളയാനും സാമൂഹികമായും സാമ്പത്തികമായും ചരിത്രപരമായും അവരെ ഒറ്റപ്പെടുത്തി നിർത്തുന്നതിനും വേണ്ടിയാണ് ശ്രമിക്കുന്നത്. ഇന്ത്യയിലെ വർഗ്ഗീയ സംഘർഷങ്ങളുടെ ചരിത്രമെടുത്തു പരിശോധിച്ചാൽ അത് ഉണ്ടാക്കിയിട്ടുള്ളതൊക്കെ തന്നെ മുസ്ലീങ്ങളുടെ ബിസിനസ് സാന്നിദ്ധ്യം നിർണ്ണായകമായുള്ള സ്ഥലങ്ങളിലാണെന്നും അതിനാൽ തന്നെ ഇത് അവരുടെ ബിസിനസ് തകർക്കുന്നതിന് വേണ്ടിയാണെന്നും കാണാനാവും. ഇപ്പോഴത്തെ പുതിയ പ്രവർത്തനരീതി കുറഞ്ഞ തീവ്രതയുള്ള സംഘർഷങ്ങൾ ഉണ്ടാക്കലാണ്. രാഷ്ട്രീയ പ്രത്യാഘാതമുളവാക്കുന്നതിനും മുസ്ലീങ്ങളെ കൂടുതൽ ഒറ്റപ്പെടുത്തുന്നതിനും പുതിയ പ്രദേശങ്ങളിലേക്ക് പടരുന്നതിനും വാർത്തകളിൽ സ്ഥിരം സ്ഥാനം നേടുന്നതിനുമൊക്കെ ഇത് കൂടുതൽ നന്നായി ഉപയോഗപ്പെടുന്നു. മുസ്ലീങ്ങളെ കൂടുതലായി അടർത്തിമാറ്റുന്നതിന് പൊതുവായ പ്രതീകങ്ങളാണ് ഉപയോഗപ്പെടുത്തുന്നത്. മുസ്ലീങ്ങളുടെ സ്വത്തുവഹകൾ ലക്ഷ്യമാക്കപ്പെടുകയും ചെറിയ 'വ്യതിയാനങ്ങൾ' വൻതോതിലുള്ള സാമൂഹ്യമാധ്യമപ്രചാരണത്തിന് ഉപയോഗിക്കുകയും നിന്ദാ സൂചക സന്ദേശങ്ങൾ ഉടൻ തന്നെ വ്യാപരിക്കപ്പെടുകയും ചെയ്യുന്നു. ആ സമയത്തായിരിക്കും മാധ്യമങ്ങൾ ഈ വിഷയങ്ങളെ ഏറ്റെടുക്കുക. അത് അപ്പോഴേക്കും വൈകിയിരിക്കും. ദോഷാനുഭവങ്ങൾ ഒക്കെത്തന്നെ സംഭവിച്ചിരിക്കുകയും ചെയ്യും. ഏതാനും ദിവസങ്ങൾക്കു മുമ്പ് ഷാംലിയിലെ റെയിൽവേ സ്റ്റേഷനിൽ ഏതാനും മുസ്ലീം വിദ്യാർത്ഥികൾ പ്രതിഷേധിക്കുകയായിരുന്നു. (ക്രമസമാധാനവുമായി ബന്ധപ്പെട്ടതായിരുന്നു. അല്ലാതെ വർഗ്ഗീയമല്ലായിരുന്നു അവരുടെ വിഷയം). ചില പ്രാദേശിക നേതാക്കൾ അവർക്ക് ഭീഷണി സന്ദേശങ്ങൾ അയക്കുകയും പരസ്യമായിത്തന്നെ മുസ്ലീങ്ങളെ ഇല്ലാതാക്കണമെന്ന് ആവശ്യപ്പെടുകയും ചെയ്തു. ഈ അപവാദപ്രചാരണം മാധ്യമങ്ങളിൽ ഒരു പ്രധാന വിഷയമായില്ല. എന്നാൽ മുസ്ലീങ്ങൾ 'കൊള്ള' നടത്തുന്നു എന്ന വാർത്ത നഗരത്തിലാകമാനം പരന്നു. ഗോഹത്യപ്രശ്നം ഒരു പ്രചാരണമായിത്തന്നെ ഹിന്ദുസംഘടനകൾ മദ്ധ്യപ്രദേശ്, ഉത്തർപ്രദേശ്, രാജസ്ഥാൻ എന്നീ സംസ്ഥാനങ്ങളിൽ ഏറ്റെടുത്തിരിക്കുന്നു. "ഗോമാതാ കി ഹത്യാരോ കൊ ഫാൻസി കി സസാ ദോ" എന്ന മുദ്രാവാക്യം ഗ്രാമപ്രദേശങ്ങളിൽ പോലും ചുമരെഴുത്തായി വന്നിരിക്കുന്നു.

പൊതുവായ സാംസ്കാരിക-പരമ്പരാഗത ചിഹ്നങ്ങൾ പോലും ആക്രമണവിധേയമാക്കപ്പെടുന്നു. മിക്കവാറും സൂഫി സ്മാരകങ്ങളും ദർഗ്ഗകളും ഇന്ന് ഭീഷണിക്കു കീഴിലാണ് സ്ഥിതിചെയ്യുന്നത്. ഷിർദ്ദി സായി ബാബക്കെതിരായ വിഷയത്തെ വർഗ്ഗീയവല്ക്കരിക്കാൻ ശങ്കരാചാര്യർ ശ്രമം നടത്തിയെങ്കിലും അത് പരാജയപ്പെടുകയും സായിയിലുള്ള വിശ്വാസം കോട്ടം കൂടാതെ നിലനില്ക്കുകയും ചെയ്യുന്നു. പാരമ്പര്യനഗരം എന്ന പേരിൽ ലോകമെമ്പാടും അറിയപ്പെടുന്നതാണ് ഡൽഹി നഗരം. ലോക

പരമ്പരാഗത നഗരം എന്ന പദവി ലഭിക്കുന്നതിന് മുമ്പത്തെ ഗവൺമെന്റ് ബന്ധപ്പെട്ടവർക്ക് മുമ്പിൽ അപേക്ഷ സമർപ്പിച്ചിരുന്നുവെങ്കിലും ഇപ്പോഴത്തെ ഭരണം ആ അപേക്ഷ പിൻവലിച്ചു. മുഗൾ പാരമ്പര്യം സ്വന്തം പാരമ്പര്യമായി ഉൾക്കൊള്ളാൻ അവർ തയ്യാറില്ല എന്നതുമാത്രമാണിതിന് കാരണം. അതിലുപരി പരമ്പരാഗതം എന്ന പേരുണ്ടാവുന്നത് ലാഭക്കൊതിയന്മാർക്ക് ഭൂമി വില്പന നടത്തി ലാഭം കുന്നുകൂട്ടുന്നത് തടയുമോ എന്ന സംശയവുമുണ്ടാവും. എന്തായാലും അത് ഇന്നത്തെ ഭരണാധികാരികളുടെ മാനസികാവസ്ഥയെയാണ് പ്രകടമാക്കുന്നത്.

മുസ്ലീങ്ങളെ വേർപെടുത്തലും ഒറ്റപ്പെടുത്തലും പൂർത്തിയായിരിക്കുന്നു. മുസ്ലീം ഇതരർ താമസിക്കുന്ന സ്ഥലങ്ങളിൽ ഒരു വീട് വാടകയ്ക്ക് കണ്ടെത്തുക ഇന്നൊരു മുസ്ലീം യുവാവിന് ഏറെ ബുദ്ധിമുട്ടാണ്. അപ്പാർട്ടുമെന്റുകൾക്ക് പരസ്യം നല്കുന്നത് സാമുദായികാടിസ്ഥാനത്തിലാണ്. മുസ്ലീങ്ങളെ ജോലിക്കെടുക്കുന്നില്ലെന്നു മാത്രമല്ല അവരെ എവിടെയും വലിയ സംശയത്തോടെയാണ് നോക്കിക്കാണുന്നത്. അവർക്കെതിരായി പ്രചരിപ്പിക്കപ്പെടുന്ന പൊതുവായ മിഥ്യാധാരണകൾ പോലുമുണ്ട്. ഇന്നത് വിവേചനമായി മാറുകയും നാണം കെട്ടവിധം പരസ്യമായി യാതൊരു ഭയവുമില്ലാതെ പ്രകടിപ്പിക്കപ്പെടുകയും ചെയ്യുന്നു. മുംബൈയിൽ പ്രവർത്തിച്ചുവരുന്ന ഒരു ഡയമണ്ട് കമ്പനി മുസ്ലീം യുവാവ് കൊടുത്ത ജോലിക്കുള്ള അപേക്ഷ തള്ളിക്കളഞ്ഞത് മുസ്ലീം ഇതരർക്ക് മാത്രമേ തങ്ങളുടെ സ്ഥാപനത്തിന്റെ ഭാഗമായി പ്രവർത്തിക്കാനാവൂ എന്ന് പരസ്യമായി പറഞ്ഞുകൊണ്ടാണ്. രാഷ്ട്രീയ പരിതഃസ്ഥിതി ജനങ്ങളെയും സംഘടനകളെയും എങ്ങനെയാണ് ധൈര്യപ്പെടുത്തുന്നത് എന്നാണിത് കാണിക്കുന്നത്.

സമാധാനത്തിന്റേതും പരസ്പര വിശ്വാസത്തിന്റേതുമായ ഒരു അന്തരീക്ഷമുണ്ടാക്കുന്നതിന് സമുദായത്തിന്റെ ക്ഷേമത്തിനുള്ള പ്രത്യേക നടപടികൾ സ്വീകരിക്കുകയും പരസ്പരവിശ്വാസത്തിന്റേതായ അന്തരീക്ഷം സൃഷ്ടിക്കലുമൊക്കെ ചെയ്യുന്നത് നല്ലതാണ്. എന്നാൽ അതിന് പകരം നാം കാണുന്നത് ഗൗരവതരമായ കുറ്റകൃത്യങ്ങൾ വിവിധ ലഹളകളിൽ നടത്തിയവരും മറ്റും ഗവൺമെന്റിനാലും അന്വേഷണ ഏജൻസികളാലും ജാമ്യം നല്കപ്പെട്ട് പുറത്തുനടക്കുന്നതാണ്. വൈരുദ്ധ്യമെന്ന് പറയട്ടെ ജനങ്ങളോടൊപ്പം നില്ക്കുകയും അവരുടെ അവകാശങ്ങൾക്കു വേണ്ടി പോരാടുകയും കേസുകൾ നടത്തുകയും ഭരണഘടനാപരവും നിയതവുമായ നടപടികൾ സ്വീകരിക്കുകയും അതുവഴി നീതി ലഭിക്കുന്നതിന് വേണ്ടി ശ്രമിക്കുകയും ചെയ്യുന്നവർ വേട്ടയാടപ്പെടുകയും കുറ്റവാളികളായി ചിത്രീകരിക്കപ്പെടുകയും ചെയ്യുന്നു. ഒരു ഗവൺമെന്റോ ഒരു രാഷ്ട്രീയ പാർട്ടിയോ ഈ രാജ്യത്ത് അഞ്ഞൂറു വർഷക്കാലത്തെ മഹത്തായ പാരമ്പര്യമുള്ള ഒരു സമുദായത്തെ ഒറ്റപ്പെടുത്തരുത്. അവർ ഈ രാജ്യത്തെ അവിഭാജ്യ ഘടകവും ഒന്നിച്ചു ജീവിച്ചുവന്നിരുന്നവരുമാണ്. അവരുടേതല്ലാത്ത കുറ്റംകൊണ്ട് 'വിഭജന'ത്തിന്റെ ഭാരം സഹിക്കേണ്ടി വന്നവരാണ്

ഇന്ത്യയിൽ ജീവിച്ചു വരുന്ന മുസ്ലീങ്ങൾ എന്നത് വസ്തുതയാണ്. അധികാര ഘടനയിൽ പങ്കാളിത്തം ലഭിക്കുന്നതിനായി അവർ നടത്തുന്ന ഏതൊരു ശ്രമവും രാജ്യത്തിനെതിരായ വിഭജനത്തിന്റെ വെല്ലുവിളി ഉയർത്തുന്നു എന്ന പേരിൽ ഏറെ സഹിക്കേണ്ടതായി വന്നിട്ടുമുണ്ട്. മതനിരപേക്ഷം എന്നവകാശപ്പെടുന്ന രാഷ്ട്രീയ പാർട്ടികൾ ശരിയും ശക്തവുമായ നിലപാടെടുക്കുന്നതുകൊണ്ടാണ് അവരുടെ സാംസ്കാരിക സ്വത്വത്തിനും ജീവിതത്തിനുമെതിരായി ഇന്നത്തെ വെല്ലുവിളി ഉയർന്നിരിക്കുന്നത് എന്നതിലും സംശയമൊന്നുമില്ല. ഒരു ഗവൺമെന്റിലോ പാർട്ടിയിലോ വിശ്വസിക്കുന്നതിലുപരി മുസ്ലീങ്ങൾക്ക് ഏറെ വിശ്വാസവഞ്ചന അനുഭവിക്കേണ്ടി വന്നത് യഥാർത്ഥത്തിൽ അവരിൽ നിന്നാണ്. മുസ്ലീം പ്രീണനമായി അത് മറ്റു പാർട്ടികളാൽ കുറ്റപ്പെടുത്തപ്പെട്ടു. ഇപ്പോൾ ആ പാർട്ടി അധികാരത്തിലെത്തിയിരിക്കുന്നു. നമ്മുടെ അറിവിലേക്കായി മുസ്ലീം പ്രീണനത്തിന്റെ കണക്ക് അവതരിപ്പിക്കാൻ നമുക്ക് അവരോടാവശ്യപ്പെടാം. സർക്കാർ സർവ്വീസിൽ, പൊലീസിൽ, സൈന്യത്തിൽ, ഭരണരംഗത്ത്, ഒപ്പം പാർലമെന്റിൽ, എത്ര മുസ്ലീങ്ങളുണ്ടെന്ന് അവർ പറയട്ടെ. അങ്ങനെ പ്രീണനത്തിന്റെ യാഥാർത്ഥ്യം ജനങ്ങൾ മനസ്സിലാക്കട്ടെ.

നമ്മുടെ ആത്മാവിന് വേണ്ടിയുള്ള സമരം: മോദി ഭരണത്തിനു കീഴിലെ വിദ്യാഭ്യാസം

കരൺ ഗബ്രിയേൽ, പി കെ വിജയൻ

ഈ കുറിപ്പ് തയ്യാറാക്കുവാനിരിക്കെ, *ടൈം മാസികയ്*ക്കു വേണ്ടി നല്കിയ ഒരു അഭിമുഖത്തിൽ "ഇന്ത്യയിൽ ഏകാധിപത്യം ആവശ്യമില്ല" ജനാധിപത്യം ഞങ്ങളുടെ ഡി എൻ എ യിൽ തന്നെയുണ്ട്" എന്ന് പ്രധാനമന്ത്രി നരേന്ദ്രമോദി പറഞ്ഞതായി വാർത്ത വന്നിരിക്കുന്നു. മോദി പറയുന്നു:

> ഭരണഘടനാപരമായി മാത്രമല്ല ഞങ്ങളൊരു ജനാധിപത്യ രാജ്യമായിരിക്കുന്നത്. അത് ഞങ്ങളുടെ ഡി എൻ എയിൽ തന്നെയുണ്ട്... ഞങ്ങളെ സംബന്ധിച്ചിടത്തോളം ഞാൻ കരുതുന്നത് ജനാധിപത്യവും ജനാധിപത്യ മൂല്യങ്ങളിലുള്ള വിശ്വാസവും വിശ്വാസത്തിന്റേതായ ഒരു കാര്യമാണെന്നാണ്.

തുടർന്ന് അദ്ദേഹം എല്ലാ മതങ്ങളെയും സ്വീകരിക്കുന്നത് ഞങ്ങളുടെ രക്തത്തിലുണ്ട് എന്നുപറയുന്നുണ്ട്.

> എല്ലാ മതങ്ങൾക്കും എല്ലാ സമുദായങ്ങൾക്കും ഒരേ അവകാശങ്ങൾ തന്നെയാണുള്ളത്. അതിന്റെ പൂർണ്ണവും സമഗ്രവുമായ സംരക്ഷണം ഉറപ്പുവരുത്തേണ്ടത് എന്റെ ഉത്തരവാദിത്വമാണ്. മതം, ജാതി, വംശം എന്നിവയുടെ അടിസ്ഥാനത്തിലുള്ള ഒരുതരം വിവേചനവും എന്റെ ഗവൺമെന്റ് സ്വീകരിക്കുകയോ സഹിക്കുകയോ ചെയ്യുന്നതല്ല. അതിനാൽ ന്യൂനപക്ഷാവകാശങ്ങളെക്കുറിച്ച് സാങ്കല്പികങ്ങളായ യാതൊരു ശങ്കകൾക്കും ഇടമില്ല. (*ഇന്ത്യൻ എക്സ്പ്രസ്,* 2015 മെയ് 8)

ഈ വിലയിരുത്തലുകളിൽ 'വിശ്വാസം' എന്ന വാക്കിന്റെ പ്രയോഗമാണ് വേറിട്ടു നില്ക്കുന്നത്. ഈ സങ്കല്പവുമായി ബന്ധപ്പെട്ട വിശാലമായ രണ്ടു പഠന മണ്ഡലങ്ങളുണ്ട്. ഒന്ന്, ഒരു വ്യക്തിയിലോ, ശക്തിയിലോ, സ്ഥാപനത്തിലോ, പരിപാടി തുടങ്ങിയവയിലോ ഉള്ള പൂർണ്ണമായ ആത്മവിശ്വാസം. രണ്ട്, അതിൽ അതിന് അർത്ഥം സ്ഥാപനമെന്നതിലോ പരിപാടിയെന്നതിലോ മാത്രം (എന്നാൽ രസകരമായ കാര്യം ഒരു ശക്തിയിലോ വ്യക്തിയിലോ അല്ല. ഇത് പിന്നീട് വിശദീകരിക്കുന്നുണ്ട്.) ആദ്യത്തെ അർത്ഥത്തിൽ ബാഹ്യമായ ഒന്നിനോട് ഒരു വ്യക്തിയിലുള്ള ആത്മനിഷ്ഠമായ മനോഭാവമാണ്. എന്നാൽ രണ്ടാമത്തേതിൽ അത് സൂചിപ്പിക്കുന്നത് വസ്തുനിഷ്ഠമായ അസ്തിത്വമാണ്. ബാഹ്യമായ വസ്തുവിൽ തന്നെ വ്യക്തി തന്റെ വിശ്വാസം സന്നിവേശിപ്പിച്ചിരിക്കുകയാണ്. അങ്ങനെ ഒരാൾക്ക് യേശുവിലോ, അള്ളാഹുവിലോ, ഭഗവാനിലോ വിശ്വസിക്കാം. എന്നാൽ ഈ ബിംബങ്ങൾക്ക് തന്നെ സ്വയം വിശ്വാസങ്ങളായി പരിഗണിക്കപ്പെടാനാവില്ല. ക്രിസ്തുമത വിശ്വാസമോ, ഇസ്ലാം മതവിശ്വാസമോ, ഹിന്ദുമതവിശ്വാസമോ ആയാണത് പരിഗണിക്കപ്പെടുക. ആദ്യം പറഞ്ഞതിൽ നിന്ന് (വിശ്വാസം ആത്മനിഷ്ഠമായ മനോഭാവമായിരിക്കുന്നതിൽ നിന്ന്) രണ്ടാമത്തേതായി മാറുന്നു. (ഒരു സ്ഥാപനത്തോടോ പരിപാടിയോടോ ഉള്ള വിശ്വാസമായി) ഇതിൽ ആദ്യത്തേതിന്റെ കൂട്ടായ പ്രകടനമാണ് രണ്ടാമത്തേത്. അതായത് ആത്മനിഷ്ഠമായ മനോഭാവമെന്ന് വിശേഷിപ്പിക്കാവുന്ന വിശ്വാസം കൂട്ടായ ഒരു ആചാരമായി പ്രകടിതമാവുമ്പോൾ അത് ചിട്ടപ്പെടുത്തപ്പെടുകയും സ്ഥാപനവല്ക്കരിക്കപ്പെടുകയും ചെയ്യുന്നു. കൂട്ടായ നടത്തിപ്പിലൂടെയാണ് ഇതിന് ഇങ്ങനെ പരിവർത്തനം സംഭവിക്കുന്നത്. വ്യക്തി തന്റെ വ്യക്തിപരമായ വിശ്വാസം പ്രാർത്ഥനയായോ, ചടങ്ങുകളായോ നിശ്ചിത സമയത്തെ ചില ആഘോഷങ്ങളായോ, ദുഃഖാചരണമായോ പ്രകടിപ്പിക്കുമ്പോൾ ഒരു വിശ്വാസത്തിന്റെ തത്ത്വം ചിന്തയുടെയോ വിശ്വവിജ്ഞാനത്തിന്റെയോ ദൈവശാസനത്തിന്റെയോ ഭാഗമായാണത് ചിട്ടപ്പെടുത്തിയിരിക്കുന്നത്. അത് തീരുമാനിക്കുന്നത് വ്യക്തിപരമായല്ല, മറിച്ച് കൂട്ടായാണ്, 'വിശ്വാസത്തിന്റെ അടിസ്ഥാനത്തിലാണ്.

രണ്ടാമത്തെ വിഷയം ഇതാണ്. വ്യക്തിയിൽ നിന്ന് കൂട്ടായ്മയിലേക്കുള്ള ഈ സമർപ്പണം സൂചിപ്പിക്കുന്നത് (അല്ലെങ്കിൽ വ്യക്തി ആത്മനിഷ്ഠമായി അനുഭവിച്ചതിനെ കൂട്ടായ പ്രകടനത്തിലൂടെ ക്രമപ്പെടുത്തുമ്പോൾ ഉണ്ടാകുന്ന വസ്തുനിഷ്ഠത) വാസ്തവത്തിൽ മറ്റൊരു വളഞ്ഞ വഴിയെയാണ്. ഒരു വ്യക്തിയിലോ ശക്തിയിലോ സ്ഥാപനത്തിലോ പരിപാടി മുതലായവയിലോ വിശ്വാസത്തെ ആവർത്തിച്ചുറപ്പിച്ച് ആത്മവിശ്വാസമാക്കലാണത്. 'വിശ്വാസം' അനുശാസിക്കുന്നതിനനുസരിച്ച് ക്രമപ്പെടുത്തിയ പ്രകടനങ്ങളിലുള്ള വ്യക്തിയുടെ വ്യക്തിപരമായ പങ്കാളിത്തത്തിലൂടെയാണത് സാദ്ധ്യമാക്കുന്നത്. മറ്റൊരുതരത്തിൽ പറഞ്ഞാൽ വിശ്വാസ പ്രകടനങ്ങളിൽ അവനോ അവളോ വ്യക്തിയെന്ന നിലയിൽ

പങ്കെടുക്കുമ്പോൾ സാധിതമാവുന്നു ആത്മനിഷ്ഠമായ അനുഭവമാണത്. അങ്ങനെ വിശ്വാസത്തിന്റെ പുറത്തുകാണുന്ന സ്ഥാപനാവസ്ഥ വസ്തുനിഷ്ഠമായി പരസ്പരബന്ധമുള്ളതല്ല. അതുതന്നെയാണ് വിശ്വാസത്തിന്റെ ആന്തരികാനുഭവവും. ഇതിൽ അവസാനത്തേത് ആദ്യത്തേതിനേക്കാൾ ആത്മനിഷ്ഠമായി പാരസ്പര്യമുള്ളതാണ്.

നേരത്തെ പറഞ്ഞ പരാമർശങ്ങൾ നടത്തുമ്പോൾ മോദി 'വിശ്വാസം' എന്ന ഈ സങ്കല്പനത്തിന്റെ വ്യത്യസ്തമായ അർത്ഥതലങ്ങളെക്കുറിച്ച് ബോദ്ധ്യപ്പെട്ടിരിക്കുവാനിടയില്ല. എന്നാൽ ജനാധിപത്യം ഡി എൻ എയിലുണ്ടെന്ന പരാമർശം നടത്തുമ്പോൾ, അതൊരു വിശ്വാസത്തിന്റെ പ്രശ്നമായി അവതരിപ്പിക്കപ്പെടുമ്പോൾ, ഈ സങ്കല്പനത്തിന്റെ ആത്മനിഷ്ഠമായ ക്രമവിധാനത്തിനെ കുറിച്ചാണത് പരാമർശിക്കുന്നത്. ഭരണഘടനയെക്കുറിച്ചുള്ള പരാമർശം കൃത്യമായി വ്യക്തമാക്കുന്നത്, അത്തരമൊന്നിന്റെ നിലനില്പിനെക്കുറിച്ച് ബോദ്ധ്യമുണ്ടെന്നതും അതാണ് ജനാധിപത്യത്തിന് വസ്തുനിഷ്ഠമായിത്തന്നെ ഉറപ്പുനല്കുന്നത് എന്നുമാണ്. എന്നാൽ നിർണ്ണായകമായ കാര്യം രണ്ടാമത്തേതിൽ വിശ്വാസം അർപ്പിക്കുന്നതിന്റെ സാദ്ധ്യതയെക്കുറിച്ചുപോലും പരാമാർശിക്കുന്നില്ലെന്നാണ്. തീർച്ചയായും രണ്ടാമത്തേത് കരുതപ്പെടുന്നത് ജനാധിപത്യത്തിന്റെ യഥാർത്ഥ ഉറപ്പിനുള്ള അനുബന്ധമായിട്ടാണ്. ജനാധിപത്യത്തിലുള്ള വിശ്വാസം നമ്മുടെ ഡി എൻ എയിൽ ഉണ്ടെന്ന് പറയുമ്പോൾ അത് ആത്മനിഷ്ഠമായ പ്രകടനം മാത്രമാണ്. മറ്റൊരുതരത്തിൽ പറഞ്ഞാൽ ജനാധിപത്യത്തിലുള്ള നമ്മുടെ വിശ്വാസത്തിന്റെ വസ്തുനിഷ്ഠമായ പരസ്പരബന്ധത്തിനുള്ളതല്ല ഭരണഘടന. അത് വാസ്തവത്തിൽ ജനാധിപത്യത്തിലുള്ള വിശ്വാസത്തിന്റെ വ്യവസ്ഥാപിതമാക്കപ്പെട്ട ഭാഷ്യമല്ല. (അത് നമ്മുടെ ഡി എൻ എയിലുള്ളതാണ്) അത് അങ്ങനെയായിരിക്കുമെന്നാണ് ഒരാൾ പ്രതീക്ഷിക്കുക. അപ്പോൾ നമ്മുടെ ഡി എൻ എ യിലുണ്ടെന്ന് പറയുന്ന ജനാധിപത്യത്തിലുള്ള വിശ്വാസത്തെ യഥാർത്ഥത്തിൽ ബന്ധപ്പെടുത്തുന്നത് എന്താണ്? എവിടെയാണത് കാണാനാവുക? കാര്യമായി പറഞ്ഞാൽ ഭരണഘടനയല്ലെങ്കിൽ പിന്നെ നമ്മുടെ ജനാധിപത്യത്തിലുള്ള വിശ്വാസത്തെ ആത്മനിഷ്ഠമായി ബന്ധപ്പെടുത്താവുന്ന സ്ഥാപനപരമായ വിശ്വാസം മറ്റെന്താണ്?

ഈ ചോദ്യത്തിനുത്തരം പറയണമെങ്കിൽ നമ്മുടെ മുറിയുടെ മദ്ധ്യഭാഗത്ത് ക്ഷമാപൂർവ്വം ഒരാനയെപ്പോലെ കാത്തു നില്ക്കുന്ന മറ്റൊരു ചോദ്യത്തിന് നാം ഉത്തരം കണ്ടെത്തണം. എങ്ങനെയാണ് ജനാധിപത്യവും ജനാധിപത്യമൂല്യങ്ങളിലുള്ള വിശ്വാസവും ഒരു വിശ്വാസത്തിന്റെ വിഷയമായി മാറിയത്. എപ്പോൾ എത്രമാത്രം? എപ്പോൾ എന്ന ചോദ്യത്തിന് ആദ്യമായി ഉത്തരം കണ്ടെത്തണം. ജനാധിപത്യത്തിലേക്ക് വിശ്വാസത്തിന്റെ കടന്നുവരവുണ്ടായതോടെയാണ് ജനാധിപത്യം 'ഒരു വിശ്വാസ വിഷയമായി' മാറാൻ തുടങ്ങിയത്. അതായത് ഹിന്ദുവർഗ്ഗീയതയും ഹിന്ദുദേശീയതയും, ആചാരങ്ങൾ, പ്രോട്ടോകോളുകൾ, ജനാധിപത്യപരമായ

നിഷ്ഠകൾ എന്നിവയിൽ വളർന്നു വരാൻ തുടങ്ങിയതോടെയാണിത് സംഭവിക്കുന്നത്. 1980 കളുടെ അവസാനത്തിൽ ബി ജെ പി നേതൃത്വം കൊടുക്കുന്ന എൻ ഡി എ കേന്ദ്രത്തിൽ രാഷ്ട്രീയമായി ശക്തിയാർജ്ജിക്കുകയും അത് വളർന്ന് 1998 ൽ അധികാരത്തിലെത്തുകയും ചെയ്തതോടെയാണിത് സംഭവിച്ചത്.

ഇക്കാലത്തുതന്നെയാണ് രാഷ്ട്രീയസംവാദങ്ങളിൽ 'വിശ്വാസം' കേന്ദ്രസ്ഥാനത്തു വരുന്നത്. ഉദാഹരണത്തിന് വിശ്വഹിന്ദുപരിഷത്ത് നേതാവായ അശോക് സിംഗാൾ 'രാമന്റെ ജന്മസ്ഥലം വിശ്വാസത്തിന്റെ ഭാഗമാണ്. അത് കോടതി തീരുമാനിക്കേണ്ടതല്ല' എന്ന് വ്യക്തമാക്കി. ഇത് ഒരു ദശകക്കാലത്തോളം രാജ്യമാകെ പ്രതിദ്ധ്വനിച്ചു. വി എച്ച് പി നേതാവായ പ്രവീൺ തൊഗാഡിയ ഒരു ദശകത്തിന് ശേഷം പറഞ്ഞു. "രാമക്ഷേത്രം എന്നത് പുരാവസ്തുപരമായോ നിയമപരമായോ ഉള്ള ഒരു തർക്കമല്ല. അത് ഹിന്ദുവിശ്വാസത്തിന്റേതായ ഒരു വിഷയമാണ്." തന്റെ മുൻഗാമികളുടെ പ്രതിദ്ധ്വനി തന്നെയാണ് ഒരു ദശകക്കാലത്തിന് ശേഷം മോദിയുടെ വിലയിരുത്തലായി പുറത്തുവരുന്നത്. സമാനതകൾ നിർണ്ണായകമാണ്. ഈ മൂന്ന് നിലപാടുകളും നിയമത്തെയും ഭരണഘടനയെയും താഴ്ത്തിക്കെട്ടുന്നു. അതിന്റെ മേധാവിത്വത്തെ അംഗീകരിക്കുന്നില്ല. വിശ്വാസത്തിനാണ് പ്രാമുഖ്യം കൊടുക്കുന്നത്. ഈ മൂന്നും സൂചിപ്പിക്കുന്നത് ഭരണവ്യവസ്ഥയിലേക്ക് 'വിശ്വാസം' അതിന്റെ വ്യക്തമായ ഭാഷയോടും അവകാശവാദങ്ങളോടും കൂടെ സമഗ്രമായ കടന്നുവരവ് നടത്തി എന്നതാണ്. രാഷ്ട്രീയ ഇടത്തിൽ തുടർച്ചയായി മൂന്ന് ദശകക്കാലം ഹിന്ദുദേശീയവാദത്തിന്റെ സാന്നിദ്ധ്യമുണ്ടായതോടെ ദുഷ്ടബുദ്ധിയായ ഒരു ഭൂതത്താനെപ്പോലെ കടന്നുവരികയും ജനാധിപത്യത്തിന്റെ ഭാഷയിലേക്ക് കയറിയിരിക്കുകയും ചെയ്തിരിക്കുന്നു. ഇതാണ് 'എങ്ങനെ' എന്ന ചോദ്യത്തിനുള്ള ഉത്തരം. 'എന്തുകൊണ്ട്' എന്ന ചോദ്യത്തിനുള്ള ഉത്തരം മോദിയുടെ പ്രസ്താവവും മറ്റു രണ്ടും തമ്മിലുമുള്ള വ്യത്യാസത്തിൽ അടങ്ങിയിരിക്കുന്നു. നിർണ്ണായകമായ കാര്യം മോദിയുടെ പ്രസ്താവം ഒരു ദേവാലയത്തിന്റെ രാമക്ഷേത്രത്തിന്റെ നിലനില്പിനെക്കുറിച്ചല്ല എന്നതാണ്. അത് ജനാധിപത്യത്തെ ആകെ കുറിച്ചാണ്. അതായത് രാഷ്ട്രത്തെ ആകെ കുറിച്ചുതന്നെയാണ്. മോദിയെ സംബന്ധിച്ചിടത്തോളം അത് ഒരു ചരിത്രപരമോ മതപരമോ ആയ സ്മാരകത്തെക്കുറിച്ച് മനസ്സിലാക്കുന്നതിനുള്ളതല്ല മറിച്ച് രാഷ്ട്രത്തെക്കുറിച്ച് മനസ്സിലാക്കുന്നതിനുള്ളതാണ്. എന്നാൽ ഇന്ന് ഇന്ത്യ എന്ന രാഷ്ട്രത്തിന്റെ ബാഹ്യാകൃതി തന്നെ മനസ്സിലാക്കേണ്ടത്, അത് തീരുമാനിക്കപ്പെട്ടിട്ടുള്ളത്, നിലനില്ക്കുന്നത്, ജനാധിപത്യത്തിന്റെ അടിസ്ഥാനത്തിലാണെന്നതാണ്. അതിനാൽ ജനാധിപത്യത്തെ തന്നെ വിശ്വാസത്തിന്റെ ഭാഷയിലാണ് സ്പഷ്ടീകരിക്കേണ്ടത്.

വിശ്വാസത്തെയും അതിന് ജനാധിപത്യവുമായുള്ള ബന്ധത്തെയും കുറിച്ചുള്ള വിശദമായ ഈ ചർച്ച വിദ്യാഭ്യാസത്തെ സംബന്ധിച്ചുള്ള ഹിന്ദുദേശിയവാദികളുടെയും വിശിഷ്യാ മോദിയുടെയും അജണ്ട മനസ്സിലാ

ക്കുന്നതിനുള്ള ഒരു ആമുഖം മാത്രമാണ്. ജനാധിപത്യത്തെ 'വിശ്വാസ'ത്തിന്റെ വിഷയമായി അവതരിപ്പിക്കുന്നത് പരസ്പരം വിരുദ്ധവും ഏറ്റുമുട്ടുന്നതുമായ ഈ പദങ്ങളുടെ അർത്ഥങ്ങളെ മറികടക്കുന്നതിനോ സംയോജിപ്പിക്കുന്നതിനോ വേണ്ടിയാണ്. ജനാധിപത്യത്തെക്കുറിച്ചുള്ള ഇന്നത്തെ എല്ലാധാരണകളും ഉയർന്നുവരുന്നത് യൂറോപ്പിൽ ദേശരാഷ്ട്രങ്ങളുടെ രൂപീകരണത്തിലേക്ക് നയിച്ച മതനിരപേക്ഷവല്ക്കരണത്തിലൂടെയാണ് ഈ ധാരണകൾ തന്നെ ലോകത്തിൽ പിറന്നത് യൂറോപ്യൻ സാമ്രാജ്യത്വത്തിന്റെയും കോളനിവല്ക്കരണത്തിന്റെയും കാലത്താണ്. എന്തായാലും മതനിരപേക്ഷവല്ക്കരണ പ്രക്രിയ എല്ലാ കോളനികളിലും കോളനിവല്ക്കരിക്കപ്പെടാത്ത പ്രദേശങ്ങളിലും ഒരുപോലെ തുടർന്നില്ല. മതസ്ഥാപനങ്ങൾ പലരാജ്യങ്ങളുടെയും ഭരണാധികാരം നിയന്ത്രിച്ചിരുന്നു. (മദ്ധ്യകിഴക്കൻ രാജ്യങ്ങൾ ഇതിനുദാഹരണമാണ്.) ഏകാധിപത്യം നിലവിലുള്ള രാജ്യങ്ങളൊഴിവാക്കിയാൽ ഇന്ന് നിലവിലുള്ള രണ്ട് പ്രധാന ഭരണകൂടരൂപങ്ങൾ ജനാധിപത്യവും മതാധിപത്യവും തന്നെയാണ്. ഇതിനെ എങ്ങനെ മനസ്സിലാക്കിയാലും ഇവ രണ്ടും രൂപപ്പെട്ടത് വൈരുദ്ധ്യങ്ങളായിട്ടുതന്നെയാണ്. മതാധിഷ്ഠിതജനാധിപത്യം എന്ന ഒന്ന് നിലവിലില്ലെന്ന് നമുക്ക് കാണാനാവും. ഇങ്ങനെയൊരു വികൃത ജന്തുവിനെ രൂപപ്പെടുത്തിയെടുക്കാനാണ് മോദി ഗവൺമെന്റ് ശ്രമിച്ചുകൊണ്ടിരിക്കുന്നത്. ഈ അജണ്ട നേടിയെടുക്കുന്നതിനായി മുഖ്യമായി ഉപയോഗിച്ചുകൊണ്ടിരിക്കുന്നത് വിദ്യാഭ്യാസ വ്യവസ്ഥയെയാണ്.

ഈ പ്രക്രിയയിൽ വിദ്യാഭ്യാസത്തിന് നിർണ്ണായകമായ ഒരു പങ്കുതന്നെയുണ്ട്. കാരണം വിദ്യാഭ്യാസ സംവിധാനത്തിലൂടെ മാത്രമേ ജനാധിപത്യത്തിന്റെ അർത്ഥത്തിന് മാറ്റം വരുത്താനാവൂ. എല്ലാ വിശ്വാസങ്ങളെയും പോലെതന്നെ അതിന്റെ വ്യവസ്ഥാപിത രൂപങ്ങളും പ്രവർത്തിക്കുന്നത് അതിന്റെ തത്ത്വചിന്താപരവും മതാത്മകവും വിശ്വവിജ്ഞാനപരവുമായ കാഴ്ചപ്പാടുകൾ ദൈനംദിനം അതിന്റെ വിശ്വാസികൾക്ക് ആചാരങ്ങളിലൂടെയും അനുഷ്ഠാനങ്ങളിലൂടെയും പകർന്നുനല്കിയും അനുവർത്തിച്ചും ഒക്കെയാണ്. രാഷ്ട്രത്തിന്റെ അത്തരം ആചാരനുഷ്ഠാനങ്ങൾ ആവർത്തിച്ചുറപ്പിക്കുന്നതിൽ വിദ്യാഭ്യാസ സമ്പ്രദായത്തിന് നിർണ്ണായക പ്രാധാന്യമാണുള്ളത്. രാഷ്ട്രത്തെക്കുറിച്ചുള്ള ധാരണ നിശ്ചയിക്കപ്പെടുന്നത് അവിടെ നല്കപ്പെടുന്ന വിദ്യാഭ്യാസത്തിലൂടെയാണ്. അത് വിദ്യാഭ്യാസത്തിലൂടെ മാറ്റിയെടുക്കാനുമാവും. മതനിരപേക്ഷ രാജ്യങ്ങളിൽ വിദ്യാഭ്യാസത്തിനുള്ള ഊന്നൽ കൂടുതൽ ആവർത്തനപരം ആയിരിക്കും. അൽത്തൂസർ പറയുന്നതുപോലെ പ്രജ ദേശീയവാദി എന്നതിനേക്കാളുപരി പ്രജ പൗരൻ എന്ന നിലയിലായിരിക്കും. ഇതാണ് ഇരുപതാം നൂറ്റാണ്ടിന്റെ അവസാന ദശകം വരെയുണ്ടായിരുന്ന സ്ഥിതി. ഇതിന് ശേഷം കാവിവല്ക്കരണം പൊതു സംവാദങ്ങളിൽ ശക്തിപ്പെട്ടു. പുതിയ നൂറ്റാണ്ടിൽ ഇത് കൂടുതൽ പ്രകടമായി. അതായത് ഹിന്ദുത്വവാദികളുടെ ദേശീയവാദി രാഷ്ട്രീയത്തിന് സ്വാധീനമുണ്ടാക്കാനായി. വിദ്യാഭ്യാസ സമ്പ്രദാ

യത്തിലും ഇതിനനുസൃതമായ മാറ്റമുണ്ടായി. മതനിരപേക്ഷ പൗരൻ എന്നതിലുപരി പ്രജ ദേശീയവാദിയായി ആവർത്തിച്ചുറപ്പിക്കപ്പെട്ടു. അങ്ങനെ എല്ലാ പ്രക്രിയകളും കാവിവല്ക്കരിക്കപ്പെട്ടു.

എന്തൊക്കെയായാലും കഴിഞ്ഞ പൊതു തിരഞ്ഞെടുപ്പുവരെ വിദ്യാഭ്യാസരംഗം എതിർത്തുനിന്ന ഒരു മേഖലയായിരുന്നു. എന്നാൽ എൻ ഡി എ ഭരണം ചില മാറ്റങ്ങൾ വരുത്തുന്നതിൽ വിജയിച്ചിരുന്നു. ഉന്നതവിദ്യാഭ്യാസത്തിന്റെയും ഗവേഷണത്തിന്റെയും മേഖലകളിൽ ഹിന്ദുത്വ സിദ്ധാന്തക്കാരെയും അനുഭാവികളെയും നിയമിച്ചുകൊണ്ടാണത് നേടിയത്. മോദി പ്രധാനമന്ത്രിയായ കഴിഞ്ഞ തിരഞ്ഞെടുപ്പിന് ശേഷമുള്ള വ്യത്യാസം സഖ്യകക്ഷികളായി എണീറ്റു പറയുന്ന ആരും തന്നെ ഇല്ലാതായി എന്നതാണ്. കാരണം സ്വന്തമായി നിലനില്ക്കുന്നതിനാവശ്യമായ സീറ്റുകൾ തനിച്ചുതന്നെ ബി ജെ പിക്കുണ്ട്. അതിനാൽ കാവിവല്ക്കരണ നടപടികൾ ത്വരിതപ്പെട്ടിരിക്കുന്നു. അളവിലും ഗുണത്തിലും എൻ സി ഇ ആർ ടിയുടെ തലപ്പത്തു നിന്ന് ധനദുർവ്വിനിയോഗത്തിന്റെ പേരിൽ നിലനില്ക്കാത്തതും ശരിയെന്ന് തോന്നിപ്പിക്കുന്നതുമായ ആരോപണങ്ങൾ ഉന്നയിച്ചുകൊണ്ട് പർവീൺ സിൻക്ലിയറിനെ മോദി അധികാരമേല്ക്കുന്നതിന് മുമ്പുതന്നെ പുറത്താക്കിയതിലൂടെ കാവിവല്ക്കരണത്തിന്റേതായ ഈ തുടർപ്രക്രിയക്ക് തുടക്കം കുറിച്ചിരുന്നു. ഈ പ്രക്രിയയുടെ മുഴുവൻ പിറകിൽ സിങ് ഇയറിനെ ഒഴിവാക്കലടക്കം നിർണ്ണായകമായി പ്രവർത്തിച്ചയാൾ ദീനനാഥ് ബത്ര എന്ന റിട്ടയേഡ് സ്കൂൾ അദ്ധ്യാപകനായിരുന്നു. ശിക്ഷാ ബചാവോ ആന്ദോളൻ സമിതിയുടെയും ശിക്ഷാ സാൻസ്കൃതി ഉത്തൻ ന്യാസിന്റെയും സ്ഥാപകനാണ് ഇദ്ദേഹം. ബത്ര തന്റെ തൊഴിൽ കാലഘട്ടത്തിലും അതിന് ശേഷവും പൂർണ്ണമായും കാവിവല്ക്കരണ അജണ്ട നടപ്പിലാക്കുന്നതിന് വേണ്ടി അർപ്പിതമായ പ്രവർത്തനമാണ് നടത്തിയത്. മോദി അധികാരത്തിൽ വന്നതോടെ ബത്രയും അദ്ദേഹത്തിന്റെ സംഘടനകളും ശക്തിപ്രാപിച്ചു. പഠനത്തിനും ഗവേഷണത്തിനുമായുള്ള ഈ സ്ഥാപനത്തിന്റെ നിർണ്ണായക സ്ഥാനത്തിരിക്കുന്നവരെ മാറ്റുന്നതിൽ മാത്രമായി അവർ ഒതുങ്ങി നിന്നില്ല. പ്രാഥമിക വിദ്യാഭ്യാസസ്ഥാപനങ്ങൾ മുതൽ സർവ്വകലാശാലകൾ വരെ പാഠ്യപദ്ധതിയും ഉള്ളടക്കവുമൊക്കെ മാറ്റുന്നതിൽ അവർ വിജയിച്ചു.

ഹിന്ദുത്വ കാഴ്ചപ്പാട് മൊത്തത്തിൽ പ്രതിഫലിപ്പിക്കുന്നതിന് പൊതുവിൽ അവർക്ക് കഴിഞ്ഞു. പരിഹാസ്യമായ അവകാശവാദങ്ങളെ ചരിത്രസത്യങ്ങൾ ആക്കുന്നത് മാത്രമല്ല യഥാർത്ഥത്തിൽ നടന്ന ചരിത്രവസ്തുതകളെ കള്ളവും കെട്ടിച്ചമച്ചതുമാക്കി ചിത്രീകരിക്കുകയും ചെയ്തു. ധാർമ്മിക വിദ്യാഭ്യാസത്തിന്റെ പേരിൽ *രാമായണ*വും *മഹാഭാരത*വും പോലെയുള്ള മതഗ്രന്ഥങ്ങൾ നിർബ്ബന്ധമായും വായിക്കുന്നതിന് വ്യവസ്ഥയുണ്ടാക്കി. ഏതൊരു അക്കാദമിക വസ്തുതയെയും ഹിന്ദുവിരുദ്ധമോ ദേശവിരുദ്ധമോ ആയി ചിത്രീകരിക്കുവാനും അത് നിരോധിക്കുവാനും ആവശ്യപ്പെട്ടു. സരസ്വതീ പൂജയും സൂര്യനമസ്കാരവും പോലുള്ള അനു

ഷ്ഠാനങ്ങൾ സ്കൂളുകളിൽ നിർബ്ബന്ധിതമാക്കി. സംസ്കൃത പഠനം നിർബ്ബന്ധിതമാക്കുകയും ഒരു വിദ്യാഭ്യാസ മാധ്യമം എന്ന നിലയിൽ ഇംഗ്ലീഷിനെ ഒഴിവാക്കുകയും ചെയ്തു. ഈ മുൻകൈ പ്രവർത്തനങ്ങൾക്കു പുറമെ മറ്റു ഹിന്ദുവലതുപക്ഷ സംഘടനകളും കാവിവല്ക്കരണം നടത്തിക്കൊണ്ടിരിക്കുന്നുണ്ട്. (അഖില ഭാരതീയ വിദ്യാർത്ഥി പരിഷത്തും മറ്റുമാണിത്.) സ്കൂളുകളിലും കോളേജുകളിലും ലൗജിഹാദിന്റെ പേരിൽ എതിർപ്പുയർത്തുക, സാംസ്കാരിക പ്രവർത്തനങ്ങളെ നിരോധിക്കുകയും സെൻസറിങ് ഏർപ്പെടുത്തുകയും ചെയ്യുക, ഹിന്ദുസമുദായത്തിന് ആപത്തുണ്ടാകാൻ പോകുന്നുവെന്ന പേരിൽ ജനങ്ങളെ അണിനിരത്തുക മുതലായവയാണ് നടക്കുന്നത്. മറ്റു രീതിയിലുള്ള കാവിവല്ക്കരണപ്രവർത്തനങ്ങളുമുണ്ട്. വി എച്ച് പി യെപ്പോലുള്ളവ ക്രിസ്ത്യൻ സഭകളെയും അതിന്റെ ഭരണാധികാരികളെയും കൈക്കരുത്തുകൊണ്ട് നേരിടുന്നു. ഹിന്ദുതാല്പര്യങ്ങളും അജണ്ടകളും സ്കൂളുകളിൽ നിർബ്ബന്ധിതമായി അടിച്ചേല്പിക്കുന്നു എന്നിവയാണവ.

ഹിന്ദുവലതുപക്ഷം നടപ്പിലാക്കുന്ന ഈ തന്ത്രങ്ങളും രീതികളും നിരവധി പുതിയ പ്രശ്നങ്ങൾക്ക് ഇടം നല്കുന്നുണ്ട്. ഒന്നാമതായി ധാർമ്മിക വിദ്യാഭ്യാസത്തിന്റെ പേരിൽ ഹിന്ദുഗ്രന്ഥങ്ങൾ അവതരിപ്പിക്കുന്നതിൽ നല്കുന്ന ഊന്നൽ വിശ്വാസത്തിൽ അധിഷ്ഠിതമായ പുതിയൊരു ധാർമ്മികബോധത്തിന്റെ ചട്ടക്കൂട് വളർത്തിയെടുക്കുന്നു. മൂല്യവിദ്യാഭ്യാസത്തിന് പേരിൽ പ്രചരിപ്പിക്കപ്പെടുന്നത്, ബഹുമതധാരണയിലധിഷ്ഠിതമായ അവബോധം ആയിരിക്കുന്നതിന് പകരമാണിങ്ങനെ സംഭവിക്കുന്നത്. (ഇതായിരുന്നു മതനിരപേക്ഷതയുടെ കാലത്ത് നടത്തിയിരുന്നത്.) 1948-49 ലെ സർവ്വകലാശാല വിദ്യാഭ്യാസ കമ്മീഷൻ റിപ്പോർട്ടിൽ (എസ് രാധാകൃഷ്ണൻ കമ്മീഷൻ റിപ്പോർട്ട്) ഇങ്ങനെയൊരു ഭാഗമുണ്ട്.

> നമ്മുടെ ഭരണഘടനയുടെ അടിസ്ഥാനതത്ത്വങ്ങൾതന്നെ ആത്മീയമായ പരിശീലനത്തിന്റെ ആവശ്യകതയെക്കുറിച്ച് പറയുന്നുണ്ട്. ഭരണകൂടത്തിന് യാതൊരു മതവുമില്ല. ഭരണകൂടം ഒരു മതത്തിനോടും പക്ഷപാതിത്വം കാണിക്കുകയുമരുത്. ഓരോരുത്തർക്കും അവരവരുടെ കഴിവിനും ധാരണയ്ക്കുമനുസരിച്ച് കാണപ്പെടാത്തതിനെ സമീപിക്കുവാനുള്ള സ്വാതന്ത്ര്യമുണ്ട്. വ്യക്തി എന്നത് ഒരാത്മാവാണ്. വിദ്യാഭ്യാസത്തിന്റെ ലക്ഷ്യം വിദ്യാർത്ഥിയെ ഈ വസ്തുതയിലേക്ക് അവരെ ഉണർത്തിക്കൊണ്ടുവരലാണ്. അവരുടെയുള്ളിലുള്ള സത്തയെ കണ്ടെത്താൻ അവരെ പ്രാപ്തരാക്കലാണ്. ഈ ആധുനിക സത്തയെ പ്രകടിപ്പിച്ചും ശക്തിപ്പെടുത്തിയും ജീവിതത്തെ രൂപപ്പെടുത്തലാണ്. (രാധാകൃഷ്ണൻ കമ്മീഷൻ, 1963 (1948) 261-2.

എന്നാൽ 2012 ലെ *സി ബി എസ് ഇയുടെ മൂല്യ വിദ്യാഭ്യാസത്തിന് ഉള്ള കൈപ്പുസ്തകത്തിന്റെ* ആമുഖവുമായി ഇതിനെ താരതമ്യപ്പെടുത്തി വ്യത്യാസം തിരിച്ചറിയാവുന്നതാണ്.

> സാമൂഹ്യമായും സാംസ്കാരികമായും മതപരമായും വംശീയമായും ഭാഷാപരമായും ഭൂപ്രകൃതിയനുസരിച്ചും വൈവിദ്ധ്യങ്ങളുള്ള ഒരു രാജ്യമാണ് ഇന്ത്യ. ഈ വൈവിദ്ധ്യങ്ങളെയെല്ലാം ഉൾക്കൊള്ളുന്ന ഒരു ഐക്യം ഉണ്ടെന്നതാണ് ഈ രാജ്യത്തിന്റെ ഏറ്റവും വലിയ സവിശേഷത. ജനങ്ങളെ യോജിപ്പിച്ചു നിർത്തുന്ന ഒരു പൊതുമൂല്യവ്യവസ്ഥ ജനങ്ങളിൽ ഒരു സ്വത്വബോധം ഉണ്ടാക്കുന്നു. അനാദികാലം മുതൽ നാം ആത്മീയത, ശക്തിയായ കുടുംബബന്ധങ്ങൾ, പ്രായമായവരോട് ബഹുമാനം, പ്രകൃതി ആരാധന, കലാപരമായ പ്രകടനം, ഒരാളുടെ തൊഴിലുപകരണങ്ങളോടുപോലും ബഹുമാനം, സന്തോഷം, ദയ, സമാധാനപരമായ സഹവർത്തിത്വം എന്നിങ്ങനെ ചുരുക്കിപ്പറഞ്ഞാൽ വസുധൈവ കുടുംബത്തിന്റെ പരമ്പരാഗത മൂല്യങ്ങളിൽ ഊന്നിയാണ് ജീവിച്ചു വന്നിരുന്നത് (വസുധൈവകുടുംബകം എന്നാൽ ലോകത്തെ മുഴുവൻ ഒരു കുടുംബമായി കാണൽ) (*സി ബി എസ് ഇ 2012*, വി)

പ്രത്യക്ഷത്തിൽ മതപരമെന്ന് പറയാവുന്നതൊന്നും തന്നെ ഈ പ്രസ്താവനയിലില്ലെങ്കിലും, ദേശീയ ഐക്യം, പരമ്പരാഗത മൂല്യങ്ങൾ, തീർച്ചയായും വസുധൈവകുടുംബകം എന്ന ആശയം എന്നിവയൊക്കെ കടന്നുവന്നിട്ടുള്ളത് സൂചിപ്പിക്കുന്നത് ഈ ധാർമ്മികചട്ടക്കൂടിന് ഹിന്ദുയിസം എന്ന മേധാവിത്വവിശ്വാസത്തിന്റെ ആകൃതി നല്കുക എന്നതാണ്. അപ്പോൾ ഈ മൂല്യവിദ്യാഭ്യാസം വ്യക്തിയുടെ ബോധതലത്തിൽ മാറ്റമുണ്ടാക്കുന്നതിനല്ല മറിച്ച് 'വിശ്വാസ'ത്തിലും അതിന്റെ പ്രായോക്താക്കളിലും സ്ഥാപനങ്ങളിലും പ്രയോഗിക്കുന്നതിനും വിലയിരുത്തുന്നതിനുമാണ്. ഏറ്റവും നിർണ്ണായകമായിരിക്കുന്നതും ഒപ്പം ആഴത്തിൽ അസ്വസ്ഥമാക്കുന്നതും ഇതിന്റെ ആകൃതിപ്പെടുത്തൽ കായികമായി പുറത്തുനിന്നുള്ള നടപ്പിലാക്കലായി മാറും എന്നതാണ്.

രണ്ടാമതായി ഈ പ്രക്രിയ പാഠ്യക്രമവും പഠനരീതിയും മാറ്റുന്നതിലൂടെ സംരക്ഷിക്കപ്പെടുന്നുവെന്നതാണ്. ഹിന്ദുവലതുപക്ഷം എഴുതുന്ന ബദൽ ചരിത്രത്തെ കൊണ്ടുവന്നാണിത് നടത്തുന്നത്. അതുവഴി വിദ്യാഭ്യാസവ്യവസ്ഥയിലെ വ്യക്തി ഭരണകൂടവുമായുള്ള ബന്ധത്തിൽ ഒരു പൗരനെന്ന നിലയിൽ തന്നെ തിരിച്ചറിയുന്നതിന് പകരം താൻ എപ്പോഴും കീഴ്പ്പെട്ടു നില്ക്കേണ്ട ഒരു സമുദായത്തിന്റെ പ്രജ മാത്രമായി മനസ്സിലാക്കപ്പെടുന്നു. അങ്ങനെ പ്രജകളാക്കി മാറ്റുന്നതിലൂടെ ഹിന്ദുവലതുപക്ഷം ഭരിക്കുന്ന രാജ്യം എല്ലാ പ്രായോഗികാർത്ഥത്തിലും ഭരണകൂടമായി മാറുന്നു. പാഠ്യപദ്ധതിയും പഠനരീതിയും മാറ്റിമറിക്കുന്നതിലൂടെ മൂല്യവിദ്യാഭ്യാസത്തിൽ മൂല്യങ്ങളായി വ്യവച്ഛേദിക്കപ്പെടുന്ന സമ്പ്രദായം നടപ്പിൽ വരുത്തുന്നു. എന്നാൽ വിശദീകരണങ്ങളിലും സങ്കല്പനങ്ങളിലും അവർക്കത് അറിവായി നല്കുന്നു. അങ്ങനെ രാഷ്ട്രത്തിന്റെ ഔദ്യോഗികമായ വിശദീകരണമായി അവ മാറ്റപ്പെടുന്നു. അങ്ങനെ പുതിയ വിദ്യാ

ഭ്യാസത്തിന്റെ വിഷയം വ്യക്തികളെ വിശ്വാസത്തിന്റെ മൂല്യങ്ങൾ നിർവ്വഹിക്കുന്ന കൂട്ടായ്മയുടെ ഭാഗമാക്കി മാറ്റുന്നു. അതാവട്ടെ ഭരണകൂടവുമായി അലിഞ്ഞു ചേരുകയും ചെയ്യുന്നു.

സൂര്യനമസ്കാരവും സരസ്വതീ പൂജയും പോലുള്ള ആചാരാനുഷ്ഠാനങ്ങൾ അവതരിപ്പിക്കുന്നതിലൂടെ ഇത് ശക്തിപ്പെടുത്തുന്നുവെന്നതാണ് മൂന്നാമത്തെ കാര്യം. അത്തരം നടപടികൾ കൊണ്ടുദ്ദേശിക്കുന്നത് വിശ്വാസ സമൂഹത്തിന്റേതായ ധാരണകൾ ആവർത്തിച്ചുറപ്പിക്കുകയെന്നതാണ്. അതാവട്ടെ ആശയപരമായി മാത്രമല്ല സമുദായത്തിന്റെ പ്രവർത്തനങ്ങളിൽ സജീവമായി ഇടപെടുവിച്ചുകൊണ്ടാണ്; അതിന്റെ പ്രകടനപരതയിലൂടെയാണ്. അതിന്റെ മറ്റുഭാഗമെന്നോണം ചില പുസ്തകങ്ങൾ, ചലച്ചിത്രങ്ങൾ, വസ്ത്രങ്ങൾ, സാംസ്കാരിക പ്രവർത്തനങ്ങൾ എന്നിവയിൽ നിന്ന് ബലം പ്രയോഗിച്ചുതന്നെ മാറ്റി നിർത്തപ്പെടുന്നു. അതെല്ലാം വിശ്വാസത്തിന്റെ എതിരാളികളാണ് എന്നാണ് ചിത്രീകരിക്കപ്പെടുന്നത്. ഈ ബലപ്രയോഗം ഒഴിവാക്കലിൽ മാത്രമല്ല ചിലതിനെ ഉൾക്കൊള്ളിക്കുന്നതിനും ഉപയോഗപ്പെടുത്തുന്നു. ചുരുക്കിപ്പറഞ്ഞാൽ കാവിവല്ക്കരണപരിപാടിയിൽ നിരവധി തന്ത്രങ്ങൾ ഉൾപ്പെടുത്തപ്പെട്ടിരിക്കുന്നു. ബലപ്രയോഗവും ആവർത്തിച്ചുറപ്പിക്കലും ഒക്കെ അതിന്റെ ഭാഗമാണ്. മോദി ഭരണത്തിൻ കീഴിൽ വന്ന പുതിയ വിദ്യാഭ്യാസനയത്തിൽ ഇതൊക്കെത്തന്നെ ഉൾക്കൊള്ളിക്കപ്പെട്ടിട്ടുണ്ട്.

പുതിയതായി വിതരണം ചെയ്യപ്പെട്ട ഇതിൽ നിരവധി നിർണ്ണായക വിഷയങ്ങൾ കൈകാര്യം ചെയ്യപ്പെടേണ്ടതായിട്ടുണ്ട്. അതിലെ ഏറ്റവും പ്രധാനപ്പെട്ട കാര്യം മോദി അധികാരത്തിൽ വന്നത് വ്യക്തമായ ഭൂരിപക്ഷത്തോടെയാണെങ്കിലും അതിന് ആർജ്ജിക്കുവാനായത് 30% വോട്ടു മാത്രമാണെന്ന കാര്യമാണ്. ഇതിനർത്ഥം രാജ്യത്തെ വൻ ഭൂരിപക്ഷം വരുന്ന ജനങ്ങളും വോട്ടുചെയ്തത് മോദിക്കും അദ്ദേഹത്തിന്റെ പാർട്ടിക്കും എതിരായിട്ടാണെന്നതാണ്. ബി ജെ പിക്ക് വോട്ടു ചെയ്ത ഈ മുപ്പതു ശതമാനത്തിൽ തന്നെ എത്ര പേർ വിശ്വാസത്തിനനുകൂലമാണെന്ന കാര്യത്തിൽ ഹിന്ദുത്വക്കാരിലും മോദിത്വക്കാരിലും ഏകാഭിപ്രായമില്ല. അതിനാൽത്തന്നെ ഈ വിഭാഗം ജനങ്ങൾക്കിടയിൽ തന്നെ ഇവരെ യോജിപ്പിക്കുന്നതെങ്ങനെ എന്നത് സംബന്ധിച്ച് നിരാശാജനകമായ ഒരു സ്ഥിതിയുണ്ട്. ബാക്കിവരുന്ന 70 ശതമാനം ബി ജെ പിക്കോ മോദിക്കോ വോട്ടു ചെയ്യാത്തവർക്കിടയിലും അവരെ വിശ്വാസത്തിനനകൂലമാക്കാനുള്ള ശ്രമങ്ങൾ നടക്കുന്നുണ്ട് (ഘർവാപസി മുതലായവ ഇതിനുദാഹരണമാണ്) ഈ വിഭാഗത്തെയാണ് കാവിവല്ക്കരണ അജണ്ട ലക്ഷ്യം വയ്ക്കുന്നത്. ഈ പ്രക്രിയയിലെ ഏറ്റവും പ്രധാനപ്പെട്ട കാര്യം ഭൂരിപക്ഷവും അധികാരവും ഉപയോഗപ്പെടുത്തിക്കൊണ്ട് നയങ്ങളിൽ മാറ്റം വരുത്താനുള്ള ശ്രമങ്ങൾ നടന്നുവരുന്നുണ്ടെന്നാണ്. താഴെ തട്ടിൽ നിന്ന് ശക്തമായ പ്രതിരോധമില്ലാതിരിക്കുകയും നിയമപ്രകാരം ഈ നയങ്ങൾ മുകളിൽ നിന്ന് താഴേക്ക് നടപ്പിലാക്കുവാൻ കഴിയുകയും ചെയ്താൽ താഴെ തലത്തിൽ

ആവർത്തനപ്രക്രിയയിലൂടെ ഇത് ശാശ്വതമാക്കാൻ കഴിയും. എന്നിരുന്നാലും ഇന്നത്തെ നടപ്പിലാക്കൽ നയം പരിശോധിച്ചാൽ ബലപ്രയോഗം കൊണ്ടുമാത്രം നടപ്പിലാക്കൽ ഫലവത്താവില്ല എന്ന് കാണാം. ബലപ്രയോഗവും ഒപ്പംതന്നെ കൂട്ടിച്ചേർക്കലും തമ്മിൽ ഒരു സമതുലിതാവസ്ഥയുണ്ടാക്കുന്നതിനാണ് സാദ്ധ്യത. മോദി ഗവൺമെന്റിന്റെ ആദ്യവർഷം പരിശോധിച്ചാൽ അങ്ങനെ ഒരു നിക്ഷേപ ബാങ്കിങ് സംവിധാനം സമീപനം തുടർന്നു വരുന്നതായാണ് കാണുന്നത്.

മറ്റൊരു സാദ്ധ്യതയിലേക്കുള്ള നിക്ഷേപം കൂടെയാണ് ഇങ്ങനെ നടത്തുന്നത്. 'വികസന' മുദ്രാവാക്യമുയർത്തിയാണ് മോദിയും ബി ജെപിയും അധികാരത്തിൽ വന്നത്. ഈ വികസന സ്വപ്നങ്ങൾ തകർന്നതിന്റെ കയ്പുരസമാണിന്ന് നമ്മൾ കുടിച്ചുകൊണ്ടിരിക്കുന്നത്. അധികാരത്തിലേറ്റിയ ആത്മവിശ്വാസം തകർന്നു വീണിരിക്കുന്നു. മോദിയും ബി ജെ പിയും അധികാരത്തിൽ വന്നത് വികസന മുദ്രാവാക്യമുയർത്തിയാണെങ്കിലും അത് നിലനിർത്താനാവില്ല എന്ന സ്ഥിതിവിശേഷം സംജാതമായിരിക്കുന്നു. അതിനാൽ ഇപ്പോഴത്തെ അജണ്ട പരാജയത്തെ പ്രതിരോധിക്കാനല്ല മറിച്ച് തിരഞ്ഞെടുപ്പിൽ കിട്ടിയ വിജയം ഉപയോഗപ്പെടുത്തി ഭാവി തിരഞ്ഞെടുപ്പു പ്രചാരണത്തിനാവശ്യമായ ആശയപരമായി വിത്തുപാകുന്നതിനും വിളകൊയ്യുന്നതിനും ആണ് ശ്രമിച്ചുകൊണ്ടിരിക്കുന്നത്. അതിനാൽ ഇനി വികസനമായിരിക്കില്ല മുദ്രാവാക്യം. "അഭിമാനത്തോടെ പറയും നാം ഹിന്ദുക്കളാണ്" എന്ന മുദ്രാവാക്യമാണ് രാജ്യമെമ്പാടും അലയടിക്കുവാൻ പോകുന്നത്.

ഈ അർത്ഥത്തിൽ മോദി ഗവൺമെന്റിന്റെ മുമ്പിൽ ഇന്നുള്ള തടസ്സം ജനാധിപത്യത്തെക്കുറിച്ച് ഇന്ന് നിലനില്ക്കുന്ന ധാരണയാണ്. ആ ധാരണയല്ല ജനാധിപത്യത്തെക്കുറിച്ച് രാഷ്ട്രത്തിന്റെ ഡി എൻ എ യിലുള്ളത്. അതിനെ ഇനിയും ആവർത്തിച്ചുറപ്പിക്കേണ്ടതുണ്ട്. അതിനാൽ ജനാധിപത്യത്തെ കുറിച്ചുള്ള ശരിയായ ധാരണ പ്രചരിപ്പിക്കുന്നതിന് ഇനിയും സാദ്ധ്യതയുണ്ട്. അതാവട്ടെ ഒട്ടും വൈകുകയുമരുത്.

അവരുടെ കുരിശു ചുമക്കണോ!

ജോൺ ദയാൽ

രാഷ്ട്രീയ സ്വയം സേവക് സംഘത്തിന്റെ അവിവാഹിതനായ പ്രവർത്തകനും ജനസംഘത്തിന്റെയും അതിന്റെ പിൻഗാമിയായ ബി ജെ പിയുടെയും സ്ഥാപകനേതാവും 1998 - 2004 കാലത്ത് പ്രധാനമന്ത്രി പദം അലങ്കരിച്ച ആദ്യത്തെ സ്വയം സേവകനും ആയ അടൽ ബിഹാരി വാജ്പേയിയോടുള്ള ആദരവു പ്രകടിപ്പിക്കുന്നതിനായി പുതിയ ഇന്ത്യാ ഗവൺമെന്റ് ഡിസംബർ 25 'സദ് ഭരണ' ദിനമായി പ്രഖ്യാപിച്ചു. ഇന്ത്യയിൽ ജീവിച്ചിരിക്കുന്ന 27 ദശലക്ഷം ക്രിസ്ത്യാനികളും അന്ന് ലോകമെമ്പാടുമുള്ള ക്രിസ്ത്യാനികളോടൊപ്പം ഡിസംബർ 25 ക്രിസ്തുമസ് ആയി ആഘോഷിച്ചു വരികയാണ്.

ക്രിസ്തുമസ് ദിനത്തിൽ മദ്ധ്യപ്രദേശിലുള്ള ഖണ്ട്വാ നഗരത്തിൽ താമസിക്കുന്ന ശ്യാംലാൽ തന്റെ സമുദായത്തിലെ ആളുകളെ ഒരു സദ്യക്കായി ക്ഷണിച്ചു. മതപ്രഭാഷകനായ കരുണാകറിനെയും ഒപ്പം അദ്ദേഹത്തിന്റെ ഫ്രണ്ട്സ് ഓഫ് മിഷനറി പ്രേയർ ബാന്റിനെയും ക്ഷണിച്ചിരുന്നു. അവർ താമസിച്ചിരുന്നത് 15 കി മീ അകലെയുള്ള ധൂൽകോട്ട് നഗരത്തിൽ ആയിരുന്നു. കരുണാകർ ജനിച്ചത് ഒഡീഷയിലാണ്. ഗുജറാത്തിലും തമിഴ്നാട്ടിലുമുള്ള സുഹൃത്തുകളോടൊപ്പമാണ് അദ്ദേഹം വന്നത്. കൂട്ടത്തിൽ മൂന്ന് കുട്ടികളുമുണ്ടായിരുന്നു. അതിൽ ഏറ്റവും പ്രായം കുറഞ്ഞത് എട്ടു മാസം മാത്രം പ്രായമായ അദ്ദേഹത്തിന്റെ മകൾ അഭിലാഷയായിരുന്നു. അവർ ഊഷ്മളമായിത്തന്നെ സ്വാഗതം ചെയ്യപ്പെട്ടു. ഏതാനും മിനിട്ടുകൾക്കകം തന്നെ ഒരു കൂട്ടം അക്രമികളാൽ അവർ പതിയിരുന്നാക്രമിക്കപ്പെട്ടു. തുണിത്തരങ്ങൾ വിതരണം ചെയ്തുകൊണ്ട് ആ ഗ്രാമത്തിലുള്ളവരെ ക്രിസ്തുമതത്തിലേക്ക് പരിവർത്തനം ചെയ്യാൻ ശ്രമിക്കുന്നുവെന്നാരോപിച്ചായിരുന്നു ആക്രമണം. മുറപോലെ വേഗം തന്നെ പൊലീസും എത്തിച്ചേർന്നു. പ്രാദേശിക ബി ജെ പി നേതാവായ നവൽ സിങ് തന്റെ

അനുയായികളോടൊപ്പം അവിടെ എത്തിച്ചേരുകയും അവർക്കെതിരെ കർശന നടപടികൾ എടുക്കണമെന്ന് ആവശ്യപ്പെടുകയും ചെയ്തു. പ്രാദേശികജനതയുടെ മതവികാരം വ്രണപ്പെടുത്തിയെന്ന് ആരോപിച്ചുകൊണ്ട് പൊലീസ് 295 എ വകുപ്പുപ്രകാരം അവർക്കെതിരെ കേസ് ചാർജ്ജ് ചെയ്തു. പൊലീസ് കസ്റ്റഡിയിൽ വെറും നിലത്ത് കിടന്നാണ് അവർക്ക് ഉറങ്ങേണ്ടിവന്നത്. അടുത്ത പ്രഭാതത്തിൽ പൊലീസ് അവർക്ക് ജാമ്യം നിഷേധിച്ചു. 2014 ഡിസംബർ 31 വരെ നവവത്സരദിനത്തിന് തലേന്ന് വരെ അവർ ജയിലിൽ കഴിയേണ്ടതായി വന്നു. 8 മാസം മാത്രം പ്രായമായ ആ കുട്ടിയും ജയിലിലായിരുന്നു. ദേശീയ മാധ്യമങ്ങളിൽ ഈ വാർത്തയ്ക്ക് കാര്യമായ ശ്രദ്ധ കിട്ടിയില്ല. പ്രാദേശികമാധ്യമങ്ങൾ നിഷ്കളങ്കരായ ജനങ്ങളെ മതം മാറ്റാൻ ശ്രമിച്ച ക്രിസ്ത്യൻ മിഷനറിമാർ പിടിക്കപ്പെട്ടു എന്നാണ് വാർത്ത കൊടുത്തത്. കുറെ ദിവസങ്ങൾക്ക് ശേഷം മദ്ധ്യപ്രദേശിലെ മറ്റു പ്രദേശങ്ങളോടൊപ്പം ഖണ്ഡ്വ സന്ദർശിച്ച സുപ്രിയ ശർമ്മ എന്ന മാധ്യമ പ്രവർത്തകയാണ് വിശദമായിത്തന്നെ സത്യം പുറത്തുകൊണ്ടുവന്നത്.

അടൽബിഹാരി വാജ്പേയിക്കു ശേഷം രണ്ടാമതായി ഇന്ത്യൻ പ്രധാനമന്ത്രിയായ നരേന്ദ്രമോദി 2014 ലെ തിരഞ്ഞെടുപ്പിൽ വിജയിച്ചത് ജനങ്ങളിൽ വികസന പ്രതീക്ഷ ഉണർത്തിയും മുമ്പെങ്ങുമില്ലാത്ത വിധം ബി ജെ പിക്ക് ഭൂരിപക്ഷം കിട്ടുമെന്ന പ്രചാരണം അഴിച്ചു വിട്ടുമാണ്. തീവ്രമായ മതമേധാവിത്വവാദവും ദേശീയതാവാദവും മിശ്രമാക്കി അവതരിപ്പിച്ചും ഒപ്പം ക്രിസ്ത്യൻ, മുസ്ലീം മതന്യൂനപക്ഷങ്ങളെ പൈശാചികവല്ക്കരിച്ചും ഇന്ത്യയിൽ ഹിന്ദുമതത്തിന് ജനസംഖ്യാപരമായ ഭീഷണി നിലനില്ക്കുന്നുണ്ടെന്ന് പ്രചരിപ്പിച്ചും സമ്മതിദായകരെ ധ്രുവീകരിക്കുന്നതിന് അവർക്ക് കഴിഞ്ഞു. ഏറ്റവും രൂക്ഷമായ വിദ്വേഷം കാണിച്ചത് മുസ്ലീങ്ങളോടായിരുന്നു. ക്രിസ്ത്യാനികൾക്കെതിരായാണ് കായികാക്രമണങ്ങളേറെയും നടത്തിയത്.

അധികാരത്തിലേറിയതിന് ശേഷം മോദി വർഗ്ഗീയവും ലക്ഷ്യമിട്ടതുമായ അതിക്രമങ്ങൾക്കെതിരായി വളരെ അപൂർവ്വമായി മാത്രമാണ് സംസാരിച്ചത്. അപ്പോഴൊന്നുംതന്നെ ഇരകളാര്, അതിക്രമം കാണിക്കുന്നതാര് എന്ന കാര്യം വ്യക്തമാക്കിയതുമില്ല. അദ്ദേഹത്തിന്റെ മന്ത്രിമാരും സംസ്ഥാനതല നേതാക്കളും പ്രവർത്തകരുമൊക്കെ സ്ഥിരമായി ക്രിസ്ത്യാനികൾക്കും മുസ്ലീങ്ങൾക്കുമെതിരെ പ്രസ്താവനകൾ നടത്തിക്കൊണ്ടിരുന്നു. അവരാണ് മോദിയുടെ പിന്തുണയുടെ ജനകീയാടിത്തറ.

മോദി മനഃപൂർവ്വം ചെയ്യാതിരിക്കുന്നതല്ലെങ്കിൽ അദ്ദേഹത്തിന് പറ്റിയ പരാജയം സംഘപരിവാർ സമുച്ചയത്തെ പേരെടുത്തു പറയാനോ കുറ്റപ്പെടുത്താനോ തയ്യാറാവേണ്ടാത്തതാണ്. അതാണ് പ്രവർത്തകർ ഒറ്റപ്പെട്ട കടന്നാക്രമണങ്ങൾക്ക് ചെറുനഗരങ്ങളിലും ഗ്രാമങ്ങളിലുമൊക്കെ തയ്യാറാവുന്നതിന് കാരണം. ഇത് ഭരണകൂട ഉപകരണങ്ങൾക്ക് വിശിഷ്യാ പൊലീസിന് കുറ്റകൃത്യങ്ങളിൽ കേസെടുക്കുന്നതിൽ നിന്ന് ഒഴിവാക്കുന്നത് വർദ്ധിപ്പിക്കുന്നതിന് പ്രേരണയായി.

ഉത്തർപ്രദേശിലെ ഗ്രേറ്റർ റോയിഡ പൊലീസ് സ്റ്റേഷനിലെ സ്റ്റേഷൻ ഹൗസ് ഓഫീസർ ഒരു കൂട്ടം പാസ്റ്റർമാരോട് ഇതൊരു 'ഹിന്ദു രാഷ്ട്രമാണെന്നറിയില്ലേ' എന്ന് ചോദിക്കുകയും അവരെ ആക്രമിച്ച കുലേശ്ര ഗ്രാമത്തിലെ ജനങ്ങളെ 'പ്രീതിപ്പെടുത്തുന്നതിനായി' അടിക്കുകയും ചെയ്തു. ക്രിസ്തുമതത്തിലേക്ക് നിയമവിരുദ്ധമായി മതംമാറ്റം നടത്തുന്നു എന്ന് കുറ്റപ്പെടുത്തിക്കൊണ്ടാണിത് ചെയ്തത്. മദ്ധ്യപ്രദേശ്, ഛത്തീസ്ഗഡ്, ഗുജറാത്ത് സംസ്ഥാനങ്ങളിൽ നിന്ന് വ്യത്യസ്തമായി യു പിയിൽ മതസ്വാതന്ത്ര്യത്തിനുള്ള നിയമം എന്ന പേരിൽ കുപ്രസിദ്ധമായ ഒരു നിയമമില്ലെന്ന് മാത്രമല്ല, അവിടെ ഭരിക്കുന്നത് ബി ജെ പിയുമല്ല. ക്രിസ്തുമതത്തിലേക്ക് മതം മാറ്റുന്നത് മാത്രമാണ് ഈ നിയമപ്രകാരം കുറ്റകരം. എന്നാൽ 2014 മേയ് 26 മുതൽ പൊതുവായി നിലനില്ക്കുന്ന സ്ഥിതിവിശേഷം ഇതാണ്.

2014 ൽ പൊതുമണ്ഡലത്തിലെ സംവാദങ്ങളിൽ നിർണ്ണായകമായ ഒരു മാറ്റം സംഭവിച്ചു. 'നമ്മൾ' 'അവർ' എന്ന രീതിയിൽ ഒരു വിഭജനം ഉണ്ടാക്കുന്നതിന് അരങ്ങ് ഒരുക്കാൻ വർഗ്ഗീയ സ്വത്വങ്ങൾ നടത്തിയ ശ്രമം വിജയിച്ചു. വിദ്വേഷപ്രസ്താവനകൾ കേന്ദ്ര സംസ്ഥാനമന്ത്രിമാരും വെല്ലുവിളികൾ എം പി മാരും സംസ്ഥാനരാഷ്ട്രീയ നേതാക്കളും വ്യാപകമായി നടത്തി. ഇത് കാവിത്തൊപ്പിയും കാക്കി ട്രൗസറുമണിഞ്ഞ പ്രവർത്തകരിൽ നിന്ന് നാടെമ്പാടും പരന്നു. ഈ ഹിന്ദുപ്രചാരണം വ്യക്തമായി ചിട്ടപ്പെടുത്തിയ രീതിയിലായിരുന്നു. ഇവാഞ്ചലിക്കൽ ഫെലോഷിപ്പ് ഓഫ് ഇന്ത്യയും അലയൻസ് ഡിഫെന്റിങ് ഫ്രീഡവും പ്രമുഖ രാഷ്ട്രീയക്കാരുടെ ഇത്തരം വിദ്വേഷ പ്രസംഗങ്ങളുടെ 44 പ്രത്യേകം കേസുകൾ തന്നെ റെക്കോഡ് ചെയ്തിട്ടുണ്ട്. അതൊക്കെ അവരുടെ പേരിൽ ക്രിമിനൽ കുറ്റം ചുമത്തുന്നതിന് ഉപയോഗിക്കാവുന്നവയാണ്. എന്നാൽ ഇതൊന്നും വാർത്തയായി വന്നില്ല; പൊലീസ് രേഖപ്പെടുത്തിയുമില്ല. ജനസംഖ്യയുടെ 2.3 ശതമാനം വരുന്നവർ ക്രിസ്ത്യാനികളാണ്. 2011 ലെ സെൻസസ് കണക്കുകളിൽ നിന്ന് ചോർത്തിക്കിട്ടിയ വിവരമനുസരിച്ച് മുസ്ലീം ജനസംഖ്യ 14.2 ശതമാനമായി വർദ്ധിച്ചിട്ടുണ്ട്. മതാടിസ്ഥാനത്തിലുള്ള ജനസംഖ്യാ കണക്കുകൾ ആധികാരികമായി പ്രസിദ്ധപ്പെടുത്തിയിട്ടില്ല.

ലോകസഭാ ചേമ്പറിലെ ചർച്ചയിലും ഹിന്ദു പ്രസംഗങ്ങൾ വ്യാപരിക്കുന്നുണ്ട്. യോഗി ആദിത്യനാഥ് എന്ന ബി ജെ പി നേതാവാണ് ഏറ്റവും പ്രകോപനപരമായ പ്രസംഗങ്ങൾ നടത്തുന്നയാൾ. പൊതുയോഗങ്ങളിലും റാലികളിലും പ്രസ്താവനകളിലുമൊക്കെ രാഷ്ട്രീയ സ്വയം സേവക് സംഘം നേതാക്കളും അനുബന്ധസംഘടന നേതാക്കളുമൊക്കെ ഇതു തന്നെയാണ് ചെയ്തുകൊണ്ടിരിക്കുന്നത്. ഉത്തർപ്രദേശിലെ ഗോരഖ്പൂരിലെ ഒരു മത നേതാവാണ് ഇപ്പോൾ ആദിത്യനാഥ്. അദ്ദേഹം മുസ്ലീം സമുദായത്തെയും മറ്റുള്ളവരെയും എപ്പോഴും പിശാചിന്റെ ശക്തികളായാണ് അവതരിപ്പിക്കുക.

ഇതൊരു ഹിന്ദുജനതയുടെയും സംസ്കാരത്തിന്റെയും നാടായതിനാൽ ഇന്ത്യയിലുള്ള മുസ്ലീമും ക്രിസ്ത്യാനിയുമടക്കം എല്ലാവരും ഹിന്ദു

ക്കളാണെന്ന് ആർ എസ് എസ് മേധാവിയായ മോഹൻ ഭഗവത് ആവർത്തിച്ച് ഊന്നിപ്പറഞ്ഞിട്ടുണ്ട്. വിശ്വഹിന്ദുപരിഷത്തിന്റെ സ്ഥാപനത്തിന്റെ അമ്പതാം വാർഷികം ആചരിക്കവെ ആർ എസ് എസ് സർ സംഘചാലകായ മോഹൻ ഭഗവത് പരസ്യമായി പ്രസ്താവിച്ചത്. "ഹിന്ദുത്വയാണ് ഇന്ത്യയുടെ സ്വത്വം; അതിന് മറ്റു സ്വത്വങ്ങളെ വലിച്ചെടുക്കാനുള്ള കഴിവുണ്ട്. ആ കഴിവ് നാം പുനഃസ്ഥാപിക്കുക മാത്രമാണ് വേണ്ടത്." എന്നായിരുന്നു. കട്ടക്കിൽ വച്ച് അദ്ദേഹം ആവർത്തിച്ചത്. "ഇന്ത്യ ഒരു ഹിന്ദുരാഷ്ട്രമാണെന്നും ഇന്ത്യയിലെ പൗരന്മാർ ഹിന്ദുക്കൾ എന്ന് അറിയപ്പെടണം" എന്നുമാണ്. വാദത്തിന് വേണ്ടി പറഞ്ഞാൽ രാജ്യത്തെ ശക്തനും ഏറ്റവും കൂടുതൽ സ്വാധീനമുള്ളതുമായ രണ്ടാമത്തെ വ്യക്തിയാണ് ഭഗവത് എങ്കിലും തന്റെ പ്രഖ്യാപനങ്ങളിൽ ഒരു കുറവും വരുത്താൻ അദ്ദേഹം തയ്യാറായിട്ടില്ല. 'ഘർവാപസി' മുഖ്യമായ മേഖലകൾ' എന്ന തലവാചകത്തിന് കീഴിൽ ഇന്ത്യൻ എക്സ്പ്രസ് റിപ്പോർട്ടറായ ശ്യാംലാൽ യാദവ് 2015 മാർച്ച് 17 ൽ ഇങ്ങനെ റിപ്പോർട്ടു ചെയ്തു: ആർ എസ് എസ് മേധാവി പറയുന്നത് ഹിന്ദുയിസത്തിലേക്ക് തിരിച്ചുവരാനാഗ്രഹിക്കുന്നവർക്ക് സഹായം ചെയ്യണം എന്നാണ്. ആർ എസ് എസ് അതിന്റെ പട്ടികപ്പെടുത്തിയ 2 മുഖ്യ മേഖലകളിൽ ഒന്ന് ധർമ്മ ജാഗരൺ ആണ്. അത് ഘർവാപസിയുടെ മറ്റൊരു പേരാണ്. മറ്റു രണ്ടെണ്ണം കുടുംബ മൂല്യങ്ങളും സാമൂഹ്യസൗഹാർദ്ദവും ആണ്.

ഈ വർജ്ജനത്തെ ഗോവയിലെ ഉപമുഖ്യമന്ത്രിയും രാജ്യത്തെ ചെറുതും വലുതുമായ നേതാക്കളുമൊക്കെ ഏറ്റെടുത്തു. സാമൂഹ്യ മാധ്യമങ്ങളിലും ദേശീയ ടി വി വാർത്താ ചാനലുകളിലുമൊക്കെ ഹിന്ദിയിലും ഇംഗ്ലീഷിലും ഇത് ചർച്ചാവിഷയമായി. തിരഞ്ഞെടുപ്പു ഫലം വന്ന് മൂന്നാം ദിവസം എം ജി വൈദ്യയെന്ന സംഘത്തിന്റെ താത്ത്വികൻ അവകാശപ്പെട്ടത്, 1992 ൽ ബാബറി മസ്ജിദ് പൊളിച്ച സ്ഥലത്ത് ഇപ്പോൾ ക്ഷേത്രം പണിയാൻ അവർക്ക് കഴിയും എന്നാണ്. വിശ്വഹിന്ദുപരിഷത്ത് നേതാവായ അശോക് സിംഗാൾ പറഞ്ഞത് "മുസ്ലീങ്ങൾ ഹിന്ദുക്കളെ എതിർക്കുകയാണെങ്കിൽ എത്രകാലം അവർക്ക് നിലനില്ക്കാനാവും?" എന്നാണ്. മറ്റൊരു നേതാവ് പറഞ്ഞത്. "മോദി ഹിന്ദു ഭരണം പുനഃസ്ഥാപിക്കും; പൃഥ്വിരാജ് ചൗഹാൻ ചെയ്തതുപോലെ" (25 മേയ് 2014). ശ്രദ്ധാകേന്ദ്രം ലൗജിഹാദിലേക്ക് മാറ്റിയിരിക്കുന്നു. മുസ്ലീം ജനസംഖ്യ വർദ്ധിക്കുന്നത് മറികടക്കാനായി ഹിന്ദു സ്ത്രീകൾ കൂടുതൽ കുട്ടികളെ പ്രസവിക്കണമെന്ന് ആഹ്വാനം ചെയ്യപ്പെട്ടിരിക്കുന്നു. കേന്ദ്രമന്ത്രിയായ സാധ്വി പ്രാചിയും പാർലമെന്റ് അംഗങ്ങളായ സാക്ഷി മഹാരാജും ആദിത്യ നാഥുമൊക്കെ വിവാഹിതരായ ഹിന്ദു സ്ത്രീകൾക്ക് ലക്ഷ്യം നിശ്ചയിച്ചുകൊടുത്തിരിക്കുന്നു. ഓരോരുത്തരും നാലു മുതൽ പത്ത് വരെ കുട്ടികളെ ഗർഭം ധരിക്കണം. 2015 ഫെബ്രുവരിയോടെ ഗോവധം പൂർണ്ണമായി നിരോധിക്കണം. എന്ന വാദം അതിന്റെ പാരമ്യത്തിലെത്തിയിരിക്കുന്നു. മഹാരാഷ്ട്ര ഗോവിനേയും അതിന്റെ വംശത്തിൽ പെട്ടവയേയും വധിക്കുന്നത് നിരോധിക്കു

കയും മറ്റു സംസ്ഥാനങ്ങളിൽ നിന്ന് ഗോമാംസം കൈവശം വച്ചുകൊണ്ടു വരുന്നത് നിരോധിക്കുകയും ചെയ്തിരിക്കുന്നു. അത്തരം നിരോധനം നില നില്ക്കുന്ന ആദ്യ സംസ്ഥാനമായിരിക്കുന്നു മഹാരാഷ്ട്ര. മുംബൈയിൽ ഒരു അറവുകടയിൽ ഗോമാംസം എന്ന് സംശയിക്കുന്ന മാംസം കൈവശം വച്ചതിന് 2015 മേയിൽ ആദ്യത്തെ അറസ്റ്റും നടന്നിരിക്കുന്നു.

ഹിന്ദു പ്രചാരണം കൂടുതൽ ഭീഷണവും ബലപ്രയോഗപരവുമായ ഒരു പ്രതിഭാസമായി മാറിയിരിക്കുന്നു. സർവ്വകലാശാലകളിലും കോളേജുകളിലും മാത്രമല്ല നഗരങ്ങളിലും ഗ്രാമങ്ങളിലുമടക്കം രാജ്യത്തിന്റെ എല്ലാ ഭാഗത്തേക്കും അത് വ്യാപിച്ചിരിക്കുന്നു. ഒരു ഗ്രൂപ്പുകാർ ഒരു 'ഹിന്ദു ഹെൽപ് ലൈൻ' തന്നെ ആരംഭിച്ചിരിക്കുന്നു. ഭൂരിപക്ഷ സമുദായത്തിലെ ആരെയെങ്കിലും മുസ്ലീങ്ങൾ ശല്യപ്പെടുത്തിയാൽ അവരെ സഹായിക്കുന്നതിനാണ് ഇത് ഉദ്ദേശിച്ചിരിക്കുന്നത്. മുസ്ലീം യുവാവിനെ കാണാൻ പോകുന്ന മക്കളുള്ള രക്ഷിതാക്കൾക്കും ഇത് ഉപയോഗപ്പെടുത്താമെന്നാണവർ പറയുന്നത്. ഇന്ത്യൻ പ്രധാനമന്ത്രി ചെയർമാനായിട്ടുള്ള ദേശീയോദ്ഗ്രഥന കൗൺസിൽ അംഗവും പ്രമുഖനിയമജ്ഞനും മുൻ രാജ്യസഭാംഗവുമായ ഫാലിനരിമാൻ ഹിന്ദുഭാഷണങ്ങളോട് ഗവൺമെന്റ് കാണിക്കുന്ന മൗനത്തിൽ ഉൽക്കണ്ഠ രേഖപ്പെടുത്തുകയും ഹിന്ദുമതം അതിന്റെ ദയാമസൃണമായ മുഖം മാറ്റുകയാണെന്ന് പരിതപിക്കുകയും ചെയ്തിരിക്കുന്നു. "പരമ്പരാഗതമായി ഇന്ത്യൻ വിശ്വാസങ്ങളിൽ ഏറ്റവുമേറെ സഹിഷ്ണുതയുള്ളതാണ് ഹിന്ദുമതം. എന്നാൽ മതഭ്രാന്തരാൽ ആളിക്കത്തിക്കപ്പെടുന്നതുമൂലം ആവർത്തിച്ചുണ്ടാവുന്ന മതസംഘർഷങ്ങളും ഹിന്ദു പ്രചാരണവും ഹിന്ദു പാരമ്പര്യമായ സഹിഷ്ണുതയെ ഇല്ലായ്മ ചെയ്തുകൊണ്ടിരിക്കുന്നതായി കാണുന്നു. ഞാൻ നിർവ്യാജം രേഖപ്പെടുത്തട്ടെ, എന്റെ തോന്നൽ ഹിന്ദുമതം അതിന്റെ ദയാമസൃണമായ മുഖം മാറ്റാൻ കാരണം ഹിന്ദുക്കൾ ഇപ്പോൾ ഭരണത്തിന്റെ നിർണ്ണായകമായ സ്ഥാനത്തെത്തിയിരിക്കുന്നു എന്ന അവരുടെ തോന്നലാണ്.

അത്തരം വെറുപ്പിക്കൽ തീർച്ചയായും അതിക്രമങ്ങളിലേക്ക് നയിക്കാം

പള്ളി പൊളിക്കുകയും പങ്കിലപ്പെടുത്തുകയും ചെയ്യുക, പാസ്റ്റർമാരെ ആക്രമിക്കുക, പള്ളിയിൽ ജോലി ചെയ്യുന്നവരെ നിയമവിരുദ്ധമായി പൊലീസ് കസ്റ്റഡിയിൽ വയ്ക്കുക, ഭരണഘടനാവകാശങ്ങളും വിശ്വാസസ്വാതന്ത്ര്യവും നിഷേധിക്കുക, ഘർവാപസിയുടെയും ലൗജിഹാദിന്റെയും പേരിൽ നടത്തുന്ന പ്രചാരണങ്ങളിൽ ഭീകരതാവസ്ഥയും ഭീതിയും ഉണ്ടാക്കുക ഇതൊക്കെ സാധാരണമായിരിക്കുന്നു. ഹിന്ദുക്കളല്ലാത്ത പുരോഹിതർ ഗ്രാമത്തിൽ പ്രവേശിക്കരുതെന്ന് ഛത്തീസ്ഗഡിലെ ചില ഗ്രാമങ്ങൾ പ്രഖ്യാപിച്ചിരിക്കുന്നു.

2014 മേയ് 26 നും 2015 മേയ് 12 നും ഇടയിൽ 600 ആക്രമണങ്ങൾ നടക്കുകയും അതിൽ 43 മരണങ്ങൾ സംഭവിക്കുകയും ചെയ്തു. 194

എണ്ണം ക്രിസ്ത്യാനികൾക്കെതിരെയും ബാക്കി മുസ്ലീങ്ങൾക്കെതിരെയും ആയിരുന്നു. ഇതൊക്കെ നടന്നത് മോദിയുടെ നേതൃത്വത്തിൽ എൻ ഡി എ ഗവൺമെന്റ് അധികാരത്തിൽ വന്നതിന് ശേഷമാണ്. ഇതിൽ കൊല്ലപ്പെട്ടവരുടെ എണ്ണത്തിന് പുറമെയാണ് അസമിൽ ഗോത്ര വർഗ്ഗ രാഷ്ട്രീയ വിഭാഗങ്ങൾ കൊലപ്പെടുത്തിയ 108 മുസ്ലീങ്ങൾ വരിക.

വർഗ്ഗീയമായി ലക്ഷ്യം വച്ചുള്ള അതിക്രമങ്ങൾ ഇത്രയധികംവരും. പക്ഷേ, ഔദ്യോഗിക കണക്കുകൾ ഒന്നുംതന്നെ ലഭ്യമല്ല. നിരവധി മറ്റു കുറ്റകൃത്യങ്ങൾ പൊലീസ് രജിസ്റ്റർ ചെയ്യുന്നതുപോലുമില്ല. ആക്രമിച്ചവരുമായി ഒത്തുതീർപ്പുണ്ടാക്കാൻ ഇരകൾ നിർബ്ബന്ധിതരായിത്തീരുന്നു. ഭരണം വന്ന ആദ്യ ആഴ്ചകളായ മേയ്, ജൂൺ മാസങ്ങളിൽ മാത്രം 113 വർഗ്ഗീയാതിക്രമങ്ങൾ ഉണ്ടാവുകയും അതിൽ 15 പേർ മരിക്കുകയും 318 പേർക്ക് പരിക്കേല്ക്കുകയും ചെയ്തതായി ആഭ്യന്തര സഹമന്ത്രി കിരൺ റിജിജു തന്നെ രാജ്യസഭയിൽ സമ്മതിക്കുകയുണ്ടായി.

ഛത്തീസ്ഗഡിലാണ് ക്രിസ്ത്യാനികൾക്കെതിരായി ഏറ്റവും അധികം അതിക്രമങ്ങൾ നടക്കുന്നത്. അതിന് തൊട്ടുതാഴെയാണ് മദ്ധ്യപ്രദേശ്. ഈ രണ്ടു സംസ്ഥാനങ്ങളിലും സംസ്ഥാനഗവൺമെന്റും മന്ത്രിമാരും, ഒപ്പം ഉദ്യോഗസ്ഥരും ജില്ലാ പൊലീസ് ഉദ്യോഗസ്ഥരും ഗ്രാമതലം വരെയുള്ള നീതിന്യായസംവിധാനവും നടത്തുന്ന ഇടപെടലുകൾ നിയമവ്യവസ്ഥയെ പരിഹാസ്യമാക്കിത്തീർക്കുന്നു. ക്രിസ്ത്യൻ വിരുദ്ധപരിതസ്ഥിതി ഗ്രാമീണ ഗോത്ര വർഗ്ഗമേഖലകളിൽ സൃഷ്ടിക്കുന്നതിൽ ഒറീസ, മഹാരാഷ്ട്ര, ആന്ധ്രാ പ്രദേശ്, തെലങ്കാന ഗവൺമെന്റുകൾ സ്വീകരിക്കുന്ന സമീപനങ്ങളും ഉൽക്കണ്ഠ വളർത്തുന്നതാണ്.

ഛത്തീസ്ഗഡിലെ വിശിഷ്യാ ബസ്തർമേഖലയിലെ ക്രിസ്ത്യാനികൾ വൻതോതിലുള്ള രാഷ്ട്രീയ പ്രേരിത എതിർപ്പു സഹിക്കേണ്ടതായി വരുന്നു. അത് കായികമായ അതിക്രമങ്ങളും സാമൂഹിക വിവേചനവുമായാണ് പ്രകടമാവുന്നത്. വിവിധ തലങ്ങളിൽ ഭരണത്തിന്റെ നിർവ്വികാരതയും ശിക്ഷയിൽ നിന്നൊഴിവാക്കിക്കൊടുക്കലും പക്ഷപാതിത്വവും ദുരിതങ്ങൾ വർദ്ധിപ്പിക്കുകയും ആശയപ്രകടനത്തിനും സംഘം ചേരുന്നതിനും സഞ്ചരിക്കുന്നതിനും എല്ലാറ്റിലുമുപരി ഏത് മതത്തിലും വിശ്വസിക്കുന്നതിനും ഉള്ള സ്വാതന്ത്ര്യത്തിന്റെ ലംഘനങ്ങളുടെ ഗുരുത്വം വർദ്ധിപ്പിക്കുന്നു.

വിശ്വഹിന്ദുപരിഷത്തിന്റെ നിർദ്ദേശങ്ങൾക്ക് കീഴടങ്ങാതിരുന്നതിനാൽ 2014 മേയിൽ ക്രിസ്ത്യൻ കുടുംബങ്ങൾക്ക് റേഷനും റേഷൻകാർഡും നിഷേധിക്കുന്ന സ്ഥിതിവിശേഷം സംജാതമായി. സിരിസ് ഗുഡ ഗ്രാമത്തിൽ വി എച്ച് പിയുടെ മുൻകൈയിൽ നടത്തപ്പെടുന്ന ഹിന്ദു ഉത്സവത്തിന് ഓരോ ക്രിസ്ത്യൻ കുടുംബാംഗവും 200 രൂപ വീതമുള്ള സംഖ്യ സംഭാവന ചെയ്യണമെന്നാണ് വി എച്ച് പി ആവശ്യപ്പെട്ടത്. തന്നിഷ്ടപ്രകാരം തന്നെ ക്രിസ്ത്യൻ കുടുംബാംഗങ്ങൾ ഗ്രാമീണ ആഘോഷങ്ങൾക്ക് പണം നല്കാറുണ്ട്. എന്നാൽ ദരിദ്രരായ ക്രിസ്ത്യാനികൾക്ക് താങ്ങാൻ

വയ്യാത്ത തുകയാണ് ആവശ്യപ്പെട്ടത്. ഇതിന്റെ ഫലമായി അവർക്ക് രണ്ടു മാസക്കാലത്തേക്ക് ഭക്ഷണം നിഷേധിക്കപ്പെട്ടു. ഗ്രാമഭരണ നേതൃത്വമാവട്ടെ മൗനം പാലിച്ചിരുന്നു.

ഇതിനെ സംബന്ധിച്ച് ജില്ലാ അധികാരികളോട് പരാതി പറഞ്ഞ ക്രിസ്ത്യാനികളെ അവിടെ സജീവമായ വി എച്ച് പി ബജരംഗ് ദൾ പ്രവർത്തകർ കായികമായി ആക്രമിച്ചു. സിരിസ് ഗുഡയിലെ ഗ്രാമസഭ ഗ്രാമത്തിൽ ഹിന്ദു ഇതര വിശ്വാസങ്ങൾ നിരോധിച്ചുകൊണ്ട് പ്രമേയം പാസാക്കി. ഹിന്ദുവിശ്വാസത്തിനോട് യോജിക്കാത്ത എല്ലാതരം മതപ്രവർത്തനങ്ങളെയും നിരോധിക്കുന്നതിന് വേണ്ടി പഞ്ചായത്ത് രാജ് നിയമത്തിലെ ഒരു വകുപ്പ് (129 ജി) ദുരുപയോഗപ്പെടുത്തപ്പെട്ടു. പ്രദേശത്തെ ഏറ്റവും ഉയർന്ന സിവിൽസർവ്വീസ് ഉദ്യോഗസ്ഥനും ഭരണാധികാരിയുമായ ജില്ലാ കളക്ടർ, അങ്കിത് ആനന്ദ്, തന്നെ ഇത് നിയമവിരുദ്ധമാണെന്ന് സമ്മതിച്ചു.

ഇത് മുതൽ മാധ്യമ റിപ്പോർട്ടുകൾ പ്രകാരം അറുപതിലേറെ ഗ്രാമങ്ങൾ സമാനമായ പ്രമേയങ്ങൾ ഈ പ്രദേശത്ത് പാസാക്കുകയുണ്ടായി. 2014 ജൂലൈ മുതൽ ഇതുവരെ ബസ്തർ ജില്ലയിലെ സിരിസ് ഗുഡ, ബെലാർ, ഗഡിയ, പറംപൂർ മുതലായ സ്ഥലങ്ങളിൽ ഉൾപ്പെടെ ബസ്താർജില്ലയിൽ ക്രിസ്ത്യാനികൾക്ക് മർദ്ദനമേല്ക്കുന്നതായി വാർത്തകൾ വന്നുകൊണ്ടിരിക്കുകയാണ്.

ഛത്തീസ്ഗഡിലെ ബസ്തർ ജില്ലയിലെ ബാൻപുരി പൊലീസ് സ്റ്റേഷൻ അതിർത്തിയിലുള്ള മദോത്തഗ്രാമത്തിലും (ജഗ്ദർ പൂരിൽ നിന്ന് 40 കി മീ ദൂരെ) അതിന്റെ പ്രാന്തപ്രദേശങ്ങളിലും ക്രിസ്ത്യൻ കുടുംബങ്ങളിൽ ഹിന്ദു ഗ്രൂപ്പുകൾ കടന്നുവന്ന് അവരോട് ഹിന്ദുമതത്തിലേക്ക് മാറണമെന്നും അല്ലാത്തപക്ഷം പ്രത്യാഘാതങ്ങൾ അനുഭവിക്കേണ്ടിവരുമെന്നും ഭീഷണിപ്പെടുത്തിക്കൊണ്ടിരിക്കുകയാണ്. മദോത്ത ഗ്രാമത്തിലേക്ക് പുറമെ നിന്ന് ക്രിസ്ത്യൻ പാസ്റ്റർമാരോ, തദ്ദേശീയരല്ലാത്ത നേതാക്കളോ കടന്നു വരുന്നതിനെതിരെ ഉത്തരവിട്ടിരിക്കുകയാണ്. എന്നാൽ ഇതൊന്നും തന്നെ വി എച്ച് പി നേതാക്കൾക്ക് ബാധകമല്ല.

സെപ്തംബർ 14 ന് മദോത്തയ്ക്കടുത്തുള്ള കാർമൽ പെന്തകോസ്റ്റ് പള്ളിക്കു സമീപം സമാധാനപരമായി സമ്മേളിച്ച ക്രിസ്ത്യാനികളെ ബജ്രംഗ് ദളിന്റെയും വി എച്ച് പിയുടെയും പ്രവർത്തകർ ആക്രമിച്ചു. പീപ്പിൾസ് യൂണിയൻ ഫോർ സിവിൽ ലിബർട്ടീസ് എന്ന സംഘടനയുടെ സംസ്ഥാന ഘടകമായ ഛത്തീസ്ഗഡ് ലോക സ്വാതന്ത്ര്യസംഘതൻ ഒരു വിഖ്യാതമായ മനുഷ്യാവകാശ സംഘടനയാണ്. അവർ ചൂണ്ടിക്കാണിച്ചത്:

> ക്രിസ്തുമതത്തിൽ പെട്ടയാളുകൾ അവരുടെ പള്ളിയിൽ പ്രാർത്ഥന നടത്തിക്കൊണ്ടിരിക്കെ 30–35 വരുന്ന വിശ്വഹിന്ദുപരിഷത്തിന്റെ കാര്യകർത്താക്കൾ പള്ളിക്കകത്ത് പ്രവേശിക്കുകയും “ക്രിസ്ത്യാനികളെ ഇല്ലാതാക്കുക; ശ്രീരാമരാജാവിന്റെ രാജ്യം കൊണ്ടുവരിക”

എന്ന് മുദ്രാവാക്യം വിളിച്ചുകൊണ്ട് സ്ത്രീകളും കുട്ടികളുമടക്കമുള്ള ക്രിസ്ത്യാനികളെ അടിക്കാനാരംഭിച്ചു. അവർ തിരിച്ച് അവരുടെ പഴയമതമായ ഹിന്ദുമതത്തിലേക്ക് ചെന്നില്ലെങ്കിൽ ഗ്രാമത്തിലെ ജലസ്രോതസ്സുകളിൽ നിന്ന് വെള്ളമെടുക്കാനോ, അവരുടെ ഭൂമിയിൽ നിന്ന് വിളവെടുപ്പു നടത്താനോ അനുവദിക്കുകയില്ലെന്നും ജീവൻ തന്നെ നഷ്ടപ്പെടുമെന്നും ഭീഷണിപ്പെടുത്തി. ക്രിസ്ത്യൻ മതവിഭാഗക്കാർ പ്രാദേശിക പൊലീസ് സ്റ്റേഷനായ ബാൻപുരിയിൽ ഒരു പരാതി കൊടുക്കാൻ ശ്രമിച്ചെങ്കിലും സ്റ്റേഷൻ ഹൗസ് ഓഫീസർ പ്രഥമ വിവര റിപ്പോർട്ട് രജിസ്റ്റർ ചെയ്യാൻ പോലും തയ്യാറായില്ല.

2014 ഒക്ടോബർ 16 ന് നാല്പത്, അമ്പത് അംഗങ്ങൾ വരുന്ന ഒരു ക്രിസ്ത്യൻ സംഘം ജഗദൽപൂർ ജില്ലാ തലസ്ഥാനത്തു പോയി സൂപ്രണ്ട് ഓഫ് പൊലീസിനെ ഈ വിവരം അറിയിച്ചു, ജഗദൽപൂർ എസ് പി പൊലീസ് സ്റ്റേഷനിലെ ഇൻസ്പെക്ടറോട് ഗ്രാമത്തിൽ പോയി ഇരുസമുദായങ്ങളും തമ്മിൽ ഒത്തുതീർപ്പുണ്ടാക്കണമെന്നാണ് നിർദ്ദേശിച്ചത്. 2014 സെപ്തംബർ 19 ന് ബാൽപുരി പൊലീസ് സ്റ്റേഷനിലെ ഇൻസ്പെക്ടർ ഇരുകൂട്ടരോടും സ്റ്റേഷനിൽ എത്തിച്ചേരുന്നതിന് ആവശ്യപ്പെട്ടു. വിശ്വഹിന്ദു പരിഷത്തിന്റെ നേതാക്കളും ജഗ്ദൽപൂർ ജില്ലക്കാരുമായ യോഗേന്ദ്ര കൗശിക്കും സുരേന്ദ്രയാദവും പൊലീസ് സ്റ്റേഷനിൽ ചെന്നിരുന്നു. അവർ ഈ പ്രശ്നത്തിൽ ഇടപെടരുതെന്ന് ഇൻസ്പെക്ടറെ ഭീഷണിപ്പെടുത്തുകയും അവർ നിശ്ചയിക്കുന്നത് മാത്രമേ മദോത്ത ഗ്രാമത്തിൽ നടക്കൂ എന്ന് വ്യക്തമാക്കുകയും ചെയ്തു. ക്രിസ്ത്യാനികളോട് തിരിച്ച് ഹിന്ദുമതത്തിൽ ചേരണമെന്നും അല്ലാത്തപക്ഷം പ്രത്യാഘാതങ്ങൾ അനുഭവിക്കേണ്ടിവരുമെന്നും അവർ വ്യക്തമാക്കി. പൊലീസ് സ്റ്റേഷനിൽ വച്ചുതന്നെ ബജ്രംഗ് ബാലി മുദ്രാവാക്യം മുഴക്കി. അതിനെത്തുടർന്ന് സ്റ്റേഷൻ ഇൻസ്പെക്ടർ ഗ്രാമക്കാരുടെ കൂടെച്ചെന്ന പാസ്റ്റർമാരോട് ഗ്രാമത്തിൽ പ്രവേശിക്കരുതെന്നും സമൂഹ പ്രാർത്ഥനകൾ നടത്തരുതെന്നും വിലക്കി. പാസ്റ്റർമാർക്കും ഗ്രാമവാസികൾക്കും ഇത് അനുസരിക്കുകയല്ലാതെ മറ്റൊരു മാർഗ്ഗവുമുണ്ടായിരുന്നില്ല.

ഒക്ടോബർ 9 ന് ബി ജെ പി എം എൽ എ യായ ദിനേഷ് കാശ്യപ് കുൻക്കുദ ഗ്രാമത്തിൽ ഒരു ആഘോഷം നടത്തി. അതിൽ അദ്ദേഹം പറഞ്ഞത്, “10 കുടുംബങ്ങളിൽ നിന്നായി 33 ക്രിസ്ത്യാനികളെ ഹിന്ദുമതത്തിലേക്ക് പുനഃപരിവർത്തനം ചെയ്യിച്ചു എന്നാണ്. വി എച്ച് പിയുടെ ജഗ്ദൽ പൂർ ഘടകമാണ് ഈ പരിപാടി സംഘടിപ്പിച്ചത്. ദിനേശ് കാശ്യപ് ചടങ്ങിൽ അദ്ധ്യക്ഷത വഹിച്ചു എന്നു മാത്രമല്ല പുനഃപരിവർത്തനം നടത്തിയവരുടെ കാൽ കഴുകിക്കുകയും ചെയ്തു. ഈ പ്രദേശത്തെ

ക്രിസ്ത്യാനികൾ പറയുന്നത് പുനഃപരിവർത്തന ചടങ്ങ് ഒരു തട്ടിപ്പു മാത്രമാണെന്നും ഹിന്ദുക്കളായിരുന്നവരെ തന്നെ ഹിന്ദുമതത്തിൽ ചേർന്ന ക്രിസ്ത്യാനികളായി അവതരിപ്പിക്കുകയായിരുന്നു എന്നുമാണ്."

ഈ ചടങ്ങ് ചില പ്രധാന ചോദ്യങ്ങൾ ഉയർത്തുന്നതാണ്. സ്ഥലത്തെ ബി ജെ പി എം പിയായ കേദാർ കാശ്യപിന്റെ സഹോദരനാണ് ദിനേശ് കാശ്യപ്. ഒരു പ്രാദേശിക എം എൽ എ എന്ന നിലയിൽ ഹിന്ദു താല്പര്യം മാത്രമാണോ അദ്ദേഹം പ്രതിനിധാനം ചെയ്യുന്നത്? ഈ പരിവർത്തന നടപടിക്ക് ജില്ലാ ഭരണകൂടത്തിന്റെ അറിവും അനുമതിയും ഉണ്ടായിരുന്നോ? സത്യവാങ് മൂലങ്ങൾ സമർപ്പിക്കപ്പെട്ടിട്ടുണ്ടോ? ഇല്ലെങ്കിൽ കാശ്യപും വി എച്ച് പി അംഗങ്ങളും നിരവധി ചോദ്യങ്ങൾക്ക് ഉത്തരം പറയേണ്ടതായി വരും.

ഒക്ടോബർ 19 ന് മദോത്ത ഗ്രാമത്തിലെ മറ്റൊരു പള്ളിയാണ് ആക്രമണലക്ഷ്യമായത്. ഇതിനെ സംബന്ധിച്ച് പി യു സി എൽ റിപ്പോർട്ട് പറയുന്നു:

> ക്രിസ്ത്യാനികൾ അവരുടെ പള്ളിയിൽ പ്രാർത്ഥന നടത്തിക്കൊണ്ടിരിക്കുമ്പോൾ വിശ്വഹിന്ദു പരിഷത്തിന്റെ കാര്യകർത്താക്കൾ പള്ളി വളയുകയും അഞ്ചാറുപേർ പള്ളി പരിസരത്തേക്ക് പ്രവേശിക്കുകയും ചെയ്തു. ദൗലത്, സാധു, ബാദു, നവ്രത്തൻ, രാജു എന്നിവരെ പേരുകൊണ്ടും മുഖപരിചയംകൊണ്ടും ജനങ്ങൾ തിരിച്ചറിഞ്ഞു. ബജ്രംഗ് ബാലിയുടെ പടവുമായാണ് അവർ വന്നത്. തുടർന്ന് അവർ ക്രിസ്ത്യാനികളെ അപഹസിക്കാനും അടിക്കുവാനും തുടങ്ങി. അവരുടെ ആദ്യത്തെ ആവശ്യം ബജ്രംഗ് ബാലിയുടെ പടം പള്ളിയിൽ സ്ഥാപിക്കണമെന്നതായിരുന്നു. എന്നാൽ പിന്നീട് അവർ അത് ബോർവെല്ലിൽ കൊളുത്തിയിട്ടു. എന്നിട്ട് ക്രിസ്ത്യാനികളെ ആരെയും തന്നെ ബോർവെല്ലിൽനിന്നും വെള്ളമെടുക്കൽ അനുവദിക്കുകയില്ലെന്ന് പ്രഖ്യാപിച്ചു. ജനം വീണ്ടും പി എസ് ഭാൻപുരിയെ കാണാൻ പോയി. അവിടത്തെ സ്റ്റേഷൻ ഇൻസ്പെക്ടർ പരാതി രജിസ്റ്റർ ചെയ്യാൻ തയ്യാറായില്ല. അടുത്ത ദിവസം 2014 ഒക്ടോബർ 20 ന് അവർ ബസ്തർ ജില്ലയിലെ എസ് പി യെ കാണാൻ പോയി. അദ്ദേഹം സ്ഥലത്തില്ലാത്തതിനാൽ അഡീഷണൽ എസ് പി വിജയ് പാണ്ഡെയെ കണ്ടു. അദ്ദേഹം വ്യക്തിപരമായിത്തന്നെ ഈ വിഷയം നോക്കാമെന്ന് അവർക്ക് ഉറപ്പു കൊടുത്തു. 2014 ഒക്ടോബർ 25 ന് സിറ്റി മജിസ്ട്രേറ്റുമായി താൻ സ്ഥലത്തു വരുന്നുണ്ടെന്നും അന്ന് പ്രശ്നപരിഹാരമുണ്ടാക്കാമെന്നുമാണ് പറഞ്ഞത്.
>
> 2014 ഒക്ടോബർ 25 ന് ജില്ലാ ഭരണാധികാരികൾ ഗ്രാമം സന്ദർശിക്കുന്നുണ്ടെന്ന് വില്ലേജ് അധികാരികൾ ചെണ്ടകൊട്ടി അറിയിച്ചു. രാവിലെ 10 മണി മുതൽ 25-30 ക്രിസ്ത്യൻ കുടുംബങ്ങൾ പള്ളിക്കു

സമീപം വന്ന് കാത്തിരുന്നു. എന്നാൽ ഒരു ഉദ്യോഗസ്ഥനും അവിടേക്ക് വന്നില്ല. ഉച്ചതിരിഞ്ഞ് 2.30 മണിയോടെ ലാത്തികളും മറ്റുമായി 250-300 പേർ വരുന്ന ഒരു ജനക്കൂട്ടം ജാഥയായി ഗ്രാമത്തിലേക്കു വരികയും സ്ത്രീകളും കുട്ടികളുമടക്കം ക്രിസ്ത്യാനികളെയാകെ ആക്രമിക്കാൻ തുടങ്ങുകയും ചെയ്തു. നിരവധി പേർ തൊട്ടടുത്തുള്ള കാട്ടിലേക്ക് ഓടിപ്പോയി. ഒരു സ്ത്രീയുടെ കൈ ഒടിഞ്ഞതടക്കം ആറ് ക്രിസ്ത്യാനികൾക്ക് ഗുരുതരമായി പരിക്കേറ്റു. ഭൂപേന്ദ്ര ഖോറയെ ഈ വിവരം ഗ്രാമീണർ അറിയിക്കുകയും അദ്ദേഹം ഉടൻതന്നെ ബസ്തറിലെ എസ് പി യെ ബന്ധപ്പെടുകയും ചെയ്തു. എസ് പി സ്ഥലത്തുണ്ടായിരുന്നില്ല എന്നതിനാൽ അദ്ദേഹത്തിന്റെ റീഡറെ ഈ ഗുരുതരാവസ്ഥയെക്കുറിച്ച് ബോദ്ധ്യപ്പെടുത്തിയതിനെ തുടർന്ന് അദ്ദേഹം ഗ്രാമത്തിലേക്ക് പൊലീസിനെ വിട്ടു. പൊലീസ് സംഭവസ്ഥലത്തെത്തിയപ്പോഴും വി എച്ച് പിക്കാർ ക്രിസ്ത്യാനികളെ അടിച്ചുകൊണ്ടിരിക്കുകയായിരുന്നു. പൊലീസിനെ കണ്ടതോടെ അവർ ഓടിപ്പോയി. ആംബുലൻസ് എത്തിയപ്പോൾ ബജ്രംഗ് ദൾ അംഗമായ വില്ലേജ് അധികാരിയും മറ്റുരണ്ടുമൂന്നു ബജ്രംഗ്ദ ൾകാരും കൂടെ ആംബുലൻസിൽ കയറി. ക്രിസ്ത്യാനികൾ അവരെ ആക്രമിച്ചു എന്നായിരുന്നു ആക്ഷേപം. എന്നാൽ പുറത്തുകാണാവുന്ന പരിക്കൊന്നും അവർക്കുണ്ടായിരുന്നില്ല. ഭാഗീരഥി, സാധു, ദാദു, രാജു എന്നിവരും മറ്റു ചില വി എച്ച് പിക്കാരും ജാമ്യം കിട്ടാവുന്ന വകുപ്പുകൾ പ്രകാരം കസ്റ്റഡിയിൽ എടുക്കപ്പെട്ടു. ക്രിമിനൽ നടപടി നിയമം 151-ാം വകുപ്പു പ്രകാരം ക്രിസ്ത്യൻ പാസ്റ്റർമാരെ ജയിലിൽ അടച്ചു.

2014 ഒക്ടോബർ 27 ന് ഏതാണ്ട് 2000-2500 വരുന്ന ഒരു ജനക്കൂട്ടം ഭാൻപുരി പൊലീസ് സ്റ്റേഷൻ വളയുകയും വി എച്ച് പി അംഗങ്ങളെ വിമോചിപ്പിക്കണമെന്ന് ആവശ്യപ്പെടുകയും ചെയ്തു. എന്തായാലും അവരെ ജുഡീഷ്യൽ മജിസ്ട്രേറ്റിന് മുമ്പാകെ ഹാജരാക്കുകയും ജുഡീഷ്യൽ കസ്റ്റഡിയിൽ റിമാന്റ് ചെയ്യുകയും ചെയ്തു. പാസ്റ്റർമാരെ എസ് ഡി എം കോടതിക്കു മുമ്പാകെ ഹാജരാക്കി. എന്നാൽ അദ്ദേഹം അവധിയിലായതിനാൽ ജാമ്യാപേക്ഷ സ്വീകരിക്കപ്പെട്ടില്ല എന്നതിനാൽ അവർക്ക് ജയിലിൽ തുടരേണ്ടതായി വന്നു.

വി എച്ച് പി പ്രവർത്തകരുടെ സമ്മർദ്ദത്തെ തുടർന്ന് പരിക്കേറ്റ ക്രിസ്ത്യാനികളെ ആശുപത്രിയിൽ നിന്ന് ഡിസ്ചാർജ്ജ് ചെയ്തു. എന്നാൽ പരിക്കൊന്നുമില്ലാത്ത വി എച്ച് പി പ്രവർത്തകർ ആശുപത്രിയിൽ തുടർന്നു.

പി യു സി എൽ ഇങ്ങനെ ചൂണ്ടിക്കാട്ടി. "മദോത്തഗ്രാമത്തിലെ ക്രിസ്ത്യാനികൾ ഭീതിയിലാണ്. ഗ്രാമത്തിലെ ജലസ്രോതസ്സുകളിൽ നിന്ന്

വെള്ളമെടുക്കാനോ വിളവെടുപ്പു നടത്താനോ അവരെ അനുവദിക്കുന്നില്ല. ഒരു ക്രിസ്ത്യാനിയേയും അവർ ഗ്രാമത്തിന് പുറത്തേക്ക് വിടുന്നില്ല. ഭാൻപുരിയിലേക്കും ജഗ്ദൽപുരിലേക്കും പോകുന്ന രണ്ടു റോഡുകളാണ് ഗ്രാമത്തിലുള്ളത്. രണ്ടിലും വി എച്ച് പിക്കാർ കാവലേർപ്പെടുത്തിയിരിക്കുകയാണ്. നിരവധി ക്രിസ്ത്യാനികൾ ഗ്രാമത്തിന് പുറത്താണ്. ഭയം മൂലം അവർക്ക് ഗ്രാമത്തിൽ കടക്കാൻ കഴിയുന്നില്ല. ഗ്രാമത്തിൽ കടന്നാൽ കൊന്നുകളയുമെന്ന ഭീഷണിയാണ് പാസ്റ്റർമാർ നേരിട്ടുകൊണ്ടിരിക്കുന്നത്."

വി എച്ച് പി അംഗങ്ങൾ ഇത് ചെയ്യുന്നത് ശിക്ഷാഭയം കൂടാതെയാണ്. അതിനുകാരണം ഛത്തീസ്ഗഡ് ഗവൺമെന്റിലെ മന്ത്രിയായ കേദാർ കാശ്യപ് ഇവർക്ക് നല്കുന്ന പൂർണ്ണ പിന്തുണയാണ്. അദ്ദേഹം ഘർവാപസി പ്രചാരണം നടത്തിക്കൊണ്ടിരിക്കുകയാണ്. അതിൽ ക്രിസ്ത്യാനികളെ ബലം പ്രയോഗിച്ചാണ് ഹിന്ദുമതത്തിലേക്ക് മാറ്റിക്കൊണ്ടിരിക്കുന്നത്. വി എച്ച് പി യുടെ ജില്ലാ പ്രസിഡന്റ് സുരേന്ദ്രയാദവും തൊട്ടടുത്ത ഉസൂരി ഗ്രാമത്തിലെ പഞ്ചായത്ത് അംഗവും ബി ജെ പി - വി എച്ച് പി നേതാവും യാദവിന്റെ സുഹൃത്തുമായ മോഹൻമൗര്യയും മദോത്ത ഗ്രാമത്തിലെയും സമീപഗ്രാമങ്ങളിലെയും ജനങ്ങളെ സംഘടിപ്പിക്കുകയും ക്രിസ്ത്യൻ മതക്കാരെ ആക്രമിക്കുന്നതിനായി അവരെ പ്രകോപിപ്പിക്കുകയും ചെയ്തുകൊണ്ടിരിക്കുകയാണ്.

ഹരിയാനയിലെ ഫിസാർ ജില്ലയിൽ കയ്മിരിയിൽ ബിലിവേഴ്സ് ചർച്ചിന്റെ ഉടമസ്ഥതയിലുള്ള സ്ഥലത്ത് പണിതിരുന്ന പള്ളി തകർക്കുകയും 2015 മാർച്ച് 16 ന് അവിടെ കാവി പതാക ഉയർത്തുകയും ചെയ്തു. മുമ്പും പള്ളിയുടെ പ്രവർത്തനങ്ങളെ നിരന്തരമായി തടസ്സപ്പെടുത്തിയിരുന്നു. വിശ്വഹിന്ദു പരിഷത്ത് പള്ളി തകർക്കലിനെ ആക്രമണോത്സുകമാംവിധം പിന്തുണയ്ക്കുകയാണ് ചെയ്തത്. ഹരിയാനയിലെ ഫിസാറിൽ പള്ളി പൊളിക്കുന്നതിനെ ആക്രമണോത്സുകമായി പിന്തുണച്ചുകൊണ്ട് അവർ ചോദിച്ചത് "വത്തിക്കാൻ നഗരത്തിൽ ഹനുമാൻ ക്ഷേത്രം പണിയാൻ അനുവദിക്കുമോ" എന്നാണ്. വി എച്ച് പിയുടെ ജോയിന്റ് ജനറൽ സെക്രട്ടറിയായ സുരേന്ദ്രജെയിൻ 1857 ലെ സ്വാതന്ത്ര്യസമരത്തെ മതത്തിന് വേണ്ടി നടത്തിയ ഒരു സാമുദായിക യുദ്ധമായാണ് വിശേഷിപ്പിച്ചത്. ക്രിസ്ത്യാനികൾ മതപരിവർത്തനം നിർത്തിയില്ലെങ്കിൽ ഇനിയും അത്തരം സമരങ്ങൾ നടത്തേണ്ടി വരുമെന്നും അദ്ദേഹം പറഞ്ഞു. ഒരു കന്യാസ്ത്രീക്കെതിരായി പശ്ചിമബംഗാളിലെ നാദിയായിൽ നടന്ന ബലാത്സംഗത്തിൽ വർഗ്ഗീയതയുണ്ടെന്നും ആരോപണം പള്ളിയുടെ ഗൂഢാലോചനയാണെന്നും അദ്ദേഹം അവകാശപ്പെട്ടു. കന്യാസ്ത്രീകളെ ലൈംഗികമായി ചൂഷണം ചെയ്യുന്നത് ഹിന്ദു സംസ്കാരമല്ല മറിച്ച് ക്രിസ്ത്യൻ സംസ്കാരമാണെന്നാണ് അദ്ദേഹം പറഞ്ഞത്.

പുതിയതല്ലെങ്കിലും ഒരു പ്രതിഭാസം ശ്രദ്ധാകേന്ദ്രമായി മാറിയിരിക്കുന്നു. തൊട്ടടുത്ത മാസങ്ങളിലായി ഭ്രഷ്ടോളമെത്തുന്ന ബോധപൂർവ്വ

മായ ഒറ്റപ്പെടുത്തൽ ശക്തിപ്പെട്ടിരിക്കുന്നു. പഞ്ചായത്തിലെ തലവന്റെ ഉത്തരവിൻ പ്രകാരം സിരിസ്ഗുഡ ഗ്രാമത്തിൽ 52 കുടുംബങ്ങൾക്കാണ് റേഷൻ നിഷേധിക്കപ്പെട്ടത്. അവർ ജില്ലയിലെ ഫുഡ് ഇൻസ്പെക്ടറെ സമീപിക്കുകയും ഒരു അന്വേഷണം നടത്തണമെന്ന് ആവശ്യപ്പെടുകയും ചെയ്തു. 2014 ജൂൺ 16 ന് ഗ്രാമീണ നേതാക്കളെയും പരാതിക്കാരെയും പ്രീണിപ്പിക്കുന്നതിനായി രണ്ടു പ്രതിനിധികളെ അയച്ചെങ്കിലും അവർ ഗ്രാമത്തിൽ നിന്ന് മാറി നിന്നു. എന്നിട്ട് ബസ്തർ ജില്ലയിലെ ലക്കണ്ടി താലൂക്കിലെ ബദാർജി പൊലീസ് സ്റ്റേഷനിൽ ചിലർ ചേർന്ന് ഒരു കള്ളപ്പരാതി കൊടുത്തു. ഗ്രാമത്തിലെ ഹിന്ദുക്കളെ ക്രിസ്ത്യാനികൾ മർദ്ദിക്കുന്നു എന്നതായിരുന്നു പരാതി. ഇതോടൊപ്പം തന്നെ 200 പേർ വരുന്ന ആയുധധാരികൾ 52 ക്രിസ്ത്യൻ കുടുംബങ്ങളെ ആക്രമിക്കുകയും ചെയ്തു. മിക്കവാറും കുടുംബങ്ങൾ കല്ലേറിയപ്പെടുകയും വടികൊണ്ട് അടിയേല്ക്കുകയും ചെയ്തു. 8 പുരുഷന്മാരും 2 സ്ത്രീകളും ഗുരുതരമായി പരിക്കേറ്റ് ആശുപത്രിയിലായി.

എല്ലാ പൗരന്മാർക്കും അർഹതപ്പെട്ട അടിസ്ഥാനപരമായ മാനുഷികാവകാശങ്ങൾ സാമൂഹ്യമായ ഒറ്റപ്പെടുത്തലിലൂടെ നിഷേധിക്കുക എന്നതാണ്, ന്യൂനപക്ഷങ്ങളെ ശിക്ഷിക്കുന്നതിന് വേണ്ടി സാധാരണയായി ഉപയോഗിക്കുന്ന തന്ത്രം. ഇത്തരത്തിലുള്ള ഒറ്റപ്പെടുത്തൽ ഉത്തരവുകൾ ക്രിസ്ത്യാനികൾക്കെതിരായി അടിക്കടി നടത്തുന്ന കടുത്ത അതിക്രമങ്ങൾ, വെള്ളം, വൈദ്യുതി, തൊഴിൽ മുതലായ സാമൂഹികാവകാശങ്ങളുടെ നിഷേധം ഇതൊക്കെയാണ് നടക്കുന്നത്. 2014 ജൂലൈ 28 ന് സ്വാമി കൃഷ്ണ നാദാവാനന്ദയുടെ നേതൃത്വത്തിലുള്ള യാദവ സമുദായത്തിൽപ്പെട്ട 300 പേർ വരുന്ന ആൾക്കൂട്ടം പാസ്റ്ററെയും ചിത്രദുർഗ്ഗ ജില്ലയിൽ ഹോളാൽക്കാരയിലെ ഗല്ലറഗതിപള്ളിയിലെ 30 ക്രിസ്ത്യൻ കുടുംബങ്ങളെയും ഹിന്ദുമതത്തിലേക്ക് മാറണമെന്നാവശ്യപ്പെട്ട് ഭീഷണിപ്പെടുത്തി. അതനുസരിച്ച് അവരും പഞ്ചായത്ത് അധികാരികളും കൂടി ഒരാഴ്ചത്തെ സമയം അനുവദിച്ചു. ചെയ്യാത്തപക്ഷം ഗ്രാമത്തിൽ നിന്ന് അവർക്ക് ഭ്രഷ്ട് കല്പിക്കുമെന്നാണ് ഭീഷണിപ്പെടുത്തിയത്. അങ്ങനെയുള്ള ഒറ്റപ്പെടുത്തലുകൾ കീഴടക്കലിന് നിർബ്ബന്ധിതരാവുകയോ ക്രിസ്ത്യാനിയായിരിക്കുന്നതിന്റെ പേരിൽ ആക്രമണത്തിനിരയാവുകയോ ചെയ്യുന്നു.

പള്ളി വിശ്വാസികൾക്കും പള്ളികൾക്കുമെതിരായ അതിക്രമങ്ങൾ വർദ്ധിച്ചുവരികയാണ്. ഗ്രാമങ്ങളിലെ ക്രിസ്ത്യാനികളെ തെരഞ്ഞുപിടിച്ച് ആക്രമിക്കുന്നത് ന്യൂനപക്ഷങ്ങൾക്കിടയിൽ ഭീതി പരത്തുന്നതിന് ഏറ്റവും ഫലപ്രദമായ മാർഗ്ഗമാണ്. 2014 ജൂലൈ 26 ന് ഛത്തീസ്ഗഢിലെ ബസ്തർ ഗ്രാമത്തിൽ ഒരു ക്രിസ്ത്യാനിയും ഭാര്യയും അമ്മായിഅമ്മയും അമ്മയും ഹിന്ദുമതഭ്രാന്തന്മാരാൽ ആക്രമിക്കപ്പെട്ടു. അഞ്ചു ഹിന്ദുമതഭ്രാന്തന്മാർ ചേർന്ന് ശ്രീ രഘുറാമി (ശരിയായപേരല്ല)നെ വീടിന് പുറത്തേക്ക് വിളിച്ചിറക്കി അസഭ്യം പറഞ്ഞുകൊണ്ടിരിക്കുമ്പോഴാണ് ഈ സംഭവം ഉണ്ടായത്. അവർ ആരോപിച്ചത് അവരുടെ ദൈവത്തെ വിട്ടുപോയി ക്രിസ്ത്യാ

നിയായി മാറി എന്നായിരുന്നു. ആരെങ്കിലും നിർബ്ബന്ധിച്ചിട്ടല്ല അങ്ങനെ ചെയ്തത് സ്വന്തം ഇഷ്ടപ്രകാരമാണെന്നായിരുന്നു അദ്ദേഹത്തിന്റെ മറുപടി. അയാളെ കൊല്ലണമെന്ന ഉദ്ദേശ്യത്തോടെ അവർ മർദ്ദിക്കാൻ തുടങ്ങിയപ്പോൾ അയാളുടെ അമ്മയും അമ്മായിഅമ്മയും കൂടി ഇടപെട്ടതിനാലാണ് അവരയാളെ കൊല്ലാതെ വിട്ടത്. അപ്പോൾ അവർ പ്രായമായ സ്ത്രീകളെയും അയാളുടെ ഭാര്യയെയും അടിക്കുകയും ഇടിക്കുകയും മറ്റും ചെയ്തു. ധാരാളം രക്തം വാർന്നുപോയതിനെ തുടർന്ന് അദ്ദേഹം ജഗദൽപൂർ ആശുപത്രിയിൽ പ്രവേശിപ്പിക്കപ്പെട്ടു. ശ്രീരഘുറാമിന്റെ ഭാര്യ പരാതിയുമായി ലോഹന്ദിഗുദ പൊലീസ് സ്റ്റേഷനിൽ ചെന്നപ്പോൾ പൊലീസ് അത് സ്വീകരിക്കുന്നതിന് തയ്യാറായില്ല. വീട്ടുവഴക്കിലാണ് പരിക്കുപറ്റിയതെന്നായിരുന്നു അവരുടെ വാദം.,

തുടർന്നുള്ള ഓരോ ആഴ്ചയും ഇത്തരം ഒന്നോരണ്ടോ സംഭവങ്ങൾ ഉണ്ടായിട്ടുണ്ട്. ഇവാഞ്ചലിക്കൽ ഫെലോഷിപ്പ് ഓഫ് ഇന്ത്യാസ് റിലിജിയസ് ലിബർട്ടി കമ്മീഷൻ, അലയൻസ് ഡിഫെന്റിങ് ഫോറം, ഈയടുത്ത മാസങ്ങളിൽ ദി യുണൈറ്റഡ് ക്രിസ്ത്യൻ ഫോറം എന്നീ സംഘടനകൾ ഈ കാര്യങ്ങൾ രേഖപ്പെടുത്തുകയും കണക്കുകളും പ്രവണതകളും വിശകലന വിധേയമാക്കുകയും ചെയ്തിട്ടുണ്ട്. ദേശീയതലത്തിൽ ഒരു ഹെൽപ്പ് ലൈനും ആരംഭിച്ചിട്ടുണ്ട്. ഇപ്പോൾ നിലവിലില്ലാത്തതും 2011 ൽ വർഗ്ഗീയവും ലക്ഷ്യം വച്ചുള്ളതുമായ അതിക്രമങ്ങൾ തടയുന്നതിന് വേണ്ടി കരടു ബിൽ തയ്യാറാക്കിയ ഗ്രൂപ്പിന്റെ നിർദ്ദേശങ്ങളിൽ ഒന്നായിരുന്നു. വർഗ്ഗീയവും ലക്ഷ്യമിട്ടതുമായ അതിക്രമങ്ങൾക്കിരയാവുന്നവരെ സഹായിക്കുന്നതിന് ഒരു ഹെൽപ്പ് ലൈൻ ആരംഭിക്കണം എന്നത്.

ന്യൂനപക്ഷങ്ങൾക്കു വേണ്ടിയുള്ള ദേശീയ കമ്മീഷൻ ആയ എൻ സി എം അവരുടെ വെബ്സൈറ്റിലിട്ട ഒരു പ്രമേയത്തിൽ പറഞ്ഞു.

> ന്യൂനപക്ഷങ്ങൾക്ക് അവരുടെ ഭരണഘടനാവകാശങ്ങളായ നിയമത്തിനു മുമ്പിൽ സുരക്ഷിതത്വം, ഭദ്രത, തുല്യത എന്നീ അവകാശങ്ങൾ യാതൊരു വിട്ടുവീഴ്ചയും വരുത്താതെ ഉറപ്പാക്കുമെന്ന് ഗവൺമെന്റ് ആവർത്തിച്ചു ഉറപ്പു നല്കിക്കൊണ്ട് ഒരു പൊതുപ്രസ്താവന നടത്തിയാൽ കമ്മീഷൻ അതിനെ അഭിനന്ദിക്കും. ഗവൺമെന്റ് എല്ലാ പൗരന്മാരുടെയും സുരക്ഷയും ഭദ്രതയും ഉറപ്പുവരുത്തുന്നതിനും ഭയത്തിന്റെയും വിശ്വാസരാഹിത്യത്തിന്റെയും അന്തരീക്ഷം സൃഷ്ടിക്കാനുള്ള ശ്രമങ്ങളെ ചെറുക്കുന്നതിനും പ്രതിബദ്ധതയോടെ നില്ക്കുമെന്ന ഒരു വ്യക്തമായ സന്ദേശം നല്കേണ്ടതുണ്ട്.

യോഗി ആദിത്യനാഥ്, ഡോ. പ്രവീൺ തൊഗാഡിയ തുടങ്ങി ലൗജിഹാദിന്റെ പേരിൽ മുസ്ലീങ്ങൾക്കെതിരെ ഹിന്ദു പ്രസംഗങ്ങൾ നടത്തുന്ന ഭരണകക്ഷിയായ ബി ജെ പിയുടെ നേതാക്കളുടെയൊന്നും പേരെടുത്തു പറയാതെ തന്നെ പ്രമേയം പറഞ്ഞു.

> ചില പ്രമുഖവ്യക്തികൾ പൊതുജീവിതത്തിൽ അവിശ്വാസത്തിന്റെയും സംഘർഷത്തിന്റെയും സ്ഥിതിയുണ്ടാക്കുന്ന വിധം നടത്തുന്ന വർഗ്ഗീയമായ പ്രസ്താവനകളെ എൻ സി എം അപലപിക്കുന്നു. ഇത്തരം സംഭവങ്ങൾ ഇന്ത്യൻ ഭരണഘടനയുടെ തത്ത്വങ്ങളെ ലംഘിക്കുന്നതും വർഗ്ഗീയ ലഹളകൾക്ക് മൊറോട്ടോറിയം പ്രഖ്യാപിക്കണമെന്ന ബഹുമാനപ്പെട്ട പ്രധാനമന്ത്രിയുടെ തന്നെ ആഹ്വാനത്തിന് നിരക്കാത്തതുമാണ്.

പിന്നീട് ക്രിസ്ത്യൻ സമുദായം നല്കിയ പരാതികൾ സംബന്ധിച്ച് ദേശീയ മനുഷ്യാവകാശ കമ്മീഷൻ ഇന്ത്യാ ഗവൺമെന്റിന് നോട്ടീസ് അയക്കുകയുണ്ടായി. ഈ നോട്ടീസുകൾക്ക് ഗവൺമെന്റിന്റെ പ്രതികരണം അറിവായിട്ടില്ല.

ദിവസങ്ങൾക്കു മുമ്പ് അമേരിക്കൻ പ്രസിഡന്റ് ഒബാമ ന്യൂഡൽഹിയിലെ ടൗൺ ഹാളിൽ നടത്തിയ പ്രസംഗം തരംഗമായി മാറിയിരുന്നു. സാമ്പത്തിക വികസനത്തിന് മതസൗഹാർദ്ദവും വിശ്വാസ സ്വാതന്ത്ര്യവും ആവശ്യമാണെന്നും അതിന്റെ പ്രാധാന്യത്തിൽ ഊന്നിയതുമായിരുന്നു ആ പ്രസംഗം. ഇന്ത്യൻ രാഷ്ട്രപതി പ്രണബ് കുമാർ മുഖർജി തന്റെ പ്രസംഗത്തിൽ വർഗ്ഗീയയുടെ വളർച്ചയെയും മതന്യൂനപക്ഷങ്ങളെ ലക്ഷ്യം വയ്ക്കുന്നതിനെയും കുറിച്ചു ചൂണ്ടിക്കാട്ടി. രാഷ്ട്രപതി പ്രണാബ് കുമാർ മുഖർജി പറഞ്ഞു.

> നിരവധി രാജ്യങ്ങൾ മതപരമായ അതിക്രമങ്ങളുടെ ആധിപത്യത്താൽ മുങ്ങിത്താഴ്ത്തിക്കൊണ്ടിരിക്കുന്ന ഒരു സാർവ്വദേശീയ പശ്ചാത്തലത്തിൽ... നാം എപ്പോഴും എല്ലാ വിശ്വാസങ്ങൾക്കും നല്കുന്ന തുല്യതയിലും ക്രിയാത്മകമായ നേട്ടങ്ങൾ ഉണ്ടാക്കുന്ന വിധത്തിൽ സംസ്കാരങ്ങളുടെ ഇണങ്ങിച്ചേരലിലും വിശ്വാസം അർപ്പിച്ചിട്ടുണ്ട്. നാവിന്റെ അതിക്രമങ്ങൾ ജനങ്ങളുടെ ഹൃദയത്തെയാണ് മുറിവേല്പിക്കുന്നത്. ഇന്ത്യൻ ഭരണഘടന ജനാധിപത്യത്തിന്റെ വിശുദ്ധ ഗ്രന്ഥമാണ്. അത് ഇന്ത്യയുടെ സാമൂഹികവും സാമ്പത്തികവുമായ പരിവർത്തനത്തിന്റെ മാർഗ്ഗദർശിയാണ്. നമ്മുടെ സംസ്കാരം ബഹുസ്വരതയെ ആഘോഷിക്കുകയും സഹിഷ്ണുതയ്ക്കു വേണ്ടി വാദിക്കുകയും വിവിധസമുദായങ്ങൾ തമ്മിലുള്ള സൗഹൃദം പ്രോത്സാഹിപ്പിക്കുകയുമാണ് ചെയ്തിട്ടുള്ളത്. എന്തുതന്നെയായാലും ഈ മൂല്യങ്ങൾ അതീവ ശ്രദ്ധയോടും ജാഗ്രതയോടും കൂടെ കാത്തുസൂക്ഷിക്കപ്പെടണം.

എന്നാൽ നമ്മുടെ പ്രധാനമന്ത്രി സ്വന്തം സഹപ്രവർത്തകരെ പിന്തിരിപ്പിക്കാനോ സ്വന്തം പാർട്ടി പ്രവർത്തകരെ തടയാനോ അദ്ദേഹത്തെ ഡൽഹിയിൽ അധികാരത്തിൽ എത്തിച്ചുവെന്നവകാശപ്പെടുന്ന ആർ എസ് എസിനെ നിശ്ശബ്ദമാക്കാനോ തയ്യാറാവുന്നില്ല. അദ്ദേഹത്തിന്റെ പ്രതിക

രണം ആക്രമണോത്സുകമായ പ്രതിവാദമാണ്. അദ്ദേഹം പള്ളി നേതാക്കളെ കുറ്റപ്പെടുത്തുകയും ബാലിശമായ കാര്യങ്ങളെയടക്കം പർവ്വതീകരിച്ച് കാണിക്കുകയും ചെയ്യുന്നു. അന്തർദ്ദേശീയ തലത്തിലുള്ള ഇന്ത്യയുടെ പ്രതിച്ഛായയും വികസന അജണ്ടയും തകർക്കുന്നതിനായി നിസ്സാരകാര്യങ്ങളെ പർവ്വതീകരിച്ചുകാണിക്കുകയാണെന്നാണ് അദ്ദേഹം കുറ്റപ്പെടുത്തുന്നത്. ടോക്കിയോവിൽ വെച്ച് അദ്ദേഹം 'മതനിരപേക്ഷ വാദികളെ' അപഹസിച്ചു. 2014 സെപ്തംബറിൽ അക്രമങ്ങൾ പരമ്യത്തിലെത്തിയപ്പോൾ മോദിക്കും സിങ്ങിനും നിവേദനങ്ങൾ നല്കിയെങ്കിലും രണ്ടുകൂട്ടരും അത് അവഗണിച്ചു. ക്രിസ്മസ് ആശംസിക്കുന്നതിനായി ഒരു ക്രിസ്ത്യൻ പ്രതിനിധിസംഘം അദ്ദേഹത്തെ സന്ദർശിച്ചപ്പോൾ പീഡനം സംബന്ധിച്ച പരാതി മാധ്യമങ്ങൾ ഊതിവീർപ്പിച്ചതാണെന്നാണ് അദ്ദേഹം വ്യക്തമാക്കിയത്. "ഓരോ സംഭവ"ത്തെയും കുറിച്ച് സംസാരിക്കാൻ അദ്ദേഹം തയ്യാറായില്ല. 2014 ഡിസംബർ 1 ന് സെന്റ് സെബാസ്റ്റ്യൻ പള്ളി കത്തിച്ചതിന് ശേഷം ഈ വിഷയം പ്രതിപക്ഷപാർട്ടി അംഗങ്ങൾ രാജ്യസഭയിൽ ഉന്നയിച്ചു. സഭാനടപടികൾ നിരവധി ദിവസം തടസ്സപ്പെടുത്തപ്പെട്ടുവെങ്കിലും മതന്യൂനപക്ഷങ്ങൾക്ക് അവരുടെ സുരക്ഷ സംബന്ധിച്ച് യാതൊരു ഉറപ്പും നല്കാൻ സർക്കാർ തയ്യാറായില്ല. മാസങ്ങൾക്ക് ശേഷം 2015 മേയിൽ ആഭ്യന്തര മന്ത്രാലയം മാധ്യമങ്ങൾക്ക് ഒരു വാർത്ത ചോർത്തിക്കൊടുത്തു. അതിൽ പറഞ്ഞത് ഡൽഹിയിലെ സംഭവങ്ങൾ ഷോർട്ട് സർക്യൂട്ട് മൂലമോ പ്രാദേശിക മദ്യപാനികളുടെ ചെറുകിട കുറ്റകൃത്യങ്ങളാലോ സംഭവിച്ചതും. അതിൽ തന്നെ 3 സിഖുകാരും 2 മുസ്ലീങ്ങളും ഉൾപ്പെട്ടിട്ടുണ്ടെന്നുമാണ് പൊലീസ് കമ്മീഷൻ പറഞ്ഞത്. ഇതേ കാലത്തു തന്നെ അമ്പലങ്ങളിലും ഗുരുദ്വാരകളിലും നൂറുകണക്കിന് കളവുകൾ നടന്നിട്ടുണ്ടെന്നും അതിന്മേലൊന്നും തന്നെ ആരും പൊതുപ്രതിഷേധങ്ങൾ നടത്തിയിട്ടില്ലെന്നുമാണ്. ആഭ്യന്തരമന്ത്രാലയം യു പി എ ഭരണകാലത്തെ മൂന്നുവർഷങ്ങളിലെ കുറ്റകൃത്യങ്ങളുടെ കണക്കുകൾ പ്രസിദ്ധീകരിച്ചുകൊണ്ട് ന്യൂനപക്ഷങ്ങൾക്കെതിരായ ആക്രമണത്തിൽ വർദ്ധനവൊന്നുമുണ്ടായിട്ടില്ലെന്ന് വ്യക്തമാക്കി. എന്നാൽ മോദി അധികാരത്തിൽ വന്നതിന് ശേഷം ഉണ്ടായ വർഗ്ഗീയ അതിക്രമങ്ങളുടെ കണക്കുകൾ പ്രസിദ്ധീകരിക്കുവാൻ തയ്യാറായില്ല.

2014 ആഗസ്ത് 15 ന് ഡൽഹിയിലെ ചെങ്കോട്ടയിൽ വച്ച് നടത്തിയ സ്വാതന്ത്ര്യദിന സന്ദേശത്തിൽ വർഗ്ഗീയവും ജാതീയവുമായ അതിക്രമങ്ങൾക്ക് 10 വർഷത്തെ മൊറോട്ടോറിയം പ്രഖ്യാപിക്കണമെന്ന് മോദി ആഹ്വാനം ചെയ്തു. എന്നാൽ ഇതിനെ തുടർന്നാണ് ക്രിസ്തുമസ് ദിനം ബി ജെ പി നേതാവും മുൻപ്രധാനമന്ത്രിയുമായ അടൽ ബിഹാരി വാജ്പേയിയുടെ ബഹുമാനാർത്ഥം 'സദ്ഭരണദിനം' ആയി പ്രഖ്യാപിക്കപ്പെട്ടത്. സാമ്പത്തികമായി പിന്നോക്കം നില്ക്കുന്ന സമുദായങ്ങൾക്കും ഒപ്പം തന്നെ ഉന്നത വിദ്യാഭ്യാസവും പ്രൊഫഷണൽ പരിശീലനവും ആഗ്രഹിക്കുന്ന അവരിലെ യുവാക്കൾക്കും ഗുണം ചെയ്യുന്ന ന്യൂനപക്ഷങ്ങൾക്കുള്ള 15

ഇന പരിപാടിയിൽ വലിയ വെട്ടിക്കുറവ് വരുത്തപ്പെടുമെന്നാണ് ഭയപ്പെടുന്നത്. എന്നിരുന്നാലും 2 പ്രാവശ്യം ലഘുചർച്ചകൾക്കു ശേഷം പാർലമെന്റിലും ക്രിസ്ത്യൻ സമുദായത്തിനെ അഭിമുഖീകരിച്ചുകൊണ്ടും സംരക്ഷണം ഉറപ്പുനല്കിയിട്ടുണ്ട്. "നിങ്ങളുടെ സുരക്ഷയാണ് എന്റെ കർത്തവ്യം" എന്നാണ് 2014 ക്രിസ്മസ് രാത്രി ആശംസിക്കാനെത്തിയ ക്രിസ്ത്യൻ പ്രതിനിധി സംഘത്തോട് അദ്ദേഹം പറഞ്ഞത്. സീറോമലബാർ കത്തോലിക്കാ സഭയുടെ വിജ്ഞാൻ ഭവൻ ചടങ്ങിനെ അഭിമുഖീകരിച്ചുകൊണ്ടും ഇത് ആവർത്തിച്ചു.

അതിക്രമ സംഭവങ്ങൾ എന്നിട്ടും തുടർന്നുകൊണ്ടിരിക്കുകയാണ്.

അതോടൊപ്പം തന്നെ ക്രിസ്ത്യൻ മുസ്ലീം സമുദായങ്ങളുടെ ഉൽക്കണ്ഠയും വർദ്ധിക്കുകയാണ്. പഞ്ചാബിൽ ആർ എസ് എസ് നടത്തുന്ന ഘർവാപസി പ്രചാരണത്തിൽ ഒരു വിഭാഗം സിഖ്നേതാക്കളും അവരുടെ അസന്തുഷ്ടി അറിയിച്ചിട്ടുണ്ട്.

2015 മാർച്ച് 17 ന് കത്തോലിക്ക ബിഷപ്പ് കോൺഫറൻസിന്റെയും നാഷണൽ യുണൈറ്റഡ് ക്രിസ്ത്യൻ ഫോറത്തിന്റെയും അദ്ധ്യക്ഷൻ കർദ്ദിനാൾ മാർബസേലിയോസ് ക്ലിയിസ് ഇറക്കിയ ഒരു പ്രസ്താവനയിൽ ഇങ്ങനെ പറഞ്ഞു: "ഇന്ത്യയുടെ സാംസ്കാരിക ഡി എൻ എ ആയ ബഹുസ്വരതയും വൈവിദ്ധ്യവും വെല്ലുവിളിക്കപ്പെട്ടിരിക്കുന്നു. ഇന്ത്യ 'ഒരു രാഷ്ട്രം, ഒരു ജനത, ഒരു സംസ്കാരം" ആണെന്ന മൗലികവാദ രാഷ്ട്രീയ സിദ്ധാന്തത്തിന്റെ പ്രത്യാഘാതത്തെക്കുറിച്ച് ഞങ്ങൾ ഉൽക്കണ്ഠാകുലരാണ്. ഏക സ്വഭാവമുള്ള സംസ്കാരമുള്ള ഒരു രാഷ്ട്രം എന്നത് അസാദ്ധ്യവും അങ്ങനെയൊന്ന് അടിച്ചേല്പിക്കാൻ ശ്രമിക്കുന്നത് നമ്മുടെ രാജ്യത്തിന്റെ ശാഖോപശാഖകൾക്ക് ദോഷം ചെയ്യുന്നതുമാണ്. കായികാതിക്രമങ്ങൾ, തീവയ്പ്, കൊല, മതപ്രവർത്തകരായ സ്ത്രീ പുരുഷന്മാർക്കെതിരായ ബലാത്സംഗങ്ങൾ ഒപ്പം ഇന്ത്യയുടെ ഗ്രാമങ്ങളിലും നഗരങ്ങളിലും നടക്കുന്ന ഘടനാപരമായ അതിക്രമങ്ങൾ, സാമൂഹ്യവും ഭരണപരവുമായ അതിക്രമങ്ങൾ, വഴിപിഴച്ച നീതിന്യായ പ്രഖ്യാപനങ്ങൾ ഇതൊക്കെ ഞങ്ങളിൽ ഉൽക്കണ്ഠയുണർത്തുന്നു. ഇന്ത്യൻ ഭരണഘടനയോട് കൂറു പ്രഖ്യാപിച്ചുകൊണ്ട് ഭരണത്തിലിരിക്കുന്ന അധികാരികൾ നടത്തുന്ന ഇടയ്ക്കിടെയുള്ള പ്രസ്താവനകളെയും വിശ്വാസ സ്വാതന്ത്ര്യം സംബന്ധിച്ച ഉറപ്പുകളെയും ഞങ്ങൾ സ്വാഗതം ചെയ്യുന്നു. എന്നാൽ അസഹിഷ്ണുതയും അതിക്രമവും കലർന്ന ഭാഷയും പ്രവർത്തനവും നടത്തി രാജ്യത്ത് ധ്രുവീകരണം ഉണ്ടാക്കാൻ ശ്രമിക്കുന്ന സാമൂഹ്യ-രാഷ്ട്രീയ സംഘടനാ നേതാക്കളിൽ ഈ പ്രസ്താവനകൾ യാതൊരു പ്രത്യാഘാതവും ഉണ്ടാക്കുന്നില്ല.

9 789384 445935

Printed by Libri Plureos GmbH in Hamburg,
Germany